അയ്യപ്പൻ

Bodhi Books
Pathiyoor P.O., Kayamkulam
Alappuzha - 690508, Kerala, India
E-mail: bodhibooks03@gmail.com
Tel: +91 9447304886

AYYAPPAN
by Dr. S.K. Nayar
Historical Fiction / Malayalam

First Published: 1960
Re publication by Bodhi Books and Chananthra
Krishna Mani: January 2024

Typesetting: Bodhi Books
Cover & Book Design: Chembarathi Creatives
Cover Illustration: Sunil Prem

ISBN: 978-81-19770-55-7

Price Rs. 499 / $20
Production No. B-B-167-1-500-01-24

Printed and bound in India by
Repro Mumbai

അയ്യപ്പൻ

ഒരു ചരിത്രാഖ്യായിക

ഡോ. എസ്.കെ. നായർ

ബോധി ബുക്സ്
കായംകുളം - 690 508

പ്രസാധകക്കുറിപ്പ്

'കേരളത്തിലെ നാടോടി നാടകങ്ങൾ' തുടങ്ങി വിഖ്യാത ഗ്രന്ഥങ്ങളുടെ രചയിതാവും ബഹുമുഖ പ്രതിഭയുമായ ഡോ. എസ്.കെ. നായരുടെ ഗവേഷണ പടുത്വവും കല്പനാചാതുരിയും നിറഞ്ഞുനിൽക്കുന്ന ഒരുജ്ജ്വല രചനയാണ് അയ്യപ്പൻ. ജനവിജ്ഞാനീയവും പ്രാദേശിക ചരിത്രവും ഈ ചരിത്രാഖ്യായികയുടെ അടിപ്പടവായി വർത്തിച്ചിട്ടുണ്ട്. ഏറെ നാളായി വായനക്കാർക്കു ലഭ്യമല്ലാതിരുന്ന കൃതി പുനഃപ്രസിദ്ധീകരിക്കുന്നതിൽ ഞങ്ങൾക്കുള്ള സന്തോഷം മറച്ചു വെയ്ക്കുന്നില്ല. പുനഃപ്രസിദ്ധീകരണത്തിന് അനുമതി നൽകിയ ശ്രീ. ക്രിസ് മണി സാറിനോടും മുൻകൈയെടുത്ത ശ്രീ. വെള്ളായണി ജയചന്ദ്രൻ സാറിനോടും പ്രൗഢമായ അവതാരികകൊണ്ടനുഗ്രഹിച്ച ചരിത്രകാരൻ ഡോ. എം.ജി ശശിഭൂഷൺ സാറിനോടുമുള്ള നന്ദി ഇവിടെ കുറിക്കുന്നു. അയ്യപ്പനെക്കുറിച്ചറിയാനാഗ്രഹിക്കുന്ന ഭക്തർക്കും ചരിത്രാന്വേഷികൾക്കും സാധാരണ വായനക്കാർക്കും ഒരുപോലെ ഇഷ്ടപ്പെടുന്ന ഈ 'അയ്യപ്പനെ' കൈരളിക്കു സവിനയം സമർപ്പിക്കുന്നു.

ഡോ. എസ്. കെ. നായർ

ഡോ. എസ്.കെ. നായർ ആലുവ തോട്ടക്കാട്ടുകര കുന്നത്തു തറ വാട്ടിൽ 1917 മാർച്ച് 26-ന് ജനിച്ചു; മുഴുവൻ പേര് ശങ്കരൻ കൃഷ്ണൻ നായർ. അച്ഛൻ നാരായണപിള്ള. അമ്മ ലക്ഷ്മി അമ്മ. ആലുവായിൽത്തന്നെ ആയിരുന്നു പ്രാഥമിക വിദ്യാഭ്യാസം. മലയാളം ഏഴാംക്ലാസ് ജയിച്ചശേഷം ഇംഗ്ലീഷ് സ്കൂളിൽ ചേർന്നു. സാമ്പത്തികമായി വളരെ ക്ലേശിച്ചാണ് പഠിച്ചത്. ട്യൂഷനെടുത്തും, ഗൈഡ് എഴുതിയുമാണ് പഠിക്കാൻ വേണ്ട പണം ഉണ്ടാക്കിയത്. ആലുവാ യു.സി. കോളേജിൽനിന്നും ഇന്റർമീഡിയറ്റ് പാസായി. തുടർന്ന്, മദിരാശി സർവകലാശാലയുടെ മലയാളം വിദ്വാൻ പരീക്ഷയിൽ ഒന്നാമനായി ജയിച്ചു.

തുടർന്ന് കോട്ടപ്പുറം മിഡിൽ സ്കൂളിൽ ഇംഗ്ലീഷ് അദ്ധ്യാപകനായും, തൃശ്ശൂർ മാർത്തോമ്മ സ്കൂളിൽ മലയാളം പണ്ഡിറ്റായും, കോട്ടയം സെയിന്റ് ആൻസ് കോൺവെന്റിൽ അദ്ധ്യാപകനായും, ചിങ്ങവനം ഹൈസ്കൂളിൽ മലയാളം അദ്ധ്യാപകനായും പ്രവർത്തിച്ചു.

ചിങ്ങവനത്ത് അദ്ധ്യാപകൻ ആയിരിക്കെ ബി.ഒ.എൽ. (B.O.L. - Bachelor of Oriental Language) പരീക്ഷ എഴുതി. പിന്നീട് ബി. ഒ.എൽ. പരീക്ഷ ജയിക്കുകയും, കോട്ടയം നാഗമ്പടത്ത് എം.പി. പോൾസ് ട്യൂട്ടോറിയൽ കോളേജിൽ അദ്ധ്യാപകനായി ചേരുകയും ചെയ്തു. ആയിടെയാണ് അദ്ദേഹം മീനാക്ഷിക്കുട്ടി അമ്മയെ വിവാഹം ചെയ്തത്.

1944-ൽ മദ്രാസ് ക്രിസ്ത്യൻ കോളേജ് ഹൈസ്കൂളിൽ അദ്ധ്യാപകനായി. അതിനുശേഷം ഒരുവർഷം 'ജയകേരളം' വാരികയുടെ പത്രാ

ധിപരായും പ്രവർത്തിച്ചു. തിരുനെൽവേലി ഹിന്ദു കോളേജിൽ ലക്ചററായി. പിന്നീട് മദ്രാസ് സർവകലാശാലയിലെ ആദ്യത്തെ വകുപ്പധ്യക്ഷനായ ഡോ. ചേലനാട്ട് അച്യുതമേനോന്റെ മേൽനോട്ടത്തിൽ ഗവേഷണം ആരംഭിച്ചു. വടക്കൻ പാട്ടുകളുടെ ആദ്യ അക്കാദമിക് സമാഹാരം ആയ 'Ballads of North Malabar' (1935- Published by University of Madras) സമാകർത്താവു കൂടിയാണ് ചേലനാട്ട് അച്യുത മേനോൻ.

1947-ൽ മദ്രാസ് യൂണിവേഴ്സിറ്റിയിൽ മലയാള അദ്ധ്യാപകനായി ജോലിയിയിൽ പ്രവേശിച്ചു. അതേ വർഷംതന്നെ ‘കേരളത്തിലെ നാടോടിനാടകങ്ങൾ’ എന്ന ഗവേഷണപ്രബന്ധത്തിന് പിഎച്ച്. ഡി. ബിരുദം ലഭിക്കുകയുംചെയ്തു. 1952-ൽ മദിരാശി സർവകലാശാല മലയാളവിഭാഗത്തിൽ അദ്ധ്യക്ഷനാകുകയും 1978-ൽ വിരമിക്കുകയുംചെയ്തു. ഇത്ര ദീർഘകാലം മദിരാശി സർവ്വകലാശാലയുടെ മലയാളവിഭാഗാദ്ധ്യക്ഷനായി അദ്ദേഹത്തിനുമുൻപും പിൻപും ആരും പ്രവർത്തിച്ചിട്ടില്ലെന്നും എടുത്തു പറയണം. ഡോ. എസ്.കെ. നായർ 1981ൽ കേരള സർവ്വകലാശാല മലയാള വിഭാഗത്തിൽ വിസിറ്റിങ് പ്രൊഫസറായും പ്രവർത്തിക്കുകയുണ്ടായി. ഇതിനിടയിൽ മികച്ച ഗവേഷകൻ, സാഹിത്യനിരൂപകൻ, കലാവിമർശകൻ എന്നീ നിലകളിൽ പേരെടുക്കുകയുംചെയ്തു. മദ്രാസിലെ സഹൃദയസദസ്സിൽ സജീവമായി ഇടപെടുകയും മലയാളവകുപ്പിനെ ജനകീയമാക്കാൻ ശ്രമിക്കുകയും അതിൽ വിജയിക്കുകയും ചെയ്ത ആദ്യത്തെ വകുപ്പധ്യക്ഷൻ അദ്ദേഹമായിരുന്നു.

ഏഴ ലേഖനസമാഹാരവും അഞ്ച് നാടകങ്ങളും അഞ്ച് നോവലുകളും, ഒരു കവിതാസമാഹാരവും, പതിനൊന്ന് വിവർത്തനങ്ങളും അദ്ദേഹത്തിന്റേതായിട്ടുണ്ട്. അതോടൊപ്പം ആറുപുസ്തകങ്ങൾ എഡിറ്റ് ചെയ്യുകയും ‘മറക്കാത്ത കഥകൾ’ എന്ന പേരിൽ മൂന്നുഭാഗങ്ങളായി ആത്മകഥ എഴുതുകയും ചെയ്തിട്ടുണ്ട്. കേരള സാഹിത്യ അക്കാഡമി അവാർഡു നേടിയ കൃതിയാണ് 'മറക്കാത്ത കഥകൾ - ഭാഗം രണ്ട്.' പ്രധാന കൃതികൾ: ‘മറക്കാത്ത കഥകൾ’ (ആത്മകഥ); ‘സംസ്കാര കേദാരം’; ‘നർമ്മസല്ലാപം’; ‘അയ്യപ്പൻ’; ‘കള്ളനാണയം’; ‘വിചാര മഞ്ജരി’; ‘മേയർ നായർ’ (നോവൽ). അക്കാദമിഷ്യൻ എന്ന നിലയ്ക്ക് എസ്.കെ. എത്രമാത്രം സക്രിയമായി സാഹിത്യമണ്ഡലത്തിൽ ഇടപ്പെട്ടിരുന്നുവെന്നതിന്റെ സാക്ഷ്യപത്രങ്ങളാണ് ഈ കൃതികൾ.

‘ഒള്ളതുമതി'; ‘അബല’ എന്നീ സിനിമകൾക്ക് ഗാനരചന നടത്തിയിട്ടുണ്ട്. ‘ഭഗവാൻ അയ്യപ്പൻ’, ‘ഗുരുവായൂരപ്പൻ’, ‘മൂകാംബിക’

തുടങ്ങിയ ഭക്തിഗാനങ്ങളുടെ രചന നിർവ്വഹിച്ചു. ഗാനരചനക്ക് പുറമേ കഥകളി, ഭരതനാട്യം, മോഹിനിയാട്ടം തുടങ്ങിയ നൃത്തരൂപങ്ങൾക്ക് സംവിധാനമൊരുക്കി. 'മേയർ നായർ' (1966) ഡോ. എസ്. കെ. നായരുടെ നോവലിനെ അടിസ്ഥാനമാക്കിയാണ് സിനിമയാക്കിയത്. 'ബന്ധനം' (1978) എന്ന എം.ടി. സിനിമയിൽ അഭിനയിച്ചിട്ടുമുണ്ട്. കുറച്ചുകാലം ചലച്ചിത്ര സെൻസർ ബോർഡ് അംഗമായി സേവനം അനുഷ്ഠിച്ചു.

ഗുരുവായൂർ ദേവസ്വം അധികാരികൾ നാരായണീയം റെക്കോർഡ് ചെയ്യാൻ തീരുമാനിച്ച വേളയിൽ ശ്രീമതി. പി. ലീലയുടെ പേര് നിർദ്ദേശിച്ചത് ഡോക്ടർ എസ്.കെ. നായരായിരുന്നു. ശ്രീമതി. പി. ലീലയ്ക്കും സംഗീതസംവിധായകനായ, ശ്രീ. വി. ദക്ഷിണാമൂർത്തിക്കും അവർ ആവശ്യപ്പെട്ട പ്രകാരം നാരായണീയ ശ്ലോകങ്ങൾ അദ്ദേഹം പഠിപ്പിച്ചു കൊടുക്കുകയും ചെയ്തു.

ഗായകൻ യേശുദാസും ഡോ. എസ്. കെ. നായരുടെ കുടുംബവുമായി വളരെ അടുത്ത സൗഹൃദമാണുണ്ടായിരുന്നത്. ആ സ്നേഹബന്ധം ഇന്നും ദൃഢമാണ്.

ഡോ. എസ്.കെ. നായരുടെ മൂത്ത മകനായ സി. കെ. മണി (ക്രിസ് മണി) കഴിഞ്ഞ നാല് പതിറ്റാണ്ടായി അമേരിക്കയിൽ കഴിയുന്നു.

1984 ജനുവരി 2-ന് ഡോ. എസ്. കെ. നായർ അന്തരിച്ചു.
ഭാര്യ: ഡോ. സി. എൽ. മീനാക്ഷി അമ്മ (2008ൽ അന്തരിച്ചു)

മക്കൾ: സി. കെ. മണി (ക്രിസ് മണി), സി. കെ. മോഹൻ (2017ൽ അന്തരിച്ചു), വത്സലാ വേലായുധൻ നായർ, വാസന്തി രാജ്കുമാർ (2021ൽ അന്തരിച്ചു), സി. കെ. ശരത് (2021ൽ അന്തരിച്ചു), സി. കെ. സുരേഷ് (2012ൽ അന്തരിച്ചു), സി. കെ. നന്ദകുമാർ, ലക്ഷ്മീനായർ.

തയ്യാറാക്കിയത് - ശ്രീ. **വെള്ളായണി ജയചന്ദ്രൻ**

ഡോ. എസ് കെ നായരുടെ കൃതികൾ

സംസ്കാര കേദാരം
വിചാരമഞ്ജരി
കലാ ചിന്തകൾ
തരംഗരംഗം
സെബുന്നിസ
മേയർ നായർ
അയ്യപ്പൻ
വീരരംഗം
ഞാൻ കണ്ട സാഹിത്യകാരന്മാർ
കേരളത്തിലെ നാടോടി നാടകങ്ങൾ
കഥകളി മഞ്ജരി
മണികണ്ഠവിജയം
കാലത്തിന്റെ കവിതകൾ
മറ്റൊരു നളചരിതം ആട്ടക്കഥ
പ്രാചീന സുധ
വടക്കൻ പാട്ടുകൾ (മൂന്നുഭാഗങ്ങൾ)
മറക്കാത്ത കഥകൾ (മൂന്നു ഭാഗങ്ങൾ, രണ്ടാം ഭാഗത്തിന് കേരള സാഹിത്യ അക്കാദമി അവാർഡ് ലഭിച്ച)

തർജ്ജമകൾ

പ്രോമിത്യൂസ്
കമ്പരാമായണം
മുല്ലപ്പൂമാല
ശരിയും തെറ്റും
പ്രതിജ്ഞായൗഗന്ധരായണം
സചിവപ്രതിജ്ഞ
പതി ദേവത
എന്റെ കഥ
ഇന്ത്യ സ്വാതന്ത്ര്യം നേടുന്നു
സോവ്യറ്റ് കവിത

ഇംഗ്ലീഷ്

The Art & Literature of Kathakali
The Folk-Dances of Kerala
Dravidian Cognates

ആമുഖം

ഈ ചരിത്രാഖ്യായിക കയ്യിലെടുക്കുമ്പോൾ വായനക്കാർക്ക് എന്റെ 'അയ്യപ്പനെ'പ്പറ്റി പല സംശയങ്ങളുമുദിക്കും. സാക്ഷാൽ ശബരിമല അയ്യപ്പനാണോ ഇതിലെ നായകൻ? ഹരിഹരപുത്രനായ അയ്യപ്പനാണോ? അതൊരു പുരാണകഥയല്ലേ? ചരിത്രാഖ്യായിക ആവുമോ? ആ സംശയങ്ങൾക്കുള്ള മറുപടിയാണ് ഈ ആഖ്യായിക.

പത്തു പന്ത്രണ്ടു കൊല്ലത്തെ ഗവേഷണത്തിന്റെ ഫലമാണ് ഈ 'ആഖ്യായിക' എന്നു പറഞ്ഞുകൂടാ - ആ ഗവേഷണഫലങ്ങൾ മറ്റൊരു ബൃഹദ്ഗ്രന്ഥത്തിന്റെ രൂപമെടുത്തുവരുന്നുണ്ട്. അവയുടെ പശ്ചാത്തലത്തിൽ, ചരിത്രാംശങ്ങളെ മുൻനിർത്തി ഐതിഹ്യത്തേയും വിശ്വാസത്തേയും തീരെ വിഗണിക്കാതെ രചിച്ച ഒരു സ്വതന്ത്രാഖ്യായികയാണ് 'അയ്യപ്പൻ'.

പത്തുകൊല്ലം മുൻപ് ഞാൻ ഇംഗ്ലീഷിലും പിന്നീടു മലയാളത്തിലും എഴുതി പ്രസിദ്ധീകരിച്ചിട്ടുള്ള 'കേരളത്തിലെ നാടോടി നാടകങ്ങൾ' എന്ന ഗവേഷണഗ്രന്ഥത്തിൽ ഈ ആഖ്യായികയുടെ സ്ഥൂലരൂപം കൊടുത്തിട്ടുണ്ട്. ശ്രീ. കാലടി രാമൻപിള്ള, ശ്രീ. പി. ആർ. രാമവർമ്മ രാജാ (പൂഞ്ഞാറ്റു തമ്പുരാൻ) എന്നിവരുടെ ഗവേഷണങ്ങളും ഈ ആഖ്യായികരചനയിൽ എനിക്കു താങ്ങായിട്ടുണ്ട്. ശ്രീ. രാമവർമ്മരാജാവ് സദയം അയച്ചു തന്ന കത്തുകൾ ഈ ആഖ്യായികയുടെ ചരിത്രപശ്ചാത്തലത്തിന്റെ ഘടനയ്ക്കു സഹായമായിത്തീർന്നിട്ടുണ്ടെന്നു നന്ദിപൂർവ്വം രേഖപ്പെടുത്തട്ടെ.

കേരളത്തിലെ പല പ്രമുഖകുടുംബങ്ങളുടെ പരാമർശം ഈ ആഖ്യായികയിലുണ്ട്. ഐതിഹ്യങ്ങളുടെ ബലത്തിലാണ് ആ കുടുംബങ്ങളിലെ ചില അംഗങ്ങളെ കഥാപാത്രങ്ങളാക്കിയത്. അവരെ കല്പിതകഥാപാത്രങ്ങളെന്ന നിലയിലേ വായനക്കാർ കണക്കാക്കാവൂ.

'അയ്യപ്പനെ' ഞാൻ കേരളത്തിന്റെ മാത്രമല്ലാ ദക്ഷിണഭാരതത്തിന്റെ സാംസ്കാരികവും മതപരവും വർഗ്ഗീയവുമായ ഐക്യത്തിന്റെ

ചിഹ്നമായിട്ടാണ് സങ്കല്പിച്ചിരിക്കുന്നത്. ആ സങ്കല്പത്തിന്റെ സന്താന മാണ് ഈ ആഖ്യായിക.

മദിരാശി
5-3-1960

ഡോക്ടർ എസ്.കെ. നായർ

അവതാരിക

ഐതിഹ്യവും ചരിത്രവും കെട്ടുപിണഞ്ഞു കിടക്കുന്ന അയ്യപ്പൻ പാട്ടുകളിൽ നിന്ന് ചരിത്രത്തെ വേർതിരിക്കുവാൻ ഡോ. എസ്.കെ. നായർ രണ്ടുതവണ സന്നദ്ധനായി. 'കേരളത്തിലെ നാടോടി നാടകങ്ങൾ' (1955) എന്ന ഗവേഷണ പ്രബന്ധത്തിലായിരുന്നു ആദ്യ പ്രകാശനം. അയ്യപ്പൻ, കൊച്ചു കടുത്ത, മല്ലൻ, വില്ലൻ മുതലായ വീരയോദ്ധാക്കൾ പന്തളത്തെ ഒരു സൈനിക വിഭാഗത്തോടൊപ്പം വാവരോട്ടു സമരം ചെയ്യാൻപോകുന്നതും, ചീരപ്പൻ ചിറ, ഞാളൂർ കളരികളിൽ ഉപരി വിദ്യ പഠിക്കുന്നതും, ശബരിമലയിൽ പണ്ടേ ഉണ്ടായിരുന്നതും അയ്യപ്പന്റെ കാലമാകുമ്പോഴേക്കും തകർന്നു പോയതുമായ ശാസ്താക്ഷേത്രം പിതാവായ ബ്രാഹ്മണശ്രേഷ്ഠന്റെ പിന്തുണയോടെ പുനഃപ്രതിഷ്ഠിക്കുന്നതുമെല്ലാം ഗവേഷകനൈപുണ്യത്തോടെ ആ പ്രബന്ധത്തിൽ അവതരിപ്പിച്ചു. വ്യാഴക്ഷേത്രമായ ധനുവിൽ നിന്ന് ശനിക്ഷേത്രമായ മകരത്തിലേക്ക് ആദിത്യൻ സംക്രമിക്കുമ്പോൾ നടത്തിയ ഭൂതനാഥ പ്രതിഷ്ഠയിൽ മണികണ്ഠൻ ശുദ്ധ സത്വവിലയംപ്രാപിച്ചതും പാട്ടുകളിൽ നിന്ന് കണ്ടെടുത്തു.

'ആരാണീ മണികണ്ഠൻ?'എന്ന ചോദ്യത്തിന് സർഗ്ഗാത്മകമായ സമാധാനം നൽകുവാൻ രചിച്ചതാണ് 'അയ്യപ്പൻ' (1960) എന്നചരിത്രനോവൽ. സമ്പന്നമായ ക്ഷേത്രങ്ങൾ കൊള്ളയടിച്ചിരുന്ന തമിഴ് നാട്ടിലെ തിരുട്ടുഗ്രാമങ്ങളെ പറ്റിയും അവരുടെ കൊള്ളത്തലവന്മാരെ പറ്റിയുമുള്ള വാർത്തകൾ ആണെന്ന് വരാം 'ഉദയനൻ' എന്ന കഥാപാത്രത്തിന്റെ സൃഷ്ടിയിലേക്ക് ഡോ. എസ്.കെ. നായരെ നയിച്ചത്. ശബരിമല ക്ഷേത്രം മാത്രമല്ല പന്തളം രാജധാനിയും ഏറ്റുമാനൂർ ക്ഷേത്രവും ഉദയനൻ കൊള്ളയടിച്ചതായും രാജസഹോദരിയായ 'മായാദേവി'യെ അപഹരിച്ച ശബരിമലയ്ക്കടുത്ത് പാർപ്പിച്ചതായും നോവലിസ്റ്റ് നിരീക്ഷിക്കുന്നു. ശാസ്താവിന്റെ പരമ ഭക്തനും ആയുധാഭ്യാസ നിപുണനുമായ ഒരു ബ്രാഹ്മണൻ (ജയന്തൻ നമ്പൂതിരി) രാജകു

മാരിയെ മോചിപ്പിച്ച ശേഷം വിവാഹം കഴിക്കുന്നതും അതിലുണ്ടായ അയ്യപ്പനെ അദ്ദേഹം മികച്ച ഒരു യോദ്ധാവാക്കുന്നതും തുടർന്നവതരിപ്പിക്കുന്നു. വാവരുടെയും, കൊച്ചുകടുത്തയുടെയും, മകനായ അയ്യപ്പന്റെയും സാന്നിധ്യത്തിൽ ജയന്തൻ നമ്പൂതിരി എന്ന യോഗീശ്വരൻ നടത്തിയ ശാസ്താപ്രതിഷ്ഠയിൽ, അദ്ദേഹവും അയ്യപ്പനും വിലയം പ്രാപിക്കുന്നതു പരാമർശിക്കുന്നതോടെ നോവൽ പൂർണ്ണമാകുന്നു.

"പാണ്ഡ്യനാടിനും ചേരനാടിനും കുല ദേവതയായ ശബരിമല ശാസ്താവ്; അവിടെ കുടികൊണ്ടിരുന്ന ചൈതന്യദേവത, ഒരു മതത്തിന്റേതല്ല, ഒരു ജാതിയുടേതുമല്ല, ഒരു നാടിന്റേതുമല്ല, കാടിനും നാടിനും അധിദേവതയാണ്. പാണ്ടിമലയാളങ്ങളുടെ പരദേവതയാണ്. ബുദ്ധദേവൻ എന്നും, ജിനനെന്നും, ശനിദേവത എന്നും ആ ചൈതന്യത്തിന് ഓരോകാലത്ത് ഓരോ വിശ്വാസികൾ പേരുമാറി പറയാൻ കാരണം അതാണ്. ചുരുക്കത്തിൽ, നമ്മുടെ ദക്ഷിണഭാരതത്തിൽ ഐക്യത്തിനുള്ള മഹാശക്തിയുടെ പ്രതിഷ്ഠയാണ് ശബരിമലയിലുള്ളത്." ഇതാണ് ഡോ. എസ്.കെ. നായരുടെ കാഴ്ചപ്പാട്.

"കളരിയിൽ പയറ്റിയെടുത്ത കായശക്തി കൊണ്ട് കരിമലക്കോട്ട തകർക്കാനൊക്കും. പക്ഷേ, നിങ്ങളുടെ ഓരോരുത്തരുടെയും മനസ്സ് ഒരു കളരി ആകണം. ഹൃദയം കളരിദേവതയുടെ ഇരിപ്പിടമാകണം. മനസ്സിലെ കാട് തെളിയിച്ച് അവിടെയുള്ള അരങ്ങ് ശുദ്ധമാക്കി ചില അഭ്യാസങ്ങൾ പരിശീലിക്കേണ്ടതുണ്ട്. ഇന്നു നമ്മുടെ നാട്ടിൽ മദ്യം, മാംസം, മാനിനി തുടങ്ങി പഞ്ച'മ'കാരങ്ങളെക്കൊണ്ട് സാധന ചെയ്യുന്ന ഒരുതരം ഹീനമായ ശക്തിപൂജ നടപ്പിലുണ്ട്. ആ ശക്തി പൂജയ്ക്കുള്ള ദുഷിച്ച വാസന മനസ്സിൽ നിന്ന് കഴുകി കളയാൻ ഒരു ശപഥം ചെയ്യുക." ഇങ്ങനെ ആഹ്വാനം ചെയ്യുന്ന അയ്യപ്പനെയും നോവലിൽ പരിചയപ്പെടാം.

സുഗന്ധവ്യഞ്ജന വ്യാപാരത്തിന്റെ നാളുകളിലെ, നമ്മുടെ മദ്ധ്യകാല നാട്ടുവാഴികളുടെ ശക്തിയും ദൗർബല്യവും അയ്യപ്പനിൽ കണ്ടെത്താം. പ്രതിനായകന്മാരിൽ ഒരാളായി പ്രത്യക്ഷപ്പെട്ട് നായകന്റെ മിത്രമായി മാറുന്ന കച്ചവടക്കാരനാണ് നോവലിലെ 'വാവർ'. ആത്മീയ ശക്തിയുടെയും കായിക ശക്തിയുടെയും സമന്വയമാണ് നോവലിലെ 'അയ്യപ്പൻ'. വളയപ്പെട്ട്ആക്രമിക്കപ്പെട്ടപ്പോഴാണ് ആ ശൗര്യമൂർത്തിയുടെ തളരാത്ത ഊർജ്ജസ്വലത നാംഅറിയുന്നത്. കേരളീയരുടെ വർഗ്ഗസ്മൃതികളിലെ ഒരുപൗരുഷമൂർത്തിയെ പുനഃപ്രതിഷ്ഠിക്കുന്നു എന്നതാണ് ഈ സർഗാത്മക ചരിത്ര നോവലിന്റെ; അയ്യപ്പന്റെ സവിശേഷത.

എൻ.പി. ചെല്ലപ്പൻ നായർ, പ്രൊഫ. എസ്. ഗുപ്തൻനായർ, മാലി, കുഞ്ഞുണ്ണി തുടങ്ങിയവർ ആരാധനാപൂർവ്വം ഈനോവലിനെകുറിച്ച് സംഭാഷണങ്ങളിൽ പരാമർശിച്ചിട്ടുള്ളതു ഞാൻ ഇവിടെ ഓർക്കട്ടെ. ലാളിത്യവും രസികത്വവുമുള്ള ഭാഷയെ പറ്റിയും അവർ പറഞ്ഞിരുന്നു. അപ്പൻതമ്പുരാന്റെ 'ഭൂതരായരു'ടെ പിൻഗാമിയാണ് 'അയ്യപ്പൻ'. തിക്കോടിയന്റെ 'ചുവന്നകടലി'ന്റെ മുൻഗാമിയും.

കേരളത്തിന്റെയും മലയാളത്തിന്റെയും ധീരനായ പോരാളിയായിട്ടാണ് എന്റെ തലമുറ ഡോ. എസ്.കെ. നായരെ ഓർമ്മിക്കുന്നത്. 'കമ്പരാമായണ'ത്തിന്റെ ആ പരിഭാഷകനെ തമിഴ്നാട്ടിലെ സാധാരണക്കാർപോലും അത്ഭുതാദരവുകളോടെയാണ് കണ്ടിരുന്നതെന്നും ഇവിടെ സ്മരിക്കട്ടെ. മദിരാശി സർവകലാശാലയിലെ മലയാളവിഭാഗത്തെ ശ്രദ്ധേയമാക്കുന്നതിനും ഡോ. എസ്.കെ. നായർ വഹിച്ച പങ്ക് നിസ്തുലമായിരുന്നു.

കുറേക്കാലമായി ലഭ്യമല്ലാത്തതും, അയ്യപ്പ ഭക്തന്മാർക്കുംചരിത്ര വിദ്യാർത്ഥികൾക്കും ഒഴിവാക്കാനാവാത്തതുമായ 'അയ്യപ്പൻ' എന്ന ചരിത്രനോവലിന്റെ പുനഃപ്രകാശത്തിന് അദ്ദേഹത്തിന്റെ മൂത്തമകനായ ക്രിസ്മണിയോട് (യു.എസ്.എ.) മലയാളികൾ ഏറെ കടപ്പെട്ടിരിക്കുന്നു.

ഡോ. എം.ജി. ശശിഭൂഷൺ

DEDICATION

It was 7.51 am on November 2023, here in the United States, when I was woken up by a call from one of my close well wishers, Jayachandran Vellayani - "Manichetta, innu Vrischikam Onnaanu - Ayyappante nata thurannu"!!

That wakeup call had a hidden message and a vital urgency in it. It has been a long time ambition in my mind that I should make all efforts in republishing some of my father's books. I have also been constantly requested by many of my father's students, as well as numerous literature lovers, that I publish his books to revitalize his legacy and highlight his contributions to Malayalam literature. To my mind "Ayyappan" seems to be the most obvious first choice, from among his books, for republishing during this auspicious and holy Mandalam Makaravilakku season.

I am extremely grateful to Dr. Sasibhooshan, whom I respect and consider as a younger brother to me, for having volunteered to write a foreword to this new edition. But for the strong support of Sasibhooshan and Jayachandran, the realization of this dream project might not have been possible. A big thank you to both of you. Also I will be failing in my duty, if I don't express my sincere thanks to Sri. Harikumar of Bodhi Books for printing this book. My thanks also to Sri. Sunil Prem for his excellent and graceful sketching of the cover page.

I also take this opportunity to rekindle the memories of my younger brothers (C.K. Mohan, C.K. Sarath and C.K. Suresh) and my sister, "Mavi" (C.K. Vasanthi, wife of late Raj Kumar) who have all joined our parents at their eternal home. My memories are also with Meenutty (granddaughter of Mohan) and Shreya (daughter of my younger brother, C.K. Nandakumar) who left us in the prime of their youth.

An English translation of "Ayyappan" is also in the offing, thanks to the efforts of Dr. K. Parameswaran. A Tamil translation of the book had been published by Sri. Sridharan in 1961.

Vrischikam Onnu
November 17, 2023

Chris Mani (C.K. Mani)
chrismani@gmail.com

ഉള്ളടക്കം

1

തോട്ടിയും വടിയും

“ഇനി ഈ മലകൂടി കയറിയിറങ്ങിയാൽ മതി. പിന്നെ ആൾവാസമുള്ള ദിക്കാവും.”

“ഇനി ഒരടി മുന്നോട്ടു ചവിട്ടാനാവില്ല. ഇറങ്ങിപ്പുറപ്പെടേണ്ടായിരുന്നു! എന്റെ മധുരമീനാക്ഷീ! വയ്യേ വയ്യ.”

“ദേവി തന്നെ സഹായം. അവിടത്തെത്തന്നെ ശരണം വിളിച്ചോളൂ. ആലശീലയൊന്നും അറിയില്ല.”

“എല്ലാം സഹിക്കാമായിരുന്നു. എനിക്കു പേടി ആ കൊള്ളക്കാരെയാണ്.”

“ഏയ്. അതു ഭയപ്പെടാനില്ല. ഈ കാട്ടിനെല്ലാം ദൈവമായ ശബരിമല അയ്യപ്പനുള്ളപ്പോൾ കൊള്ളക്കാരും കവർച്ചക്കാരും നമ്മെ ഉപദ്രവിക്കില്ല. എനിക്കാ പേടിയില്ല, അംബികേ.”

“ഇവിടന്ന് ആരെ, എന്തിനെപ്പേടിക്കണം? എല്ലാം ഇട്ടെറിഞ്ഞു നാട്ടും കൂട്ടും ഉപേക്ഷിച്ചു പുറപ്പെട്ട ആൾക്കു പിന്നെ എന്തിനെയാണ് പേടിക്കാനുള്ളത്?”

“അങ്ങനെയല്ല അംബികേ. പേടി ഇല്ലാതായത് അങ്ങനെയല്ല. എല്ലാം ഇട്ടെറിഞ്ഞു പോന്നതുകൊണ്ടല്ല. എല്ലാം അവിടത്തെ മുമ്പിൽ സമർപ്പിച്ചതുകൊണ്ടാണ്. അവിടന്നാണ് ഈ കാടിനും മലയ്ക്കും നാടിനും നാട്ടാർക്കും കുലദൈവം. അവിടത്തെ ഒരനുഗ്രഹം നമ്പിയാണ് ഇങ്ങനെ നമ്മള് എല്ലാം വെടിഞ്ഞു പുറപ്പെട്ടത്. ഇനി അവിടന്നുതന്നെ നമ്മെ കാക്കട്ടെ. അല്ലെങ്കിൽ ഉപേക്ഷിയ്ക്കട്ടെ. ഏതായാലും എനിക്കു ഭയമില്ല.”

ആ കൊടുംകാട്ടിനരികിലുള്ള മലയിടുക്കിലൂടെ ഒഴുകിക്കൊണ്ടിരു

ന്ന നീർച്ചാലിൽനിന്ന് അംബിക മൂന്നാലു കുടന്ന വെള്ളം മുക്കിക്കുടിച്ചു. കാലും മുഖവും കഴുകി അടുത്തുള്ള പാറക്കെട്ടിൽ അവശയായി ഇരുന്ന് രണ്ടുകാലും നീട്ടി കാൽക്കണ്ണുകൾ തടവി. ഇതെല്ലാം നോക്കി ദീർഘ നിശ്വാസം വന്നതു ഇളംകാറ്റിലുലഞ്ഞ ഇലപ്പടർപ്പിന്റെ മർമ്മസ്വര ത്തിൽ ഒതുക്കി, സ്വയം ധീരനെന്നും ഭക്തനെന്നും അഭിമാനിച്ച ആ പുരുഷകേസരി കണ്ണീർ തുടച്ചത് അംബിക കണ്ടിരുന്നെ ങ്കിൽ അതോടെ ആ പാവത്തിനു മോഹാലസ്യം വരുമായിരുന്നു. അദ്ദേഹവും ആ നീർച്ചാലിനടുത്തുപോയി കണ്ണും മുഖവും കഴുകി - ക്ഷീണം തീർക്കാനായിരുന്നുവോ എന്നു നിശ്ചയമില്ല - ഇനി മുഖത്തു നോക്കിയാൽ ആ കൺകലക്കം അംബിക കാണില്ലെന്നു ബോദ്ധ്യ പ്പെടുന്നതുവരെ അദ്ദേഹം മുഖം കഴുകി.

"നല്ല തെളിഞ്ഞ വെള്ളം. നല്ല തണുപ്പം." തൊണ്ടയിടർച്ച അതി ന്റെ തണുപ്പുകൊണ്ടാണെന്നേ അംബികയ്ക്ക് തോന്നിയുള്ളു. അദ്ദേഹം നേരെ അംബിക ഇരുന്ന പാറക്കെട്ടിനടുത്തേയ്ക്കു ചെന്ന് ഒരു വശത്തേയ്ക്കു മുഖം തിരിച്ച്, ആ വലിയ മലയുടെ മേൽവാരത്തിലേയ്ക്കു കണ്ണോടിച്ച്, ഇങ്ങിനെ പറഞ്ഞു:

"ഇതാ ഇതൊന്നു കേറിമറിഞ്ഞാൽ മതി. പിന്നെ സാരമില്ല. എന്താ അംബികേ?"

അംബിക ദയനീയമായി ഒന്നു നോക്കി. വീണ്ടും ആ ഗംഭീരപുരുഷ ന്റെ മുഖം മ്ലാനമായി. അദ്ദേഹം പ്രകൃതി സൗന്ദര്യത്തിൽ ആത്മവിസ്മൃ തികൊള്ളുന്നു എന്ന മട്ടിൽ അലസമായി ചുറ്റും കണ്ണോടിച്ചു.

അവർ കടന്നുപോന്നതു പട്ടാപ്പകലും കൂറ്റാക്കൂറ്റിരുട്ടുള്ള കൊടുങ്കാ ടാണ്. മദ്ധ്യാഹ്നസൂര്യന്റെ ഔദാര്യലേശം കൊണ്ട് അവർ ആ കൊടു ങ്കാട്ടിലൂടെ വേച്ചും വിറച്ചും, നിന്നും നടന്നും, തങ്ങിയും പതുങ്ങിയും പോന്നെന്നേ ഉള്ളൂ. നാലഞ്ചുനാളായി ആ കാടും മലയുമായി അവർ പൊരുതിത്തുടങ്ങിയിട്ട്. കൈവശമുള്ള ഭക്ഷണസാധനങ്ങളെല്ലാം തീർന്നു; കാട്ടുകനിയും കിഴങ്ങും കണ്ടതു കണ്ടതു തിന്നു - കാട്ടാറിലെ ശുദ്ധജലം കൊണ്ട് അത്രയും നാൾ ക്ഷീണം പോക്കി. കാലുകൾ വിണ്ടുകീറി. അങ്ങിങ്ങു പോളച്ചു. യൗവനം വന്നുദിച്ചിട്ട് അത്രയേറെ ആയിട്ടില്ലാത്ത അംബിക ആ പരിക്ഷീണനിലയിലും ഒരു വനദേവത യുടെ അംഗലാവണ്യം പുലർത്തിയിരുന്നത്, അന്നോളം ജീവിച്ച ഒരു പ്രത്യേകതരം ജീവിതസമ്പ്രദായത്തിന്റെ പ്രാഭവംകൊണ്ടു മാത്രമായി രുന്നെന്നു വേണം ഊഹിക്കുവാൻ.

"അയ്യോ" എന്നൊരു നിലവിളി കേട്ട് ആ പുരുഷൻ തിരിഞ്ഞുനോ ക്കിയപ്പോൾ അംബികയുടെ കൈകൾ രണ്ടും ഒരു കൈയ്യിലമർത്തി

മറുകൈയ്യിൽ വാളുമേന്തി നില്ക്കുന്ന ഒരുഗ്രമൂർത്തിയെയാണ് കണ്ടത്. പുരുഷൻ ഊരിയ വാളോടെ ആ ഉഗ്രമൂർത്തിയെ സമീപിച്ചു.

"വിടൂ അവളെ" വാളോങ്ങിക്കൊണ്ടു അദ്ദേഹം ഗർജ്ജിച്ചു.

പരിഹാസം നിറഞ്ഞ ഒരു പൊട്ടിച്ചിരിയായിരുന്നു അതിനുത്തരം.

"വിടാനാണു പറഞ്ഞത്."

"ഇല്ലെങ്കിൽ?"

"ഇല്ലെങ്കിലെന്നോ? ഇതാ കണ്ടോളു."

ആ ഉഗ്രമൂർത്തിയും പുരുഷനും തമ്മിൽ ഇടഞ്ഞു. വാളുകൾ മിന്നൽപ്പിണരുണ്ടാക്കി; ഇരുവരും ഓങ്ങിയും വാങ്ങിയും അടുത്തും തടുത്തും തിരിഞ്ഞും മറിഞ്ഞും നിന്നുപൊരുതി. ആരും വഴങ്ങിയില്ല. ആ സമരം കണ്ടു അടിമുടി വിറച്ചുനിന്നിരുന്ന അംബികയ്ക്ക് ആര് ആരെ വെട്ടുന്നുവെന്നോ ആരുടെ വെട്ട് ആരു തടുക്കുന്നുവെന്നോ അറിയാൻ നിവൃത്തിയില്ലായിരുന്നു. നാഴിക ഒന്നുരണ്ടു നീങ്ങി. പോരാളികൾ ഒഴിഞ്ഞും മാറിയും തിരിഞ്ഞും, നടത്തിയ വാൾപ്പയറ്റ് അവരെ അറിയാതെത്തന്നെ ആ കാട്ടരുവിയുടെ അടുക്കലെത്തിച്ചു. അരുവിയിലെ സ്വച്ഛജലം ചോരത്തുള്ളികൾ കൊണ്ടു കുങ്കുമം ചാർത്തിത്തുടങ്ങി.

അതാ പെട്ടെന്ന് ഒരാൾ ഒരു വെട്ടേറ്റ് - അല്ല കുത്തേറ്റ് നിലംപതിച്ചു. പാവം അംബിക ആ കാഴ്ച കണ്ടു മോഹാലസ്യപ്പെട്ടു. ആ അബലയ്ക്കുണ്ടായിരുന്ന അന്ത്യാശ്രയം അങ്ങനെ നിലംപതിച്ചു.

അംബിക കണ്ണു തുറന്നപ്പോൾ കണ്ട കാഴ്ച ആദ്യം അവിശ്വാസമാണുണ്ടാക്കിയത്. എന്ത്? സ്വപ്നമോ? മായയോ? മതിഭ്രാന്തിയോ! വെട്ടേറ്റു നിലംപതിച്ച ഭർത്താവ് പുഞ്ചിരി തൂകിക്കൊണ്ട് ഒരു കോമളകുമാരന്റെ മുൻപിൽ തൊഴുകൈയ്യോടെ നില്ക്കുന്നു. ആ കുമാരന്റെ കയ്യിൽ ഒരു തോട്ടിയും വടിയുമുണ്ട്. അല്പം അകലെയായി ഒരു ഗജവീരനും, എന്താണിക്കാണുന്നത്? ആരാണിതെന്നും എങ്ങിനെയാണ് മരിച്ചയാൾ ജീവിച്ചതെന്നും ശങ്കിച്ചുനില്ക്കെ ആ കുമാരൻ ഗംഭീരോദാരമായ സ്വരത്തിൽ ഇങ്ങിനെ പറയുന്നതു കേൾക്കായി: "ഇനി ഭയപ്പെടാനില്ല. അങ്ങ് ഈ തോട്ടിയും വടിയുംകൊണ്ടു നേരെ പോയ്ക്കൊള്ളു. ഇരുട്ടാകുന്നതിനു മുമ്പേ ആ മലകയറി ഇറങ്ങാം. ഇവിടെ അടുത്താണ് പൂഞ്ഞാറെന്ന സ്ഥലം. അവിടെ ഒരു പഴയ വീടുണ്ട്. അങ്ങേയ്ക്കും ഈ അമ്മയ്ക്കും അവിടെത്താമസിക്കാം."

കണ്ഠമിടറിക്കൊണ്ട് ആ പോരാളി ചോദിച്ചു: "ഞങ്ങളെ ഈ അത്യാപത്തിൽ നിന്നു രക്ഷിച്ച കുമാരൻ ആരാണെന്നറിയാൻ..."

“ഞാനൊരു വേട്ടക്കാരൻ പയ്യനാണെന്നു ധരിച്ചാൽ മതി.”

“വേട്ടക്കാരനോ? വിശ്വാസം വരുന്നില്ല. അങ്ങു സാക്ഷാൽ ശബരിമല അയ്യപ്പൻ തന്നെയാണ്.”

“അയ്യപ്പൻ തന്നെയാണ് നിങ്ങളെ ഈ ആപത്തിൽ നിന്നു രക്ഷിച്ചത്. സംശയമില്ല. ആ വിശ്വാസത്തോടെ യാത്ര തുടരാം.”

“സ്വാമി ശരണം. ഇങ്ങനെ അടിയങ്ങൾക്കു നേരിട്ടു അവിടുത്തെ ദർശിക്കാൻ ഭാഗ്യം...” ഇത്രയും പറഞ്ഞ് ഇരുവരും ആ കുമാരന്റെ പാദങ്ങളിൽ സാഷ്ടാംഗം പ്രണമിക്കാൻ മുതിർന്നു.

“ഛേ! അബദ്ധം പ്രവർത്തിക്കാതിരിക്കു. അരുതാത്തതു ആരും ചെയ്യരുത്. സ്വാമിക്കുവേണ്ടി ചെയ്യുന്ന പ്രണാമം ഈ വേട്ടക്കാരനായ എന്റെ മുൻപിൽ നിങ്ങൾ ചെയ്യരുത്.” ആ ശാസനയുടെ കരുത്ത് ധിക്കരിക്കാൻ ആ ദമ്പതിമാർക്കു സാധിച്ചില്ല. അവർ പെട്ടെന്നു എഴുന്നേറ്റ് അകലത്തേയ്ക്ക് ദൃഷ്ടിയുറപ്പിച്ച് “സ്വാമിയേ ശരണമയ്യപ്പാ” എന്നു ഭക്തിപൂർവ്വം തൊഴുതു. കുമാരനും അവരെ അനുകരിച്ചു.

“അങ്ങ് ആരാണെന്നു പറഞ്ഞില്ല. ഒരു വേട്ടക്കാരൻ പയ്യനെന്നേ പറയുന്നുള്ളു. ആ വീണുകിടക്കുന്ന മനുഷ്യനാരാണെന്ന്... ?”

“ഓഹോ. നിങ്ങൾ കേട്ടിട്ടില്ലേ ഉദയനനെപ്പറ്റി. അയാളുടെ വലത്തു കൈയ്യായി നില്ക്കുന്ന സാക്ഷാൽ പുതുശ്ശേരി മുണ്ടനാണ് ഈ...”

ആ ദമ്പതികൾക്കുണ്ടായ നടുക്കം ചെറുതല്ലായിരുന്നു. ആദ്യമുണ്ടായ ഭയം നീങ്ങി ആശ്വാസം പൂണ്ടിരുന്ന അംബികയുടെ മുഖം പൂർവ്വാധികം വിളറി. ഉദയനൻ! ആ കൊള്ളത്തലവൻ! നാടും കാടും ഒരുപോലെ വിറപ്പിച്ച ആ സാഹസികന്റെ ആളോടാണ് തങ്ങൾ ഏറ്റുമുട്ടിയതെന്നോർത്തപ്പോൾ അവർ പലവിധത്തിലുള്ള വികാരങ്ങൾക്കു വിധേയരായി. തങ്ങളെ രക്ഷിച്ച ആ വേട്ടക്കാരൻ കുട്ടിയുടെ മുഖത്തേയ്ക്ക് അവർ ഭക്തിയും അത്ഭുതവും ആനന്ദവും കലർന്ന മുഖഭാവത്തോടെ ഉറ്റുനോക്കി. കുറച്ചുനേരത്തേയ്ക്കു ആർക്കുമൊന്നും മിണ്ടാൻ കഴിഞ്ഞില്ല. ആ കുമാരനാണ് മൗനം ഭഞ്ജിച്ചത്.

“ഇനിയെന്തിന് പേടിക്കുന്നു? നിങ്ങൾ താവളമെത്തുന്നതുവരെ അയാൾ അവിടെനിന്ന് അനങ്ങില്ല. അനങ്ങിയാലും ഞാനിവിടെ ത്തന്നെയുണ്ടായിരിക്കും. ധൈര്യമായി പൊയ്ക്കോളു. ഈ തോട്ടിയും വടിയും ഉപേക്ഷിക്കരുത്.”

ദമ്പതികൾ ധൈര്യമവലംബിച്ച് വീണ്ടും ആ കുമാരനെ വണങ്ങി യാത്രയായി. മലകയറി മറയുന്നതുവരെ അവരെത്തന്നെ നോക്കി ആ വേട്ടക്കാരൻകുട്ടി അവിടെ നിന്നു.

2

പൊന്നമ്പലമേട്ടിലെ ഗുഹാഭവനം

ശബരിമലയ്ക്കടുത്താണ് പൊന്നമ്പലമേട്. ഇന്നൊരു ദിവ്യഭൂമിയായിട്ടാണ് ഭക്തന്മാർ അകലേനിന്നു നോക്കിക്കാണുന്നത്. ശബരിമലയിൽ മകരവിളക്കു കൊണ്ടാടുമ്പോൾ പൊന്നമ്പലമേട്ടിൽ ദേവന്മാർ അതേ ഉത്സവം തന്നെ ആഘോഷിക്കുന്നുവെന്നും അതിന്റെ പ്രകാശധോരണി ശബരിമല നടയിൽനിന്നു നോക്കിയാൽ ഇന്നും കാണാമെന്നും ഭക്തജനങ്ങൾ പറയാറുണ്ട്. ഈ കഥ നടക്കുന്ന കാലത്തു പൊന്നമ്പലമേടിന്റെ അടിവാരത്തുള്ള ഒരു ഗുഹാതലം ഒരു കൊച്ചുകുടുംബത്തിന്റെ വാസഗേഹമായിരുന്നു. നേരം പത്തുനാഴിക ഇരുട്ടിക്കാണും. ഗുഹാഗുഹത്തിന്റെ ഒരു ഭാഗത്തു കത്തിച്ചുവെച്ചിട്ടുള്ള കുത്തുവിളക്കിന്റെ പ്രകാശത്തിൽ ധ്യാനനിമഗ്നയായിരുന്ന ഗുഹാനായിക ഒരു ഞെട്ടലോടെ എഴുന്നേറ്റു ചുറ്റുമൊന്നു കണ്ണോടിച്ചു. ഭീകരശൂന്യതയുടെ നിഴൽപ്പാടുകൾ തിങ്ങിനിന്നിരുന്ന ആ ഗുഹാഭവനത്തിന്റെ നാലു കോണുകളിലേയ്ക്കും ആ ദൃഷ്ടികൾ പാഞ്ഞുചെന്നു. ഒരനക്കവുമില്ല; ആരേയും കാണുന്നുമില്ല. എന്നിട്ടും ആ കണ്ണുകൾ ആരെയോ തിരയുന്നതുപോലെ തോന്നി. മൂന്നാലു ചുവടു മുന്നോട്ടുവെച്ചു നാലഞ്ചു ചുവടു പിന്നാക്കവും നടന്നു. ഇടത്തോട്ടും വലത്തോട്ടും നടന്നുനോക്കി. വീണ്ടും വിളക്കിന്നരികെ ചെന്നു. വിളക്കെടുത്തു ഗുഹാമുഖത്തേയ്ക്കു നടന്നു. പെട്ടെന്നൊരു കാറ്റടിച്ചു. വിളക്കും പൊലിഞ്ഞു!

ആ ഗുഹാന്തർഭാഗം മുഖരിതമാകുമാറ് ഒരു പൊട്ടിച്ചിരി കേട്ടു.

“അയ്യോ! അമ്മ പേടിച്ചുപോയി, ഇല്ലേ?”

“ആയായി! ഇതെന്തു കുറുമ്പാണ് കുഞ്ഞേ. അമ്മേ പേടിപ്പിക്കാൻ ഇത്ര രസാണോ? അച്ഛനെവിടെ?”

"അച്ഛനോ? ഞാനൊറ്റയ്ക്കല്ലേ പോയത്? ഞാൻ പോകുമ്പോൾ അച്ഛനിവിടെ ഉണ്ടായിരുന്നല്ലോ?"

"നേരം ഇരുട്ടിയിട്ടും കുഞ്ഞു വരാതിരുന്നതുകൊണ്ട് അച്ഛൻ അപ്പോൾ പോയതാണ്."

ഇതിനകം അരണിയുരച്ച തീയുണ്ടാക്കി കുത്തുവിളക്ക കൊളുത്തിക്കഴിഞ്ഞിരുന്നു. അപ്പോഴാണ് ആ അമ്മ മകന്റെ മുഖവും ശരീരവും ശരിക്കു കണ്ടത്.

"അല്ലേ, ഇന്നത്തെ വേട്ട ഇത്ര കടുത്തതായിരുന്നോ? ഇതെന്തു ജന്തുവിന്റെ ചോരയാണ് കുഞ്ഞേ?"

"ഈ ജന്തുവിനെ അമ്മ കണ്ടിട്ടുണ്ടോ? ഇന്നു വേട്ടയാടിയത് ഒരു പ്രത്യേകജാതി ജന്തുവിനെയാണ്. ഒരിരുകാലി മൃഗത്തെ."

"കുഞ്ഞ് എന്തോ ഒക്കെപ്പറയുന്നു. അമ്മയ്ക്കൊന്നും മനസ്സിലാവണില്യ. ഇരുകാലിജന്തുവോ? അതെന്തു ജന്തുവാണ് കുഞ്ഞേ?"

"അമ്മ കണ്ടിട്ടില്ല, അല്ലേ? കേട്ടുകാണും. ഉദയനൻ..."

"എന്ത്? എന്റെ അയ്യപ്പാ, മോനേ, നീയെന്താണിപ്പറയുന്നത്?"

"അമ്മ പേടിക്കണ്ട. അയാളിങ്ങോട്ടൊന്നും വരില്ല, ഞാനയാളെ ഇന്നൊരു പാഠം പഠിപ്പിച്ചുവിട്ടു."

"എനിക്കൊന്നും കേൾക്കണ്ടാ കുഞ്ഞേ. ഉദയനനെ നീ നേരിട്ടു കണ്ടോ?"

"നേരിട്ടു കാണാതെ എങ്ങനെ പാഠം പഠിപ്പിക്കും അമ്മേ?"

"മായേ!" പുറത്തുനിന്നൊരു പുരുഷസ്വരം.

"അല്ലാ അച്ഛനും വന്നല്ലോ. അച്ഛൻ എന്നെ അന്വേഷിച്ചു പോയിരിക്കയായിരുന്നുന്നോ?"

"ഇതെന്തു കഥയാണ് ഞാനീ കേൾക്കുന്നത്? കേട്ടില്ലേ, അയ്യപ്പൻ ഇന്നു ചെയ്ത പ്രവൃത്തി?"

"കേൾക്കുക മാത്രമല്ല, അതൊന്നു കാണാനുംകൂടിയാണ് ഞാൻ പോയത്. മായേ, നമ്മുടെ ശപഥങ്ങൾ ഇനി നിറവേറ്റാമെന്നു ബോദ്ധ്യപ്പെട്ടു മായേ."

"അച്ഛാ, ഈ അമ്മ ഉദയനന്റെ പേരു കേട്ടതോടെ ഞെട്ടിവിറച്ചു പോയി. അമ്മ ഒരു ക്ഷത്രിയസ്ത്രീയാണെന്ന് അച്ഛൻ പറയാറുണ്ടല്ലോ. ഇങ്ങനെയാണോ അച്ഛാ ക്ഷത്രിയസ്ത്രീകൾ?"

"അയ്യപ്പാ, മായ ഞെട്ടിയതു വെറുതെയല്ല. ഉദയനന്റെ പേര് കേട്ടാൽ - ഇതാ, കണ്ടോ, മായ ചുറ്റും നോക്കുന്നതു കണ്ടോ?"

"ഇത്ര പേടിയോ അമ്മയ്ക്ക്? ഞാൻ പറഞ്ഞില്ലേ അമ്മേ, ഉദയനൻ ഇങ്ങോട്ടു വരില്ല, ഉദയനനെയല്ല ഞാൻ കണ്ടത്. അയാളുടെ വലം

കയ്യായ പുതുശ്ശേരി മുണ്ടനെയാണ്. പിന്നേം പേടിക്കുന്നതെന്തിന്?"

"അച്ഛനും മകനും കൂടി എന്താപത്താണോ വരുത്തിവെയ്ക്കുന്നത്! എന്റെ ശബരിമലശാസ്താവേ, എനിയ്ക്കൊന്നും അറിയില്ലേ."

"എന്താ, അച്ഛാ ശപഥത്തിന്റെ കാര്യം പറഞ്ഞത്? ഉദയനനെ കൊല്ലാമെന്ന് അച്ഛൻ ശപഥം ചെയ്തിരുന്നോ? എന്നാൽ ഞാൻ ഇന്നു തന്നെ അതു കഴിക്കുമായിരുന്നല്ലോ?"

"ആയിട്ടില്ല, അയ്യപ്പാ, അതിനു സമയമായിട്ടില്ല. പക്ഷേ, എന്റെ ഉണ്ണിതന്നെ അതു ചെയ്യണം. അതിനാണ് ഞാനിത്ര പാടുപെട്ട് നിന്നെ ആയുധവിദ്യയെല്ലാം അഭ്യസിപ്പിച്ചത്."

"നേരം വൈകുന്നുവല്ലോ. ഇനി എന്തെങ്കിലും കഴിച്ചിട്ട് ആവാമല്ലോ എല്ലാം."

"അമ്മയ്ക്കു പിന്നേം പേടി. ഉദയനന്റെ കഥ പറയുമെന്ന പേടിയാണ്."

"ശരി, അയ്യപ്പാ വേഗം സന്ധ്യാവന്ദനവുമെല്ലാം കഴിച്ചുവരൂ, എന്നിട്ടു പറയാം അക്കഥയെല്ലാം."

കുളിയും സന്ധ്യാവന്ദനവും കഴിഞ്ഞ് ആ കൊച്ചുകുടുംബം ഫലമൂലാദികൊണ്ടു സുഭിക്ഷമായി അത്താഴവും കഴിച്ചു കുത്തുവിളക്കിന്റെ ചുറ്റും വന്നിരുന്നു. അയ്യപ്പന് ആ കഥ കേൾക്കണമെന്നു വാശിയായി.

"നമുക്കു വീടും കൂട്ടുമൊന്നുമില്ലേ, അച്ഛാ! എത്ര നാളായി ഞാനിതു ചോദിക്കുന്നു. പിന്നെപ്പറയാം പിന്നെപ്പറയാം എന്നു പറഞ്ഞ് അച്ഛനെന്നെ കളിപ്പിക്കയാണല്ലേ?"

മായാദേവിയുടെ മുഖം മ്ലാനമാകുന്നതും, അറിയാതെ ഒരു നെടുവീർപ്പ് ആ കുത്തുവിളക്കിന്റെ ദീപനാളത്തെ ചലിപ്പിക്കുന്നതും ജയന്തൻ നമ്പൂതിരി ശ്രദ്ധിച്ചു.

"എല്ലാം പറയാം ഉണ്ണി. ഇന്നതു പറയുന്ന ദിവസമാണ്. മായയ്ക്കു ഉറങ്ങണമെങ്കിൽ ഉറങ്ങാം. എനിക്ക് ശ്ശി കാര്യങ്ങൾ ഇന്നു ഉണ്ണിയെ പറഞ്ഞു മനസ്സിലാക്കാനുണ്ട്."

"അമ്മയുടെ കണ്ണ് വല്ലാതെ കലങ്ങിയിരിക്കുന്നുവല്ലോ. ഉറക്കം വരുന്നുണ്ട്. അമ്മ ഉറങ്ങിക്കോളൂ. ഞാനീ കഥ കേട്ടിട്ടേ ഉറങ്ങൂ."

"ഞാനെങ്ങനെ ഉറങ്ങാനാ? അതെല്ലാം ഓർക്കുമ്പോൾ എനിക്കെങ്ങനെ ഉറക്കം വരാനാ? പറഞ്ഞോളൂ കഥകൾ. ഞാനിവിടെ വെറുതെ ഇരുന്നോളാം."

"എന്നാൽ ഒരു കാര്യോണ്ട്. മായ ഈ ദീപത്തിന്റെ നേരേ ഇരിക്കണമെന്നില്ല. കുറച്ചൊന്നു മാറി ആ നിഴലു പിടിച്ച് ഇരുന്നോളൂ. ഇല്ലെങ്കിൽ..."

“ഇല്ലെങ്കിലെന്താ, ഉണ്ണിയോട് കഥ പറയുമ്പോൾ എന്റെ മുഖം കണ്ടാൽ...”

“അതെ, പലതും പറയാൻ തോന്നുല്യ. പറയാൻ ദേവി സമ്മതിയ്ക്കില്യ.”

“ഉണ്ണിയോട് പറയേണ്ടത് എന്തെല്ലാന്നു എന്നേക്കാൾ നിശ്ചയം ഇവിടത്തേയ്ക്കല്ലേ? അതോണ്ടു ഞാനൊന്നും മിണ്ടണ്ടല്യ.”

“എന്താ അച്ഛാ, ഇത്രവല്യ രഹസ്യങ്ങളുണ്ടോ നമ്മുടെ ജീവിതത്തിൽ?”

“ഉണ്ണീ, നമ്മുടെ ജീവിതംന്നുവെച്ചാ നമ്മടെ മാത്രാല്ല. ഈ നാടിന്റെ മുഴോന്വുണ്ട്. അതെല്ലാം ഉണ്ണിയെ മനസ്സിലാക്കാം. പക്ഷേ ഉണ്ണിയൊരു ശപഥം ചെയ്യണം. എന്നാലേ ഇതൊക്കെപ്പറയൂ.”

“അച്ഛൻ പറഞ്ഞാൽ ഏതു ശപഥോം ഞാൻ ചെയ്തോളാം. അച്ഛൻ തന്നെയല്ലേ ശ്രീരാമന്റെ കഥ എന്നോടു പറഞ്ഞിട്ടുള്ളത്? അച്ഛനുവേണ്ടി നാടുപേക്ഷിച്ചു. രാജ്യത്തിനുവേണ്ടി ഭാര്യേം ഉപേക്ഷിച്ചു. ഹ! എനിയ്ക്കും അതുപോലെ ഒരു ശ്രീരാമനാവണം ന്നാ മോഹം.”

“അങ്ങനെതന്നെ ആവാം ഉണ്ണിക്കും. നമ്മുടെ നാടു ഇന്നു തകർന്നുകിടക്കുകയാണ്.”

“ഏതാ അച്ഛാ നമ്മുടെ നാട്? അതാദ്യം പറയൂ.”

“നമ്മൾ പിറന്ന ഈ നാട്?”

“ഞാൻ ജനിച്ചത് ഈ ഗുഹയിലാണെന്നല്ലേ അച്ഛൻ പറഞ്ഞിരിക്കുന്നത്? ഈ ഗുഹയാണോ എന്റെ നാട്?”

“നല്ല ചോദ്യം! ഈ ഗുഹയ്ക്കു ഒരു തകർച്ചയുമില്ല ഉണ്ണി. നാം ജനിച്ചതെന്നുവെച്ചാൽ...”

ജയന്തൻ നമ്പൂതിരി അത്രയും പറഞ്ഞു ഒന്നു സംശയിച്ചു. അദ്ദേഹത്തിന്റെ മുഖഭാവം കണ്ട് മായാദേവി “എന്തിന്നാ അതെല്ലാം മറച്ചുവെയ്ക്കണേ? ഇവിടുന്നു സംശയിക്കാതെ പറഞ്ഞോളൂ.”

“ഹേയ്. മായ വിചാരിക്കുന്ന സംശയല്ലാ എന്റെ സംശയം. നമ്മുടെ നാട് ഈ മലയാളമാണെന്നു പറഞ്ഞാൽ ഉണ്ണിക്ക് എന്താ തോന്നുക?”

“അച്ഛാ, മലയാളോം പരദേശോം ഒക്കെ ഞാൻ അച്ഛന്റെ കൂടെ നടന്നു കണ്ടല്ലോ. മലയാളമാണോ നമ്മുടെ നാട്?”

“അതാണുണ്ണീ ഞാൻ സംശയിക്കുന്നത്. മലയാളമാണെന്നു പറഞ്ഞാൽ, പാതി ശരിയായി.”

“പരദേശാണെന്നു പറഞ്ഞാലോ?”

“എന്നാലും പാതിയേ ശരിയാവൂ.”

“എന്നാൽ മലയാളോം പരദേശോംന്നു പറഞ്ഞാൽ മുഴുവൻ ശരിയാവില്ലേ?”

“എന്നാലും പാതിയേ ശരിയാവൂ.”

“ഏയ് അച്ഛനു കണക്കറിഞ്ഞുകൂടാ. അച്ഛൻ തന്നെ എന്നെപ്പഠിപ്പിച്ച കണക്കുപ്രകാരം മലയാളം പാതി, പരദേശം പാതി, മലയാളോം പരദേശോം ചേർന്നാൽ ഒന്ന് എന്നാവുമല്ലോ.”

“ആ കണക്കു ശരി. പക്ഷേ എന്റെ ഉണ്ണിക്കു ഈ ലോകമാണ് തറവാട്.”

“അതച്ഛൻ എപ്പോഴും പറയാറുണ്ടല്ലോ. നമ്മൾ സന്ന്യാസിമാർക്കു ‘വസുധൈവ കുടുംബകം’ എന്ന്. അപ്പോൾ ലോകം മുഴുവൻ തകരാറിലാണോ?”

“ഒരു കണക്കിനു ലോകം മുഴുവൻ തകരാറിലാണ്. എങ്കിലും ഇന്നു വിശേഷിച്ച് ഈ മലയാളം മുഴുവൻ കുഴപ്പത്തിൽ കിടക്കയാണ്.”

“എന്നാൽ അതിനുവേണ്ടി അച്ഛാ, ഞാനെന്തു ചെയ്യണമെങ്കിലും ചെയ്യാം. അച്ഛൻ അജ്ഞാപിച്ചാൽ മതി. ഇതാ ഞാൻ ശപഥം ചെയ്തിരിക്കുന്നു. എന്റെ നാടിനു വേണ്ടി ഏതു ത്യാഗവും ഞാൻ ചെയ്യാം. ഇതു സത്യം സത്യം.”

“അതു മതി ഉണ്ണി. എന്നാൽ അതിനുവേണ്ടി നാളെത്തന്നെ ഉണ്ണി പുറപ്പെടണം.”

“എങ്ങട്ടാ അച്ഛാ?”

“അതോ? അതു പറയാം. മായേ, എന്തേ ഒന്നും മിണ്ടാത്തത്? ഉണ്ണിയെ പിരിഞ്ഞിരിക്കാൻ മനസ്സുകേടുണ്ടോ?”

“ഉണ്ണി മറ്റെങ്ങുമല്ലല്ലോ പോകുന്നത്. എനിക്കു പിന്നെ വ്യസനിക്കാൻ എന്താ ഉള്ളത്?”

“അ. അങ്ങിനെ തന്നെയാണ് മായ പറയേണ്ടത്. ഇപ്പോൾ മനസ്സിലായി എനിക്ക്. മായയ്ക്കും എന്റെ അഭിപ്രായം തന്നെയാണെന്ന്.”

“അച്ഛനും അമ്മേം എന്നോട് ഇനീം പല കാര്യങ്ങളും മറച്ചുവെയ്ക്കുണ്ട്. എനിയ്ക്കു കേൾക്കാൻ വിരോധമില്ലെങ്കിൽ...”

“ഉണ്ണിക്ക് ഓരോന്നും എല്ലാം അറിയാറാകും. അല്ലാതെ എല്ലാം ഒരൊറ്റ ശ്വാസത്തിനു പറഞ്ഞാൽ ശരിയാവില്ല.”

“നാളെ ഞാനെങ്ങോട്ടാണ് പോവേണ്ടത്, അച്ഛാ?”

“നമ്മളന്നു ദേശാന്തരത്തിനു പോയപ്പോൾ ഉണ്ണി പറഞ്ഞില്ലേ, ഒരു കൊട്ടാരോം അമ്പലോം കണ്ടപ്പോൾ ഉണ്ണിയ്ക്കവിടം വളരെ ഇഷ്ടായെന്ന്. ഓർമ്മയുണ്ടോ?”

“ഓ, പന്തളം കൊട്ടാരം.”

മായാദേവി കണ്ണു തുടച്ചതു ദീപത്തിന്റെ നിഴലിലിരുന്നായതുകൊണ്ട് ആ അച്ഛനും മകനും കണ്ടിരിയ്ക്കാൻ ഇടയില്ല.

"അവിടെച്ചെന്ന് ഉണ്ണി അവിടത്തെ അരചനെ കാണണം. ഞാൻ ഒരോല കുറിച്ചുവെച്ചിട്ടുണ്ട്. അതുകൊടുത്തു പിന്നെ അദ്ദേഹം ആജ്ഞാപിക്കുന്നതുപോലെ ശേഷം കാര്യങ്ങൾ ചെയ്യണം. എന്റെ ആജ്ഞപോലെ തന്നെ ഉണ്ണി അദ്ദേഹത്തിന്റെയും ആജ്ഞ കണക്കാക്കണം."

"ഇനീം അച്ഛൻ എന്നോട് പറഞ്ഞില്ലല്ലോ അച്ഛനാരാണ്, അമ്മയാരാണ്, എന്നൊന്നും. ഇപ്പോൾ പറയാൻ പാങ്ങില്ലെങ്കിൽ വേണ്ട."

"ഉണ്ണീ, അതെല്ലാം അച്ഛൻ ആ ഓലയിൽ കുറിച്ചിട്ടുണ്ട്. സൗകര്യംപോലെ നോക്കി മനസ്സിലാക്കിക്കോളൂ. ഉണ്ണിക്കറിയാനും കൂടിയാണ് അത്ര വിസ്തരിച്ച് അതിൽ എഴുതിയിരിക്കുന്നത്. നേരം ശ്ശിയായി. ഉണ്ണി ഇനി ഉറങ്ങിക്കോളൂ. നാളെ നേരത്തെ പുറപ്പെടാനുള്ളതല്ലേ."

അച്ഛനേയും അമ്മയേയും വന്ദിച്ച് അയ്യപ്പൻ ഉറക്കറയിലേക്കു പോയി. ആ രാത്രി അയ്യപ്പൻ ഉറങ്ങിയോ എന്തോ? ജയന്തൻ നമ്പൂതിരിയും മായാദേവിയും രാത്രി പകലാക്കി.

3

വീരശപഥം

അന്ന മലനാട്ടും പാണ്ടിനാട്ടും ഒരുപോലെ താറുമാറായിക്കിടന്നിരുന്ന ഒരു കാലമുണ്ടായിരുന്നു. നൂറ്റാണ്ടോളം നീണ്ടുനിന്ന ചോളയുദ്ധം തെക്കേ ഇന്ത്യയെ, വിശേഷിച്ചും, ചേരപാണ്ഡ്യസാമ്രാജ്യങ്ങളെ തകിടംമറിച്ചു. കൊല്ലവർഷം രണ്ടാം നൂറ്റാണ്ടിന്റെ ഉദയം പാണ്ഡ്യസാമ്രാജ്യത്തിന്റെ വിലയത്തോടൊപ്പമായിരുന്നു. 'വിവൃതാസ്യപ്രചണ്ഡ'നായ പരാന്തകചോളന്റെ സർവ്വംദാഹകമായ പ്രതാപശക്തിയിൽ പാണ്ഡ്യസമ്രാട്ടായിരുന്ന രാജസിംഹന്റെ സിംഹാസനം ഭസ്മപ്രായമായി. പാണ്ഡ്യരാജവംശത്തിലെ ഇളംതലമുറക്കാർ കിട്ടിയതു കിട്ടിയതു കൈവശപ്പെടുത്തി, പശ്ചിമ ഘട്ടങ്ങളിലെ വനാന്തരങ്ങളിൽ സകുടുംബം അഭയം തേടി. ചേരസാമ്രാജ്യത്തിലെ മുടിചൂടിയ മന്നന്മാരും, മുടി ചൂടൻ കൊതി പൂണ്ടിരുന്ന പ്രഭുക്കന്മാരും ചോളചക്രവർത്തിയുടെ ആജ്ഞാകരന്മാരായി വർത്തിക്കാൻ സമ്മതിച്ചതോടെ, സ്വതേ അഭയദാതാക്കളായിരുന്ന അവരുടെ ഭീരുത്വവും ധാർമ്മികബോധവും നിഗൂഢമാത്സര്യം നടത്തിയതിന്റെ ഫലമായി പാണ്ഡ്യരാജ്യവംശീയർക്കു കാടേഗതി എന്ന നിലയും വന്നുകൂടി. കൊല്ലവർഷം 160-ാമാണ്ടിൽ രാജരാജചോളൻ സിംഹാസനാരൂഢനായപ്പോൾ ദക്ഷിണേന്ത്യ മുഴുവൻ അദ്ദേഹത്തിന്റെ അധികാരാതിർത്തിയിൽ പെട്ടിരുന്നെങ്കിലും ഭ്രഷ്ടപ്രഭാവരായ രാജാക്കന്മാരുടെ നിരന്തരശ്രമഫലം ചോളസാമ്രാജ്യത്തിന്റെ കേന്ദ്രശക്തിക്കു തെല്ലൊരു ചാഞ്ചല്യമുളവാക്കിയിരുന്നു. അടക്കി വാഴാനുള്ള ശക്തിക്കു അല്പക്ഷീണം തട്ടിയതോടെ അടങ്ങിവാണിരുന്ന അല്പപ്രഭാവന്മാർ പലരും തലപൊക്കിത്തുടങ്ങി. അവരുടെ താന്തോന്നിത്തത്തിന്റെ ദുരന്തഫലമാണ്

പാണ്ടിനാട്ടിലും പശ്ചിമഘട്ടപ്രാന്തങ്ങളിലും, പിന്നെക്കുറെയെല്ലാം, ചേരനാട്ടിലും അനുഭവിച്ചു തുടങ്ങിയത്.

മധുര, തിരുനൽവേലി പ്രദേശങ്ങളിൽ ഗ്രാമങ്ങൾ അടക്കിയും കൃഷിസ്ഥലങ്ങൾ കൊള്ളചെയ്തും ഇടപ്രഭുക്കന്മാരെ ഭീഷണിപ്പെടുത്തിയും കഴിഞ്ഞിരുന്ന മറവന്മാർ മറ്റാരെയുംകാൾ പ്രതാപവന്മാരും പ്രഭുത്വമുള്ളവരും ആയിത്തീർന്നത് ഈ കാലഘട്ടത്തിലാണ്. മറവപ്പടയെന്നുകേട്ടാൽ കിലുകിലെ വിറയ്ക്കാത്തവരായി അക്കാലത്തു പാണ്ടിനാട്ടിലും ചേരനാട്ടിലും ആരുമില്ലായിരുന്നു. അവരുടെ ഉപദ്രവം സഹിക്കവയ്യാതെ പാണ്ഡ്യരാജവംശത്തിൽപ്പെട്ട ഒരു കുടുംബം കൊല്ലവർഷം ഒന്നാം ശതകത്തിൽ തെങ്കാശിയിൽ വന്നു പാർത്തു. അവിടേയും മറവപ്പടയുടെ ആക്രമണം ചെറുത്തുനില്ക്കുവാൻ കഴിവില്ലാതെ ആ കുടുംബത്തിനു പശ്ചിമഘട്ടങ്ങളെ ഭേദിച്ചു തിരുവിതാംകൂറിലേയ്ക്കു കടക്കേണ്ടിവന്നു. ആദ്യം അവർ അച്ചൻകോവിൽവഴി കോന്നിയിൽ വന്നു പാർത്തു. ഒന്നു രണ്ടു തലമുറകൾ കഴിഞ്ഞതോടെ അവർക്കു ആ സ്ഥലവും വിടേണ്ടി വന്നു. വനാന്തരങ്ങൾ ഭേദിച്ചു വീണ്ടും അവർ വടക്കുപടിഞ്ഞാറു നീങ്ങി. ഒടുവിൽ പന്തളത്തിലെത്തി. ഇതിനിടയ്ക്ക് ഏതാണ്ട് ശുദ്ധമായ കേരളീയസമ്പ്രദായം ജീവിതത്തിലേയ്ക്ക് പകർത്തിക്കഴിഞ്ഞിരുന്ന ആ രാജകുടുംബം പന്തളവും പരിസരവും തങ്ങളുടേതാക്കി ആ വനാന്തരങ്ങളിലെ പ്രശാന്തജീവിതത്തിന് കിരീടം ചാർത്തിയ കോയ്മയായി രൂപാന്തരം പ്രാപിച്ചു. പന്തളം രാജവംശത്തിന്റെ ഉത്പത്തി ഇങ്ങിനെയാണുപോലും.

പാണ്ടിനാട്ടിൽ കൊള്ളയും കൊലയും നടത്തി പ്രതാപം കൊണ്ടിരുന്ന മറവർക്കു സമാനമായി ചേരനാട്ടിലെ വനപ്രാന്തങ്ങളിലും ഒരുകൂട്ടം കൊള്ളക്കാർ കോയ്മ കൊള്ളാൻ തുടങ്ങിയിരുന്നു. ചോളചക്രവർത്തിയുടേയോ ചേരമന്നന്മാരുടേയോ ആജ്ഞാശക്തിയോ അധികാരമോ കടക്കാത്ത പശ്ചിമഘട്ടങ്ങളെ ഈ കൊള്ളക്കാർ സ്വന്തമാക്കിവെച്ചതിൽ അത്ഭുതപ്പെടാനില്ല. ഇന്നത്തെ ദേവികുളം, പീരുമേട് തുടങ്ങിയ സ്ഥലങ്ങളും അതിനു വടക്കും തെക്കുമുള്ള പർവ്വതപ്രാന്തങ്ങളും ഈ കൊള്ളക്കാരുടെ വിഹാരരംഗങ്ങളായിത്തീർന്നു. അവരുടെ നേതാവായിത്തീർന്ന ഉഗ്രമൂർത്തിയാണ് ഉദയനൻ. തിരുവഞ്ചിക്കുളത്തു രാജാധികാരം നിലവിലുണ്ടായിരുന്ന കാലത്തു ചേരമന്നന്റെ പടയിൽപ്പെട്ട ഒരു യോദ്ധാവിനു സൈനികനിയമം അനുസരിച്ച് അനുഭവിക്കേണ്ടിവന്ന മരണശിക്ഷയിൽനിന്നും രക്ഷ നേടാൻ കഴിഞ്ഞപ്പോൾ അയാളുടെ പ്രതികാരബുദ്ധി അയാളോടൊപ്പം നശിക്കാതെ അനന്തര പരമ്പരകൾക്കും പകർന്നുകൊടുത്തതി

ന്റെ ഫലമാണ് ഉദയനൻ എന്ന കൊള്ളത്തലവൻ. പ്രപിതാമഹനും, പിതാമഹനും, പിതാവും പരിരക്ഷിച്ചുവന്ന പ്രതികാരാഗ്നി ആയുധവിദ്യാനൈപുണ്യത്തോടൊപ്പം ഉദയനനിൽ പ്രാഭവം കൊണ്ടതോടെ അയാൾ അജയ്യനായ ഒരു പരാക്രമശാലിയായി.

കാട്ടിൽത്തന്നെ പിറന്നു കാട്ടിൽത്തന്നെ വളർന്ന ഉദയനന്റെ സ്വഭാവത്തിൽ കാടത്തവും കടന്നു കൂടിയാൽ അതു സ്വാഭാവികമെന്നേ പറയാവൂ. മുടിചൂടി വാഴുന്ന മന്നന്മാരെ മുടിച്ചു സ്വയം ഒരു രാജവംശം സ്ഥാപിച്ചേ അടങ്ങൂ എന്ന ആഗ്രഹം അച്ഛനും, മുത്തച്ഛനും, മുതുമുത്തച്ഛനും ഉണ്ടായിരുന്നതു മിക്കവാറും ഫലിക്കാതെ പോയെന്ന കഥ പരമ്പരയാ പറഞ്ഞറിഞ്ഞ ഉദയനൻ സ്വജീവിത കാലത്തെങ്കിലും ആ പരേതപൂർവ്വികരുടെ ആശ നിറവേറ്റി അനുഗ്രഹാശിസ്സുകൾ നേടി ചരിതാർത്ഥനാകണമെന്നു ദൃഢപ്രതിജ്ഞ ചെയ്തു.

പുതുശ്ശേരി മുണ്ടനെന്നു കുപ്രസിദ്ധനായ മറ്റൊരു കൊള്ളക്കാരനെ കൂട്ടായിക്കിട്ടിയപ്പോൾ ഉദയനൻ അയാളുടെ ജീവിതലക്ഷ്യത്തോട് ഏറെക്കുറെ അടുത്തെന്ന് ആഹ്ലാദിച്ചു. ആയോധനചതുരരായ ഇരുവരുംചേർന്നു കാടു നാടാക്കി, നാടു കാടാക്കി. ചോളന്മാരുടെ ആക്രമണത്തെ അനുദിനം ഭയന്നുകഴിഞ്ഞിരുന്ന രാജാക്കന്മാർക്കും പ്രഭുക്കന്മാർക്കും ഉദയനന്റെ ഉഗ്രപ്രഭാവം ഒരുതരത്തിൽ ആശ്വാസമാണുണ്ടാക്കിയത്. അവരും ആ കൊള്ളത്തലവന്റെ അഭിലാഷങ്ങൾക്കൊപ്പം ആടാൻ തുടങ്ങി. ഗൂഢമായും അല്ലാതെയും അവർ അയാൾക്ക് അരികെ നിന്നു.

ശബരിമലയ്ക്കു സമീപമുള്ള കരിമലയിലാണ് ഉദയനൻ തന്റെ പ്രവർത്തനപരിപാടികൾക്ക് ഒരുറച്ചസങ്കേതം നിർമ്മിച്ചത്. അവിടെ ഒന്നാന്തരമൊരു കൊട്ടാരമുണ്ടാക്കി; ഉന്നത പ്രാകാരങ്ങൾ കെട്ടി ആ കൊട്ടാരത്തിന് ഉറപ്പും വെടിപ്പും വരുത്തി. കൊള്ളചെയ്തുണ്ടാക്കിയ പണം കുന്നുപോലെ കൂടിക്കിടന്നിരുന്നതിനാൽ സ്വന്തമായ സൈന്യസജ്ജീകരണത്തിനും പ്രയാസമുണ്ടായില്ല.

അത്രമാത്രം പ്രതാപശാലിയായിരുന്ന ഉദയനന്റെ അക്രമപ്രവൃത്തികൾ സധൈര്യം ചെറുത്തുനിന്നിരുന്നതു നിലയ്ക്കൽ ഗ്രാമക്കാർ മാത്രമായിരുന്നു. ശബരിമലയ്ക്കടുത്തുണ്ടായിരുന്ന ആ ഗ്രാമം അക്കാലത്തു ജനനിബിഡമായിരുന്ന ഒരു വാണിജ്യകേന്ദ്രമായിരുന്നു. പാണ്ടിനാട്ടിൽ നിന്ന് പണ്ട് വന്നിരുന്ന വണിക്സംഘത്തിനു പശ്ചിമ വനാന്തരങ്ങളിലെ പ്രകൃതിസമ്പത്തുകൾ കൈകാര്യം ചെയ്യാൻ കഴിഞ്ഞിരുന്നത് നിലയ്ക്കൽ ഗ്രാമത്തിന്റെ നയതന്ത്രപരമായ സ്ഥിതിവിശേഷം കൊണ്ടാണെന്ന് സൂക്ഷ്മഗ്രാഹികൾക്കു അറിയാൻ വിഷ

മമില്ല. ചേരനാടും പാണ്ടിനാടും പിടിച്ചടക്കി, തരപ്പെട്ടാൽ, ചോള രാജ്യവും അധീനമാക്കി മുമ്മുടിമന്നനെന്ന ബിരുദം നേടണമെന്നു ഉദയനൻ ആശിച്ചിരുന്നെങ്കിലും നിലയ്ക്കൽ ഗ്രാമത്തിന്റെ അതിർത്തിയിൽ വരുമ്പോൾ ഉദയനൻ അസ്തപ്രഭാവനായിപ്പോയിരുന്നതിനാൽ ഇനി എന്തുതന്നെയായാലും എന്തുചെയ്തെങ്കിലും കൺമുന്നിൽ തന്റെ നിഴൽപ്പാടിൽക്കിടക്കുന്ന ആ ഗ്രാമശ്രീയെ സ്വായത്തമാക്കാതെ അലംഭാവം കൊള്ളുകയില്ലെന്ന് ഒരുഗ്രശപഥം ചെയ്തു.

ശപഥം ചെയ്താലും ഫലമില്ലെന്ന് ഉദയനനു പല തവണയും ബോദ്ധ്യപ്പെട്ടു. നിലയ്ക്കൽ ഗ്രാമത്തിന്റെ ശക്തികേന്ദ്രം കേവലം ഭൗതികപ്രഭാവമല്ലെന്നു ആ ഗ്രാമീണരെപ്പോലെ എല്ലാവർക്കും അറിയാമായിരുന്ന ഒരു രഹസ്യമായിരുന്നു. ശബരിമല ധർമ്മശാസ്താവിന്റെ നിഗ്രഹാനുഗ്രഹശക്തിയുടെ ഫലം തികച്ചും അനുഭവിച്ചിരുന്നതു നിലയ്ക്കൽ ഗ്രാമക്കാരായിരുന്നു. പരശുരാമൻ കേരളത്തിന്റെ രക്ഷാകർത്താക്കളായി നൂറ്റെട്ടു ശാസ്താക്കളെ പ്രതിഷ്ഠിച്ചതിൽ ശബരിമലയിൽ കുടികൊള്ളുന്ന നിലവയ്യൻ, നിലയ്ക്കൽ ഗ്രാമത്തിന്റെ പരദേവതയായി പ്രത്യേകം പരിലസിച്ചുവെന്നാണ് ആ ഗ്രാമക്കാരെപ്പോലെ മറ്റുള്ളവരും വിശ്വസിച്ചത്. അവിടത്തെ നിത്യനിദാനവും പൂജകളും അവർ മുടങ്ങാതെ നടത്തിയിരുന്നു. അതിനുവേണ്ടി മന്ത്രതന്ത്രാദികളിൽ നൈപുണ്യം നേടിയിരുന്ന ഒരു നമ്പൂതിരിയേയും ആ ഗ്രാമക്കാർ ഉത്തരകേരളത്തിൽ നിന്നു സകുടുംബം വരുത്തി താമസിപ്പിച്ചിട്ടുണ്ട്. ശാസ്ത്രങ്ങളിൽ മാത്രമല്ല ശസ്ത്രത്തിലും കൃതഹസ്തനായിരുന്ന അദ്ദേഹം നിലയ്ക്കൽ ഗ്രാമക്കാരുടെ ആത്മീയാചാര്യനും ഭൗതികകാര്യാധികാരിയും ആയി മാറി. അങ്ങനെ മറ്റൊരു രാജാവിനും കീഴടങ്ങാതെ നിലയ്ക്കൽ ഗ്രാമക്കാർ ശബരിമല ശാസ്താവിന്റെ പരിരക്ഷണത്തിൻകീഴിൽ നിർഭീകരായി നിത്യൈശ്വരസംതൃപ്തരായി ജീവിതം നയിച്ചുകൊണ്ടിരുന്ന കാലത്താണ് ഉദയനനെന്ന ധൂമകേതുവിന്റെ ഉദയമുണ്ടായത്.

ഉദയനൻ സർവ്വശക്തികളും ഉപയോഗിച്ചു നിലയ്ക്കൽ ഗ്രാമക്കാരെ പീഡിപ്പിയ്ക്കാൻ തുടങ്ങി. ഗ്രാമത്തിലേയ്ക്ക് വരുന്ന വാണിക് സംഘങ്ങളെ ഉദയനന്റെ ആൾക്കാർ കൊള്ളചെയ്തു. അതോടെ അവിടത്തെ വ്യാപാരം സ്തംഭിച്ചമട്ടായി. ഐശ്വര്യത്തിലും ആനന്ദത്തിലും കഴിഞ്ഞു കൂടിയിരുന്ന ജനങ്ങൾ പരിഭ്രാന്തരായി. ഗ്രാമത്തിനകത്തു കയറി കൊള്ളചെയ്യാൻ ഉദയയനും കൂട്ടരും പല ശ്രമങ്ങൾ നടത്തിയെങ്കിലും അതെല്ലാം ഓരോ തരത്തിൽ പരാജയപ്പെടുകയാണുണ്ടായത്. നിലയ്ക്കൽ ഗ്രാമക്കാരുടെ പരദേവതയുടെ പ്രാഭവം അങ്ങിനെ ഉദയയനും മനസ്സിലായിത്തുടങ്ങി.

ഒരിയ്ക്കൽ വലിയ സൈന്യസന്നാഹത്തോടെ ഉദയനൻ നിലയ്ക്ക ലെത്തി. കുട്ടികളും സ്ത്രീകളും ഭയന്നു വിറച്ചു. പുരുഷന്മാർ ഇതികർത്ത വ്യതാമൂഢരായി; എല്ലാവരും അവരുടെ ആത്മീയഗുരുവായ നമ്പൂതി രിയുടെ അടുക്കൽ ചെന്നു സങ്കടമുണർത്തിച്ചു. പയറ്റും മുറയും പഠി ച്ചിരുന്ന അദ്ദേഹത്തിന് പത്തോ പതിനഞ്ചോ പേരോട് എതിർത്തു നില്ക്കാൻ കഴിഞ്ഞേക്കും. പക്ഷേ വലിയ സൈന്യത്തിന്റെ മുൻപിൽ അദ്ദേഹം എന്തുചെയ്യാനാണ്? ഏതായാലും അദ്ദേഹം ആയുധധാരി യായി നേരെ ഉദയനന്റെ പാളയത്തിലേയ്ക്കു നടന്നു. നാട്ടുകാർ അമ്പ രന്നു. നമ്പൂതിരിയുടെ കുടുംബത്തിലുള്ളവർ അലമുറയിട്ടു. ധീരനായ അദ്ദേഹം അവരെ കഴിയുന്നതും സമാധാനപ്പെടുത്തി. പരദേവ തയെ നല്ലവണ്ണം ധ്യാനിച്ച് ഒറ്റയ്ക്കു പൊരുതാനിറങ്ങിയ നമ്പൂതി രിയെ ഉദയയനും കൂട്ടരും പരിഹാസപൂർവ്വം വീക്ഷിച്ചുനിന്നു. ആരും അദ്ദേഹത്തെ തടയരുതെന്ന് ഉദയനൻ ആജ്ഞകൊടുത്തു. ഒറ്റ യ്ക്കു പൊരുതാൻ വന്ന ആ സാഹസികബ്രാഹ്മണന്റെ പരാക്രമം കാണാമല്ലോ എന്നാണ് ഉദയനൻ കരുതിയത്.

എന്തത്ഭുതം! ആരുമറിഞ്ഞില്ലാ എന്താണെന്നും എവിടെനിന്നാ ണെന്നും ഒരുതരം പറപ്പാറ്റകൾ കോടിക്കണക്കിന് ഇളകിവന്ന് കൊള്ളക്കാരുടെ പാളയം അക്രമിച്ചു. പരസ്പരം ആളുകളെ തിരിച്ചറി യാൻ വയ്യാത്തവിധം ആ ദിക്കെങ്ങും മലംപാറ്റകൾകൊണ്ടു നിറഞ്ഞു. ഒരു നാഴികയ്ക്കകം നിലയ്ക്കൽ ഗ്രാമം ശത്രുബാധയിൽനിന്നു വിമുക്ത മായി.

കുലദേവതയുടെ അനുഗ്രഹമായി ഈ സംഭവത്തെ വ്യാഖ്യാനി ച്ച നിലയ്ക്കൽ ഗ്രാമക്കാർ അവരുടെ ആത്മീയ ഗുരുവിനെ അങ്ങെങ്ങും തേടിനടന്നു. അദ്ദേഹത്തിന്റെ ഉറച്ച ഭക്തിയും നിറഞ്ഞ ധൈര്യവു മാണ് ഈ ദൈവാനുഗ്രഹത്തിന്റെ പിന്നിലുള്ളതെന്ന് അവർക്കു മനസ്സിലായി. അവർ നേരെ ശബരിമല ശാസ്താവിന്റെ ക്ഷേത്രസന്നി ധിയിലേയ്ക്കു ചെന്നു.

അവരുടെ സന്തോഷം സങ്കടമായി മാറി. ഹ! എന്തൊരു കാഴ്ച യായിരുന്നു അത്! വിശ്വസിക്കാനാവില്ല. അവരുടെ കുലദേവതയുടെ ബിംബം തകർന്ന് തരിപ്പണമായിക്കിടക്കുന്നു. ക്ഷേത്രത്തിനകത്തുള്ള സകലതും ഉടഞ്ഞും പൊളിഞ്ഞും കിടക്കുന്നു. വന്നവർ വന്നവർ ഇതെ ല്ലാംകണ്ടു ബോധംകെട്ടു വീണു. അധികം കഴിഞ്ഞില്ല. ആ ക്ഷേത്രപ രിസരങ്ങളിൽനിന്ന് ഒരാർത്തനാദം അന്തരീക്ഷത്തിലുയർന്നു. നില യ്ക്കൽ ഗ്രാമക്കാരുടെ ശാന്തിദേവത ശവപ്രായമായി.

അതാ പെട്ടെന്ന് എല്ലാവരുടേയും ശ്രദ്ധ ക്ഷേത്രത്തിന്റെ ഒരു

കോണിലേയ്ക്കു തിരിഞ്ഞു. ഇരുപതിരുപത്തഞ്ചുവയസ്സുപ്രായംവരുന്ന ഒരു യുവാവ്, ശാന്തിക്കാരൻ നമ്പൂതിരിയുടെ ഏകപുത്രൻ, അതാ ഊരിയ വാളുമായി ഏതോ ഒന്നിനെ സൂക്ഷിച്ചുനോക്കി എന്തോ പിറു പിറുക്കുന്നു. എല്ലാവരും അങ്ങോട്ട് ഓടിച്ചെന്നു. ആർക്കും കാര്യം മനസ്സിലായില്ല. ആ നമ്പൂതിരിയുവാവ് ഉറച്ച സ്വരത്തിൽ എല്ലാവരും കേൾക്കെ ഇങ്ങിനെ പറഞ്ഞു:

“പ്രതികാരം! പ്രതികാരം! ഇനി അതിനാണ് എന്റെ ജീവിതം. എന്റെ പ്രിയപ്പെട്ട അച്ഛനെ ആ കൊള്ളക്കാർ ഇതാ കഴുത്തരിഞ്ഞ് ഇട്ടിരിക്കുന്നു. നമ്മുടെ പരദേവയുടെ ക്ഷേത്രം അവർ തകർത്തുക ളഞ്ഞു. ഇനി നമുക്ക് ആരുണ്ട്? എന്തുണ്ട്? ഈ ദുഷ്കർമ്മം ചെയ്തവ രോട് പക വീട്ടാതെ ഇനി ഞാനെന്റെ യജ്ഞോപവീതം ധരിക്കില്ല. ഇന്നു മുതൽ ഞാൻ ബ്രാഹ്മണനല്ല. ക്ഷത്രിയനാണ്. ഈ പ്രതിഷ്ഠ നടത്തിയത് ഒരു ബ്രാഹ്മണന്റെ പുത്രനായ ക്ഷത്രിയകുമാരനാണ്. അദ്ദേഹം ചെയ്ത പ്രതികാരപ്രതിജ്ഞ തന്നെ ഞാനും ചെയ്യുന്നു. ഈ ക്ഷേത്രത്തിന്റെ പുനഃപ്രതിഷ്ഠ ചെയ്ത് ഈ കൊള്ളക്കാരെ അമർച്ച ചെയ്യാൻ ഞാനിതാ ഒരു ക്ഷത്രിയനായി, മറ്റൊരു പരശുരാമനായി മാറിയിരിക്കുന്നു.”

ഇത്രയും പറഞ്ഞ് ആ ഊരിയ വാൾകൊണ്ടുതന്നെ തന്റെ ഇട ത്തെ ചൂണ്ടുവിരലിൽ വെട്ടി അതിൽനിന്നു രക്തമെടുത്തു മുഖത്ത് ഒരു കുങ്കുമപ്പൊട്ടു ചാർത്തി. ആ വീരപുരുഷന്റെ വാക്കും കർമ്മവും അവിടെ കൂടിയ പുരുഷാരത്തിൽ ഒരു നവചൈതന്യമുളവാക്കി.

4

പന്തളത്തെ പട

ശബരിമല ക്ഷേത്രത്തിന്റെ തകർച്ചയോടെ നിലയ്ക്കൽ ഗ്രാമവും അധഃപതനത്തിലാണ്ടു. ഉദയയനും കൂട്ടരും തുടരെത്തുടരെ നടത്തിയ കൊള്ളയും കവർച്ചയുംകൊണ്ടു നില്ക്കക്കള്ളിയില്ലാതെ വന്നപ്പോൾ ഗ്രാമക്കാർ നാനാദിക്കുകളിലേയ്ക്കും പാഞ്ഞുപോയി. പന്തളം, റാന്നി, കോന്നി തുടങ്ങിയ സ്ഥലങ്ങളിലാണ് അവർ ചെന്ന് അഭയം പ്രാപിച്ചത്.

അജയ്യമായിരുന്ന അറയ്ക്കൽ ഗ്രാമം പിടിച്ചടക്കിയതോടെ ഉദയനന്റെ ശ്രദ്ധ മറ്റൊരു കാര്യത്തിലേയ്ക്കു തിരിഞ്ഞു. സ്വയം രാജാധികാരം കൈയ്യേറ്റ ഉദയനനു രാജകീയമായ ഒരു കുടുംബജീവിതവുംകൂടി ഉണ്ടെങ്കിലേ എല്ലാം തികയൂ എന്നു ബോദ്ധ്യപ്പെട്ടു. കേരളത്തിലെ പല നാട്ടുരാജാക്കന്മാരും ഉദയനന്റെ മിത്രങ്ങളായിത്തീർന്നതിനാൽ അവരുമായി എന്തെങ്കിലും രക്തബന്ധംകൂടി സ്ഥാപിക്കുന്നത് നന്നായിരിക്കുമെന്ന് അദ്ദേഹം നിശ്ചയിച്ചു. പക്ഷേ, ഉദയനനെ അവർ സ്നേഹിച്ചതു ബഹുമാനം തോന്നിയിട്ടല്ലെന്നും ഭയപ്പെട്ടിട്ടാണെന്നും മറ്റാരെയുംകാൾ ഉദയനനുതന്നെയാണ് നിശ്ചയമുണ്ടായിരുന്നത്. തന്മൂലം മര്യാദയും മുറയും നോക്കി ആരും തന്നോട് ബന്ധപ്പെടാൻ തയ്യാറാവില്ലെന്നും അദ്ദേഹം മനസ്സിലാക്കി.

എന്നാൽ അതിനൊരു പോംവഴി കാണണമല്ലോ. മസ്തിഷ്കമല്ലനായ ഉദയനൻ ഒരു വിചിത്രമാർഗ്ഗത്തിലൂടെ അത് സാധിക്കാൻ ഉറച്ചു. ഒരു ദിവസം വേഷപ്രച്ഛന്നനായി പന്തളം രാജധാനിയുടെ പരിസരങ്ങളിൽ നടന്നുകൊണ്ടിരുന്ന ഉദയനൻ അവിടത്തെ ചില തമ്പുരാട്ടിമാർ ക്ഷേത്രദർശനം കഴിഞ്ഞ് മടങ്ങിപ്പോകുമ്പോൾ,

അവരെ യാദൃച്ഛികമായി ആക്രമിച്ച ചില കൊള്ളക്കാരിൽനിന്നും അത്ഭുതകരമാംവണ്ണം രക്ഷപ്പെടുത്തി! പത്തുപതിനഞ്ച് പേരടങ്ങിയ ഒരു ധിക്കാരിക്കൂട്ടം ഇത്ര ധൈര്യത്തോടെ ക്ഷേത്രപരിസരത്തിൽ കടന്നുകൂടിയതെങ്ങിനെ എന്നും, അവരെ ഒറ്റയ്ക്കുനിന്നു പൊരുതിയ വീരനാരെന്നും, പന്തളത്തെ തമ്പുരാൻ ആളെവിട്ടന്വേഷിച്ചപ്പോഴാണ് വിനയാന്വിതനായി ആ വീരപുരുഷൻ അദ്ദേഹത്തിന്റെ മുൻപിൽ പ്രത്യക്ഷപ്പെട്ടത്. തമ്പുരാനുണ്ടായ അത്ഭുതാനന്ദങ്ങൾക്ക് അതിരില്ല. ഏതു നിലയ്ക്കാണ് ആ വീരയുവാവിനെ തമ്പുരാൻ ബഹുമാനിയ്ക്കാൻ പോകുന്നതെന്ന് അറിയാനുള്ള കൗതുകം തമ്പുരാട്ടിമാർക്കെന്ന പോലെ രാജഗൃഹത്തിലുള്ള എല്ലാവർക്കും കലശലായുണ്ടായി. അവരെല്ലാം അങ്ങിങ്ങ് ഒളിഞ്ഞും തെളിഞ്ഞും നിന്ന് ആ രംഗം ഉറ്റു നോക്കി.

“നിങ്ങൾ ചെയ്ത വീരകൃത്യത്തിൽ നാമും നമ്മുടെ കുടുംബാംഗങ്ങളും വളരെ സന്തോഷിച്ചിരിക്കുന്നു.” തമ്പുരാൻ ആ യുവകേസരിയെ നോക്കി കല്പിച്ചു.

“അവിടുന്ന് അങ്ങിനെ അരുളിച്ചെയ്യുന്നത് സങ്കടമാണ്. ഞാൻ എന്റെ കുലധർമ്മമാണ് അനുഷ്ഠിച്ചത്.” യുവവീരൻ സവിനയം അറിയിച്ചു.

“നിങ്ങൾ ആരാണെന്നറിയാൻ നമുക്ക് കൗതുകം തോന്നുന്നു.”

“തൽക്കാലം അതൊരു രഹസ്യമായി സൂക്ഷിക്കാനുള്ള അനുവാദം തരണം.”

“ഹേയ്! നിങ്ങൾ ഒരുസാധാരണ മനുഷ്യനാണല്ലോ. ശരി. ഇതാ നാം തരുന്ന ഈ സമ്മാനം വാങ്ങുക. നമ്മുടെ സന്തോഷത്തിന്റെ ചെറിയൊരടയാളം.”

തമ്പുരാൻ ഒരു വീരശൃംഖല യുവാവിന്റെ നേരെ നീട്ടി. യുവാവാകട്ടെ ഒട്ടും കൂസാതെ ആ സമ്മാനം അടുത്തുള്ള പീഠത്തിൽ വെച്ചുകൊള്ളാനുള്ള ആംഗ്യം കാണിച്ചു. തമ്പുരാനും കാഴ്ചക്കാരും അത്ഭുതസ്തബ്ധരായി. ഇതെന്തു പുതുമയാണ്? എന്ത് ധിക്കാരം? ഇയ്യാൾ എവിടത്തുകാരൻ? എന്താണിങ്ങിനെ തിരുമുമ്പിൽനിന്നു ഗർവ്വ് കാണിക്കുന്നത്? ആളുകളുടെ സംശയം പല പ്രകാരത്തിലായി പൊന്തിവന്നു. തമ്പുരാന്റെ മുഖവും വാടി.

യുവാവ് ഇതെല്ലാം സൂക്ഷിക്കുന്നുണ്ടായിരുന്നു. ഒരു ചാഞ്ചല്യവും കൂടാതെ അയാൾ ഇങ്ങനെ പറഞ്ഞു: “അവിടുന്നു വിഷമിക്കരുത്. ഒരു രാജാവിന്റെ കയ്യിൽ നിന്നു മറ്റൊരു രാജാവ് സമ്മാനം വാങ്ങുന്നത് ഉചിതമല്ല.”

തമ്പുരാന്റെയും കാഴ്ചക്കാരുടെയും ജിജ്ഞാസ പതിന്മടങ്ങ് വർദ്ധിച്ചു. ആദരപൂർവ്വം തമ്പുരാൻ എഴുന്നേറ്റ് പറഞ്ഞു: "ക്ഷമിക്കണം. മനസ്സിലാവാതെ ചെയ്ത തെറ്റാണ്. ഇവിടുന്ന് ആരാണെന്ന് ഇനിയെങ്കിലും പറയൂ."

"ഉദയനൻ എന്നാണ് എന്റെ പേര്."

"ഉദയനൻ!" തമ്പുരാൻ ഞെട്ടിപ്പോയി, 'ഉദയനൻ!' 'ഉദയനൻ!' 'ഉദയനൻ!' കാഴ്ചക്കാർ ഭയന്നു വിറച്ചു. പലരും പരസ്പരം നോക്കി. ചിലർക്ക് മോഹാലസ്യമുണ്ടാകുമെന്ന നില വന്നു. സ്ത്രീജനങ്ങൾ ഒന്നോടെ അന്തഃപുരത്തിലേയ്ക്ക് വലിഞ്ഞു.

"ഞാൻ ഇവിടത്തെ ബന്ധുവാണ്: ശത്രുവല്ല. ഒന്നും തോന്നരുത്." സന്ദർഭത്തിന്റെ സ്വാരസ്യം തികച്ചും പരിസരശക്തികൊണ്ട് മനസ്സിലാക്കിയ ഉദയനൻ പറഞ്ഞു.

മനസ്സിലുണ്ടായ പരിഭ്രമവും ഭയവും ഒതുക്കിക്കൊണ്ട് തമ്പുരാൻ ഇങ്ങിനെ കല്പിച്ചു. "ഞാനെന്തൊരു മണ്ടൻ! ഉദയനനെ കണ്ടിട്ട് എനിക്കു മനസ്സിലാക്കാൻ കഴിഞ്ഞില്ലല്ലോ. അല്ല, ഞാൻ കേട്ടിട്ടേ ഉള്ളൂ. കാണാൻ കഴിഞ്ഞത് ഇന്നാണ്. ഇതൊരു മഹാഭാഗ്യമാണേ."

ഉചിതമായ ഒരിരിപ്പിടം ഉടൻ തമ്പുരാൻ ഉദയനനു നൽകി. തന്റെ തന്ത്രങ്ങൾ ഫലിക്കുന്നുവല്ലോ എന്ന സന്തോഷത്തോടെ ഉദയനൻ ആസനസ്ഥനായി. കാഴ്ചക്കാരുടെ ഭയാശങ്കകൾ അത്ഭുതമായി മാറി.

"ഏതു നിലയ്ക്കാണ് ഞങ്ങളുടെ നന്ദി കാണിക്കേണ്ടതെന്നു അറിഞ്ഞുകൂടാ. അങ്ങയെപ്പോലെയുള്ള ഒരു വീരപുരുഷനു മാത്രമേ ഇത്ര ധീരമായ ഒരു കൃത്യം ചെയ്യാനാവൂ."

"അവിടുന്ന് തെറ്റിദ്ധരിക്കരുത്. നന്ദിയോ പ്രതിഫലമോ കരുതിയല്ലാ ഞാൻ ഈ കൃത്യം ചെയ്തത്. എന്റെ കടമ നിർവ്വഹിച്ചെന്നേ ഉള്ളൂ. എനിക്കറിയാം അങ്ങയുടെ മനസ്സിലുള്ള വിചാരങ്ങൾ. ഉദയനനെപ്പറ്റി ഒരുപക്ഷേ മറിച്ചായിരിക്കും അങ്ങ് ധരിച്ചിരുന്നത്?"

തമ്പുരാൻ ഇതൊട്ടും പ്രതീക്ഷിച്ചതല്ലായിരുന്നു. ഇങ്ങനെ തന്റെ മനസ്സിലുള്ള കാര്യം ഉദയനൻ തന്നെ വെട്ടിവിളിച്ചു പറയുമെന്ന് അദ്ദേഹം കരുതിയില്ല. ആകെ ഒന്നു പരുങ്ങി. ഒടുവിൽ ഒരു വല്ലാത്ത ചിരിയോടെ തമ്പുരാൻ പറഞ്ഞു:

"തെറ്റിദ്ധാരണ ഉണ്ടായിരുന്നു. സമ്മതിക്കുന്നു. ഇത്രയൊന്നും ഞങ്ങളാരും ധരിച്ചിരുന്നില്ല. അല്ലേ, ഓരോരുത്തരെപ്പറ്റി ഓരോന്നു പറയുന്നതും കേൾക്കുന്നതും എത്ര അബദ്ധമാണ്!"

"അതു ലോകസ്വഭാവമാണ്. അക്രമം എവിടെക്കണ്ടാലും ചെറുക്കുക എന്നതാണ് എന്റെ വ്രതം. അതുകൊണ്ട് എനിക്കു കുറെ ശത്രു

ക്കളുമുണ്ടായി.”

തമ്പുരാന് ഇനി എന്താണ് പറയേണ്ടതെന്ന് അറിഞ്ഞുകൂടായിരുന്നു. ഇരുവരും മൗനം ഭജിച്ചു.

ആ ശാന്തത ഒരു കൊടുങ്കാറ്റിന്റെ നാന്ദിയായിരുന്നു. പെട്ടെന്നു പുറത്തൊരു ബഹളം കേട്ടു, എല്ലാവരും പരിഭ്രാന്തരായി. ഒടുവിൽ വാളൂരി കൈയ്യിൽവെച്ച് തയ്യാറായി നിന്നു. തമ്പുരാൻ “ആരവിടെ? എന്താണത്?” എന്നു ആവേശത്തോടെ ആരാഞ്ഞുകൊണ്ട് ചാടി എണീറ്റു. ഉദയനനും ഒരു നിമിഷത്തേയ്ക്ക് തരിച്ചുനിന്നുപോയി. ഒരു നിമിഷംകൊണ്ട് അതാ ആയുധധാരിയായ ഒരു യുവാവ് മുഖംമൂടി ധരിച്ച് തമ്പുരാന്റെയും ഉദയനന്റെയും ഇടയ്ക്കു ചാടിവീണു. തമ്പുരാനും ഉദയനനും വാളൂരി. ആ യുവാവ് ഒറ്റത്തട്ടിനു ഉദയനന്റെ വാൾ തെറിപ്പിച്ചു താഴെ വീഴ്ത്തി. ഉത്തരക്ഷണം അദ്ദേഹം അതു കൈവശമാക്കുകയും ചെയ്തു. തമ്പുരാന്റെ നേർക്ക് തിരിഞ്ഞ് ഭക്തിപൂർവ്വം ഒന്നു തൊഴുത് അദ്ദേഹം ഇങ്ങിനെ പറഞ്ഞു:

“ശത്രുവാണിയാൾ; ബന്ധുവല്ല. അങ്ങുടനെ അകത്തുപോയി രക്ഷതേടിക്കൊള്ളണം. ഇയാൾ സൈന്യസന്നാഹത്തോടെയാണ് വന്നിരിക്കുന്നത്. ഉം. നോക്കി നിൽക്കാൻ നേരമില്ല.” തമ്പുരാൻ തരിച്ചു നിൽക്കയായിരുന്നു. യുവാവ് ഉടനെ തിരിഞ്ഞ് ഉദയനന്റെ കയ്യിലേക്കു അയാളുടെ വാൾ എറിഞ്ഞുകൊടുത്തു. “ഞാൻ അധർമ്മം ചെയ്യുന്നില്ല; നീയതു ചെയ്യുന്നവനാണ് എങ്കിലും തമ്പുരാനെ തൊട്ടുപോവരുത്. എന്റെ വെട്ട് തടുക്ക് ചുണയുണ്ടെങ്കിൽ!”

ഇതിനിടയ്ക്ക് തമ്പുരാന്റെ ഭടന്മാർ അദ്ദേഹത്തെ സുരക്ഷിതമായി അകറ്റിനിർത്തി. ഉദയനനും യുവാവും തമ്മിൽ ഭയങ്കരമായി പൊരുതി. വെളിയിലും വലിയപോരു നടക്കുന്നുണ്ടായിരുന്നു. ഉദയനന്റെ പടയാളികൾ കുറേപ്പേർ കൊട്ടാരത്തിനകത്ത് കടന്നു. പന്തളം സൈന്യം അവരെ തടയാൻ നോക്കി. മുഖംമൂടി ധരിച്ച യുവാവ് ഇതിനകം ഉദയനനെ അവശനാക്കിക്കഴിഞ്ഞിരുന്നു. ആ ഭയങ്കര സംഘട്ടനത്തിൽ ഇരുപുറത്തുമുള്ളവർ മരിച്ചുവീണു. ശത്രുക്കളേയും മിത്രങ്ങളേയും വേർതിരിച്ചറിയാൻ വയ്യാത്തവിധം പോരു നടന്നു. മുഖംമൂടി ധരിച്ച യുവാവ് അന്തഃപുരം സംരക്ഷിക്കാൻ അങ്ങോട്ടുതിരിഞ്ഞു. സ്ത്രീജനങ്ങളുടെ കൂട്ടക്കരച്ചിൽ എങ്ങും ഉയർന്നു. കുട്ടികൾ പേടിച്ചരണ്ട് വിരണ്ടോടി. ആർക്കൊക്കെ എന്തെല്ലാം പറ്റിയെന്ന് ആ ബഹളത്തിൽ ആർക്കുമറിയാൻ വയ്യാതായി. രണ്ടുമൂന്നു നാഴിക ഇടവിടാതുണ്ടായ സമരത്തിൽ ഉദയനന്റെ സൈന്യവും ഏറക്കുറെ നശിച്ചു. നാട്ടാരെല്ലാം കൊട്ടാരത്തിനകത്ത് കടന്ന് കയ്യിൽകിട്ടിയ ആയുധ

ങ്ങൾ എടുത്തു പൊരുതി.

നേരം ഇരുട്ടിത്തുടങ്ങി. ബഹളം ആകെ നിലച്ച മട്ടായി. ഉദയനൻ എവിടെ എന്ന് ആർക്കുമറിഞ്ഞുകൂടാ. ഈ ബഹളത്തിനിടയ്ക്ക് രാജഭണ്ഡാരവും കൊള്ളക്കാർ അപഹരിച്ചെന്ന് മനസ്സിലായി.

പാതിരാവായതോടെ എല്ലാം ശാന്തമായി. തമ്പുരാനും ആൾക്കാരും മുഖംമൂടി ധരിച്ചുവന്ന യുവാവിനെ എങ്ങും തേടി. അദ്ദേഹത്തെ പിന്നീടാരും കണ്ടവരില്ല. തീവെട്ടിയും പന്തവും എടുത്തു ശത്രുസൈന്യത്തിലുള്ളവരെ തിരഞ്ഞ് പിടിക്കാൻ പട്ടാളക്കാരും നാട്ടുകാരും പരക്കം പാച്ചിൽ തുടങ്ങി.

അന്തഃപുരത്തിൽനിന്ന് അപ്പോഴാണ് ഒരു പുതിയ വാർത്ത ആൾക്കാർ അറിഞ്ഞുവശായത്. തമ്പുരാന്റെ ഇളയസഹോദരിയെ കാണാനില്ല! ആൾനാശവും ധനനഷ്ടവും ഉണ്ടായ കഥ സകലരും മറന്നു. മായാദേവിത്തമ്പുരാട്ടിയെ കാണാനില്ലെന്ന കഥയേ എവിടേയും കേൾക്കാനുള്ളൂ. കൊള്ളക്കാർ പോയവഴി പടയാളികൾ തിരയാൻ തുടങ്ങി. എന്തരത്ഭുതം! അവരുടെ പൊടിപോലും കാണാനില്ല.

പന്തളം കൊട്ടാരത്തിൽ ഇതിലും വലിയ ഒരാപത്ത് വരാനില്ല. ഉദയനൻ മായാദേവിത്തമ്പുരാട്ടിയെ അപഹരിച്ചെന്ന കഥ പിറ്റേന്ന് പുലർന്നപ്പോഴേയ്ക്കും നാടൊട്ടുക്ക് പരന്നു.

മുഖംമൂടി ധരിച്ച യുവാവാരെന്ന് ആർക്കും മനസ്സിലായില്ല.

നയോപായങ്ങൾ പരാജയപ്പെട്ടാൽ സ്വതേയുള്ള രൂപമെടുക്കാൻ കരുതിത്തന്നെയാണ് ഉദയനൻ പന്തളത്തേയ്ക്കു പുറപ്പെട്ടത്. സ്വന്തം ആൾക്കാരെക്കൊണ്ട് തമ്പുരാട്ടിമാരെ ഭീഷണിപ്പെടുത്തി. സ്വപരാക്രമം കാണിച്ച് അവരെ രക്ഷപ്പെടുത്തി പന്തളം തമ്പുരാന്റെ പ്രീതിപാത്രമാവാൻ ശ്രമിച്ച ഉദയനന്റെ പരിപാടി ആ മുഖംമൂടി ധരിച്ച യുവാവിന്റെ ഇടപെടൽകൊണ്ട് പരാജയപ്പെടുകയാണുണ്ടായത്. എങ്കിലും വന്നകാര്യം സാധിച്ചേ മടങ്ങൂ എന്ന ദൃഢനിശ്ചയം ചെയ്തിരുന്ന ഉദയനൻ അന്തഃപുരത്തിൽ കടന്ന് മായാദേവിയെ രക്ഷിക്കാനെന്ന വ്യാജത്തിൽ സമീപിച്ച് തന്റെ വിശ്വസ്ത ഭൃത്യരെ ഏല്പിച്ച് അവരുമൊന്നിച്ച് സ്ഥലം വിട്ടു. അശ്വാരൂഢരായ വിശ്വസ്തഭടന്മാർ തമ്പുരാട്ടിയെയുംകൊണ്ട് ആ രാത്രിതന്നെ സ്ഥലം വിട്ടു.

കരിമലക്കോട്ടയ്ക്കകത്തുള്ള കൊട്ടാരത്തിൽ മായാദേവിയെ യഥാവിധി പരിണയിക്കാൻ ചെന്ന ഉദയനൻ കേട്ട കഥ അയാളെ സ്തംഭിപ്പിച്ചു. തന്റെ വിശ്വസ്താനുചരസംഘത്തിന്റെ നായകനായി നിന്നിരുന്ന ചേന്നക്കുറുപ്പെന്ന യുവാവ് മായാദേവിയേയുംകൊണ്ട് എങ്ങോ

മറഞ്ഞിരിക്കുന്നു! കടുവയെപ്പിടിക്കുന്ന ഒരു കിടുവ തന്റെ അനുചരസംഘത്തിലുണ്ടായിരുന്നെന്ന് ഉദയനന് അപ്പോഴാണ് ബോദ്ധ്യപ്പെട്ടത്.

അനുചരസംഘത്തിലെ ഓരോരുത്തരേയും ഉദയനൻ വിസ്തരിച്ചു. എല്ലാർക്കും പറയാനുണ്ടായിരുന്ന കഥ ഒന്നായിരുന്നു. ഉദയനന്റെ വലംകയ്യായി വർത്തിച്ച ചേന്നക്കുറുപ്പെന്ന അഭ്യാസിയാണ് തമ്പുരാട്ടിയെ ആ രാത്രി കുതിരപ്പുറത്തു കയറ്റി കരമലക്കോട്ടയ്ക്കു കൊണ്ടുവന്നതെന്നും, മറ്റുള്ളവർ അദ്ദേഹത്തെ അനുഗമിച്ചേ ഉള്ളു എന്നും അവർ പറഞ്ഞു. വഴിക്കുവെച്ച് ചേന്നക്കുറുപ്പ് എവിടെയോ അപ്രത്യക്ഷനായി പോലും!

ഉദയനന്റെ ജീവിതത്തിലുണ്ടായ ഒന്നാമത്തെ പരാജയമാണത്. അയാൾ ഓർത്തുനോക്കി. ആ ചേന്നക്കുറുപ്പ് എത്ര വിശ്വസ്തനായിരുന്നു! രണ്ടുവർഷം മുമ്പേ തന്റെ മുമ്പിൽ എന്തെങ്കിലും പണി കിട്ടിയാൽ മതിയെന്നു പറഞ്ഞുവന്ന ആ യുവാവിന്റെ അഭ്യാസചാതുര്യത്തിലും സ്വഭാവമാഹാത്മ്യത്തിലും മതിമയങ്ങി താൻ അയാളെ പടിപടിയായി ഉയർത്തി സ്വന്തം അംഗരക്ഷകനാക്കിയതാണ്. എത്രയെത്ര വീരസാഹസകൃത്യങ്ങൾ തനിക്കുവേണ്ടി ആ യുവാവ് ചെയ്തിട്ടുണ്ട്? പലപ്പോഴും തന്റെ ജീവരക്ഷപോലും ചെയ്ത യുവസാഹസികനായിരുന്നു ചേന്നക്കുറുപ്പ്. അയാളുമായിട്ടാണ് താൻ ഈ കന്യകാപഹരണങ്ങൾ താന്ത്രോപായങ്ങൾപോലും ആലോചിച്ചത്. അയാളുടെ ഉപദേശമനുസരിച്ചാണ് പന്തളം ആക്രമണത്തിന്റെ എല്ലാ പരിപാടികളും തീരുമാനിച്ചുറച്ചത്. ഒരു പെണ്ണിനുവേണ്ടി കുറുപ്പ് തന്നെ ചതിക്കുമോ? ഹേയ് വിശ്വസിക്കവയ്യ. എന്തെങ്കിലും അപായം പറ്റിയതായിരിക്കണം. കൂടെപ്പോയ മറ്റുള്ളവരുടെ നോട്ടക്കുറവുകൊണ്ട് പറ്റിയതാണ്, സംശയമില്ല.

ഉദയനൻ ഒന്നു നിശ്ചയിച്ചു. ആ വിശ്വസ്തരെന്ന് വിശ്വസിക്കപ്പെട്ട അനുചരന്മാരെ ശരിക്കും ശിക്ഷിക്കണം. ഇനി ഇങ്ങിനെയൊരു അബദ്ധം അവർ പ്രവർത്തിക്കരുത്. അവരെ വിളിച്ച് ഉദയനൻ ഇങ്ങിനെയൊരു താക്കീത് നൽകി:

“നിങ്ങളുടെ ബുദ്ധിമോശം കൊണ്ടോ സൂക്ഷ്മക്കുറവുകൊണ്ടോ പറ്റിയ അബദ്ധമാണിത്, ചേന്നക്കുറുപ്പിന് എന്തെങ്കിലും അപായം പറ്റിയിരിക്കണം. ഏതായാലും നാല്പത്തൊന്നു ദിവസത്തിനകം നിങ്ങൾ കുറുപ്പിന്റെയും മായാദേവിയുടേയും വിവരങ്ങൾ അന്വേഷിച്ചറിഞ്ഞു വരണം. ഇല്ലെങ്കിൽ നിങ്ങൾക്കുള്ള ശിക്ഷ ഊഹിക്കയാണ് ഭേദം.”

5

അഭ്യാസപരീക്ഷ

തമ്പുരാട്ടിയെ കാണാതായിട്ട് അന്നു പതിനേഴ് കൊല്ലം തികയുന്ന ദിവസമാണ്. രാജ്യത്തിനും രാജകുടുംബത്തിനും നേരിട്ട ആ അപമാനം ആർക്കും മായ്ക്കാനോ മറക്കാനോ കഴിഞ്ഞിരുന്നില്ല. നാടു വാഴുന്ന വലിയതമ്പുരാന്റെ മനഃശക്തിയും ദൈവഭക്തിയും കൊണ്ട് ആ സംഭവം അദ്ദേഹത്തേയോ പ്രജകളേയോ നിശ്ശേഷം നിരുത്സാഹപ്പെടുത്തിയില്ലെന്നേ ഉള്ളു; എങ്കിലും അവരാരും അതോർക്കാത്ത നാളില്ല. ആ ഓർമ്മ അവരിൽ ഒരുത്തേജനമുണ്ടാക്കി. നാട്ടുപ്രമാണികളും മന്ത്രിമാരും കൂടി വലിയതമ്പുരാനെ ആശ്വസിപ്പിക്കാനുള്ള ഉപായങ്ങൾ പലതും ആലോചിച്ചു.

നാടിന്റെ സുരക്ഷിതത്വം സൈന്യശക്തിയിലാണെന്ന് എല്ലാവർക്കും ബോദ്ധ്യപ്പെട്ടിട്ടുണ്ട്. പ്രഭുശക്തിയും ഉത്സാഹശക്തിയും മന്ത്രശക്തിയും തെളിയണമെങ്കിൽ സേനാബലമുണ്ടായിരിക്കണം. തമ്പുരാട്ടിയെ കാണാതായിട്ട് ഒരാണ്ട് തികയുന്ന ദിവസം നാട്ടുകാരും നാട്ടുപ്രമാണികളും കൂട്ടംകൂടി ചില തീരുമാനങ്ങൾ ചെയ്തു. പലനാടുകളിൽനിന്നും ആയോധനവിദഗ്ദ്ധരായ ആളുകളെവരുത്തി നാടിന്റെ നാനാഭാഗങ്ങളിലും കളരികൾ തുടങ്ങണമെന്നായിരുന്നു ഒരു നിശ്ചയം. പത്തും പന്ത്രണ്ടും വയസ്സു പ്രായമായ കുട്ടികളെ ശരിക്കും പയറ്റു പഠിപ്പിക്കാനും അങ്ങനെ നാടൊട്ടുക്ക് ഓരോ വീട്ടിലുമുള്ള പുരുഷന്മാരെ ഒന്നടക്കം പടയാളികളായി മാറ്റാനുമുള്ള ഒരു പദ്ധതിയാണ് അവരുണ്ടാക്കിയത്.

ഒരു വർഷത്തിനകം കളരികൾ സ്ഥാപിച്ചു. എല്ലാ കളരികൾക്കും നാഥനായി കടത്തുവയനാട്ടുകാരനായ ഒരഭ്യാസിയെ പ്രത്യേകം ക്ഷ

ണിച്ചവരുത്തി നിയമിച്ചു. 'കടുത്ത' എന്ന പേരിലാണ് അദ്ദേഹം അറിയപ്പെട്ടിരുന്നത്. കടുത്തയുടെ ശിക്ഷണവും നിയന്ത്രണവുംകൊണ്ട് പന്തളത്തെ കളരികളെല്ലാം നല്ല ചിട്ടയിൽത്തന്നെ വളർന്നുവന്നു.

ഒരാണ്ട് തികയുന്ന ദിവസം പയറ്റ് പഠിക്കുന്നവർക്കു ഒരഭ്യാസ പരീക്ഷ ഏർപ്പെടുത്തി. അതിൽ വിജയിയാവുന്നവർക്ക് പ്രത്യേക സമ്മാനങ്ങൾ മാത്രമല്ലാ, സ്ഥാനമാനങ്ങളും വലിയതമ്പുരാൻ നേരിട്ടു കല്പിച്ചുകൊടുത്തിരുന്നു. അഭ്യാസപരീക്ഷ നടത്തുന്നത് പന്തളത്തെ ആ ദുരന്തസംഭവമുണ്ടായ ദിവസം തന്നെ ആയിരിക്കണമെന്ന് നിശ്ചയിച്ചതും സമുചിതമായി. നാടടച്ച് അന്നൊരു ദേശീയ സമരോത്സവമായി കൊണ്ടാടി.

അങ്ങനെ പതിനഞ്ചാമത്തെ അഭ്യാസപരീക്ഷ നടക്കുന്ന ദിവസമായിരുന്നു അന്ന്. ജനങ്ങൾ ആബാലവൃദ്ധം ഉത്സാഹഭരിതരായി രാജധാനിയിൽ കാലേകൂട്ടി അവരവർക്കായി ഒരുക്കിയിരുന്ന വാസഗൃഹങ്ങളിൽ താമസമുറപ്പിച്ചിരുന്നു. മൂന്നു മലകളുടെ ഇടയ്ക്കുള്ള ഒരു വിശാലമായ മൈതാനത്തിന്റെ നടുക്കാണ് പരീക്ഷയ്ക്കുള്ള കളമൊരുക്കിയിരുന്നത്. നടുക്ക് ഉയർത്തിക്കെട്ടിയ കളരിയും അതിനു ചുറ്റും കാഴ്ചക്കാർക്കു എല്ലാം സുഖമായിരുന്നു കാണാനുള്ള ഇരിപ്പിടങ്ങളും പണിതുണ്ടാക്കി. കുന്നിൻചെരിവിലുള്ള കൂടാരങ്ങളിലാണ് നാട്ടുകാർക്കുള്ള തല്ക്കാലവസതികൾ ഒരുക്കിയിരുന്നത്.

കളരിക്കു ചുറ്റും കുലവാഴകൾ നാട്ടി തോരണം തൂക്കി അലങ്കരിച്ചിരുന്നു. കളരിയുടെ ഒരറ്റത്തു കളരി പരമ്പരയുടെ ദേവതയെന്ന സങ്കല്പത്തിൽ കാളിക്ക് ഒരു പീഠം വെച്ചിട്ടുണ്ട്. കാളിയുടെ ഇടതുവശത്തു ഗണപതിക്കും വലതുവശത്തു പരദേവതയായ ശബരിമലശ്ശാസ്താവിനുമുള്ള പീഠം ഒരുക്കി. നിലവിളക്കും നിറപറയും, അവൽ, മലര്, ശർക്കര, പഴം, അപ്പം, കരിമ്പ് എന്നീ നിവേദ്യങ്ങൾ നിറച്ച തൂശനിലകളും വെച്ച് തന്ത്രിയെക്കൊണ്ട് പൂജാദികർമ്മങ്ങൾ ചെയ്യിച്ചു.

പ്രഭാതത്തിൽത്തന്നെ കളരിപൂജ ആരംഭിച്ചിരുന്നു. ഭക്തരും ഉത്സവപ്രിയരും ആയോധനചതുരരുമായ ആളുകൾ അപ്പോൾ മുതൽ ആ രംഗപൂജയിൽ പങ്കുകൊള്ളാൻ തടിച്ചുകൂടി. ഉടുക്ക്, കടുന്തുടി, നന്തുർണി തുടങ്ങിയ വാദ്യവിശേഷങ്ങൾ പ്രയോഗിച്ച് ശബരിമലശ്ശാസ്താവിനേയും കാളിയേയും പറ്റിയുള്ള പാട്ടുകൾ ഉദയംമുതലേ ആ അന്തരീക്ഷത്തിൽ ഉയർന്നുകൊണ്ടിരുന്നു.

മദ്ധ്യാഹ്നപൂജയും സദ്യയും വിശ്രമവും കഴിഞ്ഞ് ഏതാണ്ട് ആറേഴു നാഴിക പകലുള്ളപ്പോഴാണ് അഭ്യാസപരീക്ഷയ്ക്കു മുഹൂർത്തംകുറിച്ചിരുന്നത്. കളരിയുടെ ഇടത്തും വലത്തുമായി പ്രത്യേകം ഇരിപ്പിടങ്ങൾ

ഒരുക്കിയിരുന്നതിൽ ഇടതുഭാഗത്തു വലിയതമ്പുരാനും രാജകുടുംബാംഗങ്ങളും, അന്നത്തേയ്ക്ക് പ്രത്യേകം ക്ഷണിച്ചുവരുത്തപ്പെട്ട ഇതരരാജാക്കന്മാരും നാട്ടുവാഴികളും, ആസനസ്ഥരായി. വലതുഭാഗം അഭ്യാസപരീക്ഷയ്ക്ക് കച്ചകെട്ടിവന്നിട്ടുള്ള പയറ്റുകാർക്കുള്ളതാണ്. കച്ചയും കെട്ടി, തൊങ്കലുമിട്ട്, വാളും പരിചയുമേന്തി, മെയ്യ് കണ്ണാക്കിയിട്ടുള്ള ആ കുമാരന്മാരുടെ മെയ്യിൽനിന്നു കാഴ്ചക്കാരുടെ കണ്ണുകൾ പറിച്ചു മാറ്റിയിട്ടും മാറിയില്ല. പതിനഞ്ചിനും ഇരുപതിനും ഇടയ്ക്ക് പ്രായമുള്ള ആ പടയാളികളാണ് പന്തളം നാടിന്റെ അഭിമാനദേവതകളെന്ന് കണ്ടവർ കണ്ടവർ കൊണ്ടാടി. എണ്ണയും മുക്കൂട്ടുമിട്ടതുകൊണ്ട് മിനുങ്ങുന്ന അവരുടെ മേനി നിത്യാഭ്യാസംകൊണ്ട് അയവും ഒതുക്കവും വന്നതാണെന്ന് ഒറ്റനോട്ടത്തിൽ ആർക്കും കണ്ടാലറിയാം. ഓരോ സംഘത്തിനുമുണ്ട് ഒരു തലവൻ - അതിന്റെ ആശായ്മസ്ഥാനം വഹിക്കുന്ന അഭ്യാസി. അദ്ദേഹത്തിന്റെ പിന്നിലായി അഭ്യാസികൾ നിലകൊണ്ടു. എല്ലാ കളരികളുടേയും നാഥനായ കടുത്ത അവർക്കഭിമുഖമായി നിന്ന് ഓരോ സംഘത്തിനുംവേണ്ട നിർദ്ദേശങ്ങൾ നല്കിയിരുന്നു.

മുഹൂർത്തം അടുക്കാറായി, കാഹളം വിളിച്ചു; പെരുമ്പറ മുഴക്കി, കടുത്ത കളരിയിലേക്ക് ചാടിക്കയറി. ദേവതമാരേയും വലിയതമ്പുരാനേയും സദസ്സിനേയും യഥാവിധി വന്ദിച്ചു ക്രമപ്രകാരം ഓരോ സംഘക്കാരെ പേരുചൊല്ലി വിളിച്ച് അവരുടെ സാന്നിദ്ധ്യത്തെപ്പറ്റി ഉറപ്പു വരുത്തി.

ആദ്യത്തെ പരിപാടി ഓരോ കളരിയുടേയും പൊതുപ്രദർശനമാണ്. കടുത്ത കളരിയുടെ പേരു ചൊല്ലി വിളിക്കും; ആ കളരിയിലെ അഭ്യാസികൾ എല്ലാവരും കൂടി ചേർന്ന് അവരുടെ മെയ്യൊതുക്കവും അടവുകളും പൊതുവായി പ്രയോഗിച്ചു കാണിക്കും. ഇതാണ് പൊതുപ്രദർശനംകൊണ്ടുദ്ദേശിച്ചിട്ടുള്ളത്. പയറ്റിയവർക്കെല്ലാം അവരുടെ അഭ്യാസമുറ അവിടെ പ്രദർശിപ്പിക്കുന്നതിന് ഒരവസരം നല്കണമല്ലോ.

പൊതുപ്രദർശനം കഴിഞ്ഞാൽ തെരഞ്ഞെടുക്കപ്പെട്ട അഭ്യാസികളുടെ മത്സരപ്രദർശനമായി. ഇതാണ് വാസ്തവത്തിൽ 'അഭ്യാസപരീക്ഷ'. പൊതുപ്രദർശനം ഇതിന് വഴിയൊരുക്കുക എന്ന നിലയ്ക്കാണ്.

അക്കൊല്ലത്തെ മത്സരപ്രദർശനത്തിന് ആറുപേരാണ് തിരഞ്ഞെടുക്കപ്പെട്ടിട്ടുള്ളത്. തലപ്പാറക്കളരിയിലെ കൃഷ്ണൻ, ഇഞ്ചിപ്പാറക്കളരിയിലെ രാമൻ, പുലിക്കോട്ട് കളരിയിലെ കേശവൻ, കണ്ടൻമേട്

കളരിയിലെ ഗോവിന്ദൻ, പഞ്ചപ്പാറക്കളരിയിലെ നാരായണൻ, മേലേപ്പാറക്കളരിയിലെ പരമേശ്വരൻ - ആറുപേരും 'പന്തളം രാജ്യത്തി'ലെ ആറ് രത്നങ്ങളാണെന്ന് നാട്ടുകാരെല്ലാം ഇക്കഴിഞ്ഞ മൂന്നാലുകൊല്ലങ്ങളിലെ പ്രദർശനംകൊണ്ട് മനസ്സിലാക്കിയിരുന്നു. ഇത്തവണത്തെ മത്സരപ്രദർശനത്തിന് ഒരു പ്രത്യേക ഉദ്ദേശവുമുണ്ടായിരുന്നു. ഈ ആറുപേരിൽ ആർക്കാണ് ഇനിയത്തെ സേനാനായക പദവി കൊടുക്കേണ്ടതെന്ന് നിശ്ചയിക്കണം. പന്തളം പടയിലെ ആറ് ദളങ്ങൾക്കുള്ള നാഥന്മാരായി നേരത്തേ ഇവരെ വാഴിച്ചിരുന്നു. അവരിൽ ആരാണോ ഏറ്റവും തികഞ്ഞ അഭ്യാസി, അയാളെ സേനാപതി സ്ഥാനത്തിന് അർഹനാക്കണമെന്നത്രേ വലിയതമ്പുരാൻ നിശ്ചയിച്ചിരുന്നത്.

കടുത്തയാശാന്റെ നിർദ്ദേശമനുസരിച്ച് ഓരോരുത്തരും കളരിയിൽ വന്നു ഒറ്റയ്ക്കുള്ള അടവുകൾ കാണിച്ചു തുടങ്ങി. ഒറ്റയ്ക്കൊറ്റയ്ക്കുള്ള അഭ്യാസമുറകളും അടവുകളും കണ്ടപ്പോൾ ആര് ആരെ കവച്ചുനില്ക്കുന്നുവെന്ന് കാണികളിൽ ആർക്കും പറയാൻ കഴിഞ്ഞില്ല. എല്ലാവരും സമപ്രായക്കാർ; ഒരുപോലെ അഭ്യാസം സിദ്ധിച്ചവർ; ഒരുപോലെ അവർ കാണികളിൽ അത്ഭുതാദരങ്ങളും ഉണർത്തിവിട്ടു.

കളരിനാഥനായ കടുത്തയുടെ ആജ്ഞപ്രകാരം പിന്നീട് ആറുപേരും മുമ്മൂന്നായി രണ്ടണിയായി നിന്നു പയറ്റാൻ തുടങ്ങി. രാമകൃഷ്ണൻമാർ തണ്ടി; കേശവനും ഗോവിന്ദനും ഏറ്റുമുട്ടി; നാരായണനും പരമേശ്വരനും എതിർത്തുനിന്നു. കാണികളുടെ ഉത്സാഹം മൂരിനിവർന്നെഴുന്നേറ്റത് ഈ രംഗത്തോടുകൂടിയാണ്. ഏതാണ്ട് ഒരു നാഴിക പൊരുതിയിട്ടും ആരുമാരും പിന്തിരിയുന്നില്ല. ആർക്കുമൊരു ക്ഷീണവുമില്ല. ഇങ്ങനെ മുന്നോട്ടുപോയാൽ ആര് ആരേക്കാൾ കേമനെന്ന് എങ്ങിനെയാണ് തീരുമാനിക്കുക?

കടുത്തയാശാന്റെ സൂചന കിട്ടിയതോടെ അഭ്യാസികൾ പയറ്റു നിർത്തി. "ഇങ്ങനെ എത്ര നേരം വേണമെങ്കിലും ഈ വീരന്മാർ പൊരുതി നില്ക്കും. അതുകൊണ്ട് ഇവരുടെ മേന്മ നിശ്ചയിക്കാൻ മറ്റൊരു വിദ്യയാണ് ഇനി എടുക്കുന്നത്." കടുത്ത ഇത്രയും പറഞ്ഞ് ഓരോരുത്തരോടും ക്രമപ്രകാരം ഈരണ്ടാളോടു പൊരുതാൻ ആജ്ഞാപിച്ചു. ഒറ്റയ്ക്കു നില്ക്കാൻ തയ്യാറുള്ള രണ്ടുപേർ മുന്നോട്ടു വരട്ടെ എന്നു ആശാൻ ആജ്ഞാപിച്ചപ്പോൾ ഒരു ക്ഷണംകൊണ്ട് രാമനും കൃഷ്ണനും മുന്നാഞ്ഞു ചാടി കടുത്തയാശാന്റെ മുൻപിൽ തയ്യാറായിനിന്നു. മറ്റു നാലുപേരും കണ്ണടച്ചു തുറക്കുന്നതിനുമുമ്പേ രാമകൃഷ്ണന്മാർ തയ്യാറായതു കണ്ടപ്പോൾ അവർക്ക് ഒരു വല്ലായ്മ തോന്നാതിരുന്നി

ല്ല. ഇതും കാണികളുടെ ശ്രദ്ധയെ ആകർഷിച്ചു.

കടുത്തയാശാൻ രണ്ടുപേരെ രാമന്നെതിരായും മറ്റു രണ്ടുപേരെ കൃഷ്ണനഭിമുഖമായും നിർത്തി പോരാരംഭിക്കാനുള്ള സംജ്ഞ നൽകി. കാണികൾക്ക് കണ്ണിമയ്ക്കാനുള്ള അവസരം കിട്ടിയില്ല. ഒരാൾ ഇരുവരോടെതിർക്കുന്ന ആ രംഗം കണ്ട് എല്ലാർക്കും മേൽക്കോരിയിട്ടു. ഇരുപുറവും നിന്നുവരുന്ന വെട്ടുകൾ രാമകൃഷ്ണന്മാർ ഇരുവശത്തേയ്ക്കും ഒന്നിനൊന്നു മുൻപുപിൻപെന്ന് തോന്നാത്ത മട്ടിൽ തിരിഞ്ഞുനിന്ന് തടുത്തു; തടുത്താൽ മാത്രം മതിയാവില്ലല്ലോ. എതിരാളികളുടെ ഈരണ്ട് വെട്ടുകൾക്കുള്ള തടക്കലുകൾക്കു പുറമേ തങ്ങളങ്ങോട്ടും വെട്ടേല്പിച്ചില്ലെങ്കിൽ അതൊരു പോരാവില്ലെന്നറിയാമല്ലോ. ഒരാളായി ഒറ്റയ്ക്കു നിന്നേല്പിക്കുന്ന ആ വെട്ടുകൾ എതിരാളികളായ രണ്ടുപേർ ഒരേ സമയം തടയുകയും അതോടൊപ്പം അവരുടെ വെട്ടുകൾ ഇരുവശത്തുനിന്നും ഒരേ സമയം ഇങ്ങോട്ടേല്ക്കുന്നതിനെ താൻ ഒറ്റയ്ക്കുനിന്ന് തടയുകയും ചെയ്യു എന്നത് അസാദ്ധ്യമല്ലെങ്കിലും, അതെല്ലാം നടത്തി അവരിരുവരേയും ഒന്നിനു രണ്ടുവീതം അങ്ങോട്ടു കൊടുത്ത് അവശരാക്കുക എന്നത് അത്ര സുസാധ്യമായി ആർക്കും തോന്നിയില്ല. ആ പോര് കഷ്ടിച്ച് ഒരു നാഴിക നിന്നില്ല; അതിനകം അതാ രാമൻ ഇരുവരേയും മടക്കി; കൃഷ്ണൻ അവശനായി സ്വയം തോറ്റും മടങ്ങി. ആളുകൾ ആർത്തു വിളിച്ചു. രാമന്റെ ഈ അത്ഭുത പ്രവൃത്തി കണ്ട് അവർ ഒരേ ശബ്ദത്തിൽ വിളിച്ചു പറഞ്ഞു: “രാമൻ കൊച്ചുകടുത്ത, രാമൻ കൊച്ചുകടുത്ത.”

അതെ; കളരികൾക്കെല്ലാം നാഥനായ കടുത്തയാശാന്റെ അഭ്യാസനൈപുണി അങ്ങനെത്തന്നെ രാമനാണ് കിട്ടിയതെന്ന് ആൾക്കാർക്ക് മനസ്സിലായി. അവർ അറിയാതെ രാമനെ ‘കൊച്ചുകടുത്ത’യെന്ന് പറഞ്ഞപ്പോൾ കടുത്തയാശാൻ അടിമുടി പുളകം കൊണ്ടു.

കാണികളിൽനിന്നുയർന്ന ആഹ്ലാദാരവം തെല്ലൊന്ന് ശമിച്ചത് വലിയതമ്പുരാൻ സിംഹാസനത്തിൽനിന്ന് എഴുന്നേറ്റു കളരിയിലേയ്ക്ക് മെല്ലെ നടന്നു ചെല്ലുന്നത് കണ്ടപ്പോഴാണ്. അകമ്പടി സേവിച്ചിരുന്ന രാജപുരുഷന്മാർ സംജ്ഞകാണിച്ചപ്പോൾ സദസ്സ് നിശ്ശബ്ദമായി. വലിയതമ്പുരാൻ തനിക്കെതിരെ വരുന്നത് കണ്ട് രാമൻ അദ്ദേഹത്തിന്റെ പാദങ്ങളിൽ സാഷ്ടാംഗപ്രണാമം ചെയ്തു. തമ്പുരാൻ ആ യുവകേസരിയെ പിടിച്ചെഴുന്നേല്പിച്ച് ഗാഢാലിംഗനം ചെയ്തപ്പോൾ സദസ്സിൽനിന്നുയർന്ന ഹർഷാരവമോ രാമന്റെ കണ്ണുകളിൽനിന്നുതിർന്ന ആനന്ദബാഷ്പമോ ഏതാണ് തമ്പുരാന്റെ ശ്രദ്ധ

യിൽപെട്ടതെന്ന് പറയാനാവില്ല. “സന്തോഷായീ ട്ടോ, നീ തന്നെ കൊച്ചകടുത്ത. നീതന്നെ ഇനിയത്തെ നമ്മുടെ സേനാപതിയും!”

വീണ്ടും ആളുകളുടെ ഹർഷാരവം പൊന്തി. അതാ, ആ സദസ്സിന്റെ ഒരു കോണിൽനിന്ന് കോമളാകാരനായ ഒരു കുമാരൻ ഒരു സിംഹക്കുട്ടിയെപ്പോലെ ഗംഭീരഭാവത്തിൽ നടന്നു കളരിയിലേയ്ക്ക് കയറുന്നു. വലിയതമ്പുരാന്റെ മുൻപിൽനിന്ന് ആ കുമാരൻ താണു തൊഴുതു. ഇതിനകം അകമ്പടിക്കാരുടെ ആയുധം ആ കുമാരന്റെ ധിക്കാരത്തിനെതിരെ പൊന്താൻ തുനിഞ്ഞെങ്കിലും അവരും ആ കുമാരന്റെ അംഗലാവണ്യവും പ്രൗഢഭാവവും കണ്ട് കർത്തവ്യം മറന്നു നിന്നുപോയി.

“ആര് മനസ്സിലായില്ലല്ലോ,” വലിയതമ്പുരാൻ കാരുണ്യവും വാത്സല്യവും കലർന്ന സ്വരത്തിൽ ചോദിച്ചു.

“വളരെ അകലെനിന്നാണ്. പയറ്റുപഠിച്ചിട്ടുണ്ട്. ഇവിടത്തെ മുഖം കാണിക്കാൻ വന്നതാണ്. അപ്പോഴാണ് ഇങ്ങനെ ഒരു മത്സരമുണ്ടെന്നു മനസ്സിലായത്. ഇതു കണ്ടിട്ട് എനിക്ക് ഇരിക്കപ്പൊറുതിയുണ്ടായില്ല. ആ കൊച്ചു കടുത്തയുടെ സാമർത്ഥ്യംകണ്ട് എനിക്കും കൊതി വന്നു.”

ഇതെല്ലാം ഒരൊറ്റ ശ്വാസത്തിന് ആ കുമാരൻ പറഞ്ഞുകഴിഞ്ഞു. വലിയതമ്പുരാന് ഇതിനകം ആ കുമാരനോട് എന്തെന്നില്ലാത്ത സ്നേഹവാത്സല്യങ്ങൾ തോന്നിക്കഴിഞ്ഞു.

“എന്താ വേണ്ടത്? പയറ്റണോ കുട്ടിക്ക്?”

വലിയതമ്പുരാൻ അറിയാതെ അങ്ങിനെയൊന്നു ചോദിച്ചെന്നേ ഉള്ളൂ. ആ കുമാരൻ പറഞ്ഞതൊന്നും അദ്ദേഹം ശരിക്ക് കേട്ടിരിക്കില്ല; കൗതുകംകൊണ്ട് ആ കുട്ടിയെ അങ്ങനെത്തന്നെ കണ്ണിമിഴിച്ച് നോക്കുമ്പോൾ മറ്റെന്തിലാണ് ശ്രദ്ധവരിക?

വലിയതമ്പുരാനും കുമാരനും തമ്മിലുള്ള സംഭാഷണം ഉറ്റു കേട്ടിരുന്ന സദസ്സും മൗനം പൂണ്ടത് കുമാരനെക്കണ്ട് ആത്മവിസ്മൃതി വന്നിട്ടാണോ എന്തോ!

“ഇവിടുന്ന് അനുവദിച്ചാൽ.”

“ശരി; കടുത്തയാശാനേ, ഈ കുട്ടിക്കും ഒന്നു പയറ്റണമെന്ന്, എന്താ?”

“അടിയൻ, കല്പനപോലെ.”

“ഒറ്റയ്ക്കോ ചേർന്നോ?”

“ഞാനൊറ്റയ്ക്കും പിന്നെ എനിക്കെതിരായി അവിടന്ന് നിശ്ചയിക്കുന്ന എത്രപേരെങ്കിലും.”

“എന്താ കുട്ടീ, ഈ പറയുന്നത്?”

“അവിടുത്തേയ്ക്ക് നേരിൽക്കാണാം.”

“ഉം. എന്നാൽ അങ്ങനെയാകട്ടെ, കടുത്തയാശാൻ, ആരെയെല്ലാമാണ് വേണ്ടതെന്നുവെച്ചാൽ പറയാം.”

“ഇപ്പോൾ പൊരുതിയ ഈ ആറുപേരുമാവട്ടെ.”

“അവർ പൊരുതി ക്ഷീണിച്ചവരെന്ന് ഒരു പരാതി വരരുത്. അതുകൊണ്ട് അവരും പിന്നെ വേറെ ആരെങ്കിലും കൂടെയാവാം.” ആ കുമാരൻ സധൈര്യം വെല്ലുവിളിച്ചു.

തമ്പുരാനും കടുത്തയാശാനും മുഖത്തോടുമുഖം നോക്കി.

കുമാരൻ വീണ്ടും തുടർന്നു: “സംശയിക്കേണ്ട. കടുത്തയാശാൻകൂടി ചേർന്നോളൂ.”

സദസ്സാകെ ഞെട്ടി. എന്തൊരു സാഹസം! എല്ലാവരുടെയും കണ്ണുകൾ കൗതുകംകൊണ്ടു വിരിഞ്ഞു. കരൾത്തുടിപ്പോടെ ഏവരും ആ രംഗംകാണാൻ കാത്തിരിപ്പായി.

കടുത്തയാശാനും ആറു ശിഷ്യന്മാരും ഒരുമ്പെട്ടുനിന്നു. കുമാരൻ അവർക്കെതിരെനിന്ന് കളരിദേവതമാരേയും വലിയതമ്പുരാനെയും കടുത്തയാശാനെയും വണങ്ങി അല്പനേരം സദസ്സിനെനോക്കി ധ്യാനം പൂണ്ടുനിന്നു. അനന്തരം വാളും പരിചയുമെടുത്ത് പയറ്റിനു തയ്യാറായി.

പിന്നെ അവിടെ നടന്നത് അതുവരെ ആരും കണ്ടിട്ടില്ലാത്ത ഒരു പയറ്റുമുറയായിരുന്നു. കാൽനാഴികകൊണ്ടു രാമനും കൃഷ്ണനും ആശാനും ഒഴികെ മറ്റുള്ളവർ പിന്മാറി. കുറച്ചുനേരംകൂടി കഴിഞ്ഞപ്പോൾ രാമനും കൃഷ്ണനും ഒഴിഞ്ഞു. കുമാരനും ആശാനും ഒറ്റയ്ക്കായി. ആശാൻ പഠിച്ച അടവും പലതും പ്രയോഗിച്ചുനോക്കി. കുമാരന്റെ ശരീരത്തിൽ ഒരു പോറൽപോലും ഏല്പിക്കാൻ കഴിഞ്ഞില്ലെന്നു മാത്രമല്ല, അല്പംകൂടി കഴിഞ്ഞപ്പോൾ കുമാരന്റെ വാൾപ്രയോഗം തടുക്കാൻ തെല്ലു വിഷമിക്കുന്നതായും കാണികൾക്ക് തോന്നി. പതിനെട്ടടവുകളും ആശാൻ പയറ്റിനോക്കി. പതിനെട്ടിനും മാറ്റടവുകാണിക്കാൻ കുമാരന് പ്രയാസമുണ്ടായില്ല. അതാ ആശാൻ ഏതോ പുതിയ ഒരു അടവെടുത്തെന്നുതോന്നുന്നു. ക്ഷണംകൊണ്ട് കുമാരന്റെ വാൾ ഒരു മിന്നൽപ്പിണരുണ്ടാക്കി കളരിയിലെ പീഠങ്ങൾക്കുമുൻപുചെന്ന് കുത്തിനിന്നു! കാണികൾ അക്ഷമരായി. എന്താണ് അടുത്തനിമിഷത്തിൽ നടക്കുന്നതെന്ന് ആർക്കും അറിഞ്ഞുകൂടാ. കടുത്തയാശാന്റെ പ്രയോഗനൈപുണ്യം അന്നു നടാടെയാണ് അവർ കണ്ടത്. പക്ഷേ ഈ കുമാരനോടത് വേണ്ടിയിരുന്നില്ലെന്ന് അവർക്കു തോന്നി. വാളു

കൈവിട്ട കുമാരൻ തെല്ലനേരം പരിചകൊണ്ടു മാത്രമായി പോര്. തടയാനല്ലാതെ വെട്ടാൻ പാങ്ങില്ലാത്തമട്ടിൽ കുമാരൻ നിന്നു പൊരുതി. കാണികളിൽ ചിലർക്ക് തോന്നി, ആശാൻ ഇനി ആ കുമാരനോട് വാൾപ്പയറ്റ് നടത്തുന്നത് അധർമ്മമാകുമെന്ന്. പക്ഷേ, ആശാനോ കുമാരനോ അതിനെപ്പറ്റി ഓർമ്മയില്ലാതെ പയറ്റുതുടർന്നു. വീണ്ടും ചില നിമിഷങ്ങൾ കടന്നുപോയി. അതാ കുമാരന്റെ പരിചയും തെറിച്ചുപോകുന്നു! എവിടെയാണോ മുൻപ് വാളുചെന്ന് കുത്തിവീണതും അവിടെ പരിചയും ചെന്നുകിടന്നു. അത്ഭുതം! കടുത്തയാശാന്റെ അടവുകൾ അത്ഭുതകരം തന്നെ! ഇനിയും ആശാൻ ആ വാളും പരിചയും വെടിഞ്ഞ് ധർമ്മയുദ്ധം ചെയ്യില്ലേ എന്നായി ആളുകളുടെ സംശയം. അല്ലെങ്കിൽ തെറിച്ചുപോയ വാളും പരിചയും തിരിച്ചെടുത്ത് കുമാരന് കൊടുത്തിട്ടുവേണം ആശാൻ പയറ്റുതുടരാൻ. വീണ്ടും കുറേ നിമിഷങ്ങൾ കടന്നുപോയി. അതാ 'കിലും' എന്നൊരു ശബ്ദത്തോടെ ആശാന്റെ വാളൊടിഞ്ഞ് പരിചയോടൊപ്പം നിലത്തുവീഴുന്നു. അതെന്തുമായം? ആശാൻ അടുത്തക്ഷണത്തിൽ കുട്ടിക്കരണം മറിഞ്ഞ് നിലംപതിക്കാൻ ഭാവിക്കെ, കുമാരൻ അദ്ദേഹത്തെ ഇരുകൈകളും കൊണ്ട് താങ്ങിനിർത്തി.

കാണികളിലുണ്ടായ അത്ഭുതത്തിനു കണക്കില്ല. അവർ കണ്ടത് വെറും ഇന്ദ്രജാലമാണെന്ന് പലരും വ്യാഖ്യാനിച്ചു. കുമാരനോട് തോന്നിയ വാത്സല്യം കൊണ്ടാണ് ആശാൻ സ്വയം പിൻവാങ്ങി ധർമ്മയുദ്ധത്തിന്റെ മുറ പാലിച്ചതെന്ന് ചുരുക്കംപേർ പറഞ്ഞു.

കടുത്ത ആശാനാകട്ടെ കുമാരനെ ദൃഢമായി ആലിംഗനം ചെയ്ത് കളരിയുടെ നടുവിൽ അനങ്ങാതെ നിന്നുപോയി. കുമാരനാകട്ടെ ആ ആലിംഗനവലയത്തിൽ നിന്ന് വഴുതി അദ്ദേഹത്തിന്റെ പാദങ്ങളിൽ പ്രണമിച്ചു. ആശാൻ കണ്ഠമിടറിക്കൊണ്ട് എല്ലാവരും കേൾക്കെ ഇങ്ങനെ പറഞ്ഞു: "ദിവ്യനാണ്... ദിവ്യൻ, സംശയോല്യ. അമാനുഷൻ! നിങ്ങളെല്ലാരും സംശയിക്കുന്നുണ്ടാവും, ഞാനാണ് കുമാരന്റെ വാളും പരിചയും തെറിപ്പിച്ചതെന്ന്. അല്ല കേട്ടോ... ഞാൻ കണ്ടിട്ടും കേട്ടിട്ടുമില്ലാത്ത ഒരടവാണത്. എന്റെ വാള് എന്റെ പരിചകൊണ്ടുതന്നെ ഈ ദിവ്യൻ വെട്ടിമുറിച്ചിട്ടു! തുളുനാട്ടിലും കേട്ടിട്ടില്ലാത്ത ഒരടവാണിത്."

ഇതെല്ലാംകണ്ട് സ്തംഭിച്ചിരുന്ന വലിയതമ്പുരാന് പരിസരബോധമുണ്ടായത് കുമാരൻ വന്ന് തന്റെ പാദത്തിൽ നമസ്കരിച്ചപ്പോഴാണ്. തമ്പുരാൻ കുമാരനെ എഴുന്നേല്പിച്ച് ആപാദചൂഡം ഒന്നു നോക്കി. ആ സമയം കുമാരൻ ഒരോല തമ്പുരാന്റെ കയ്യിൽ സമർപ്പി

ച്ച. അദ്ദേഹം അതുവാങ്ങി വായിക്കാൻ തുടങ്ങി. അതാ കാണികൾ മറ്റൊരത്ഭുതരംഗം കാണാൻ തയ്യാറാവുന്നു. അവരേവരും തമ്പുരാന്റെ മുഖത്തേയ്ക്ക് കണ്ണിമയക്കാതെ നോക്കി. ഓല വായിക്കുന്തോറും കണ്ണുകളിൽ ഓരോരോ ഭാവഭേദങ്ങൾ വന്നു തെളിയുന്നു, മറയുന്നു. അശ്രുക്കൾ ധാരധാരയായി പ്രവഹിക്കാൻ തുടങ്ങി. കുറേക്കഴിഞ്ഞപ്പോൾ അദ്ദേഹം അവശനായപോലെ കാണപ്പെട്ടു. അടുത്ത് നിന്നിരുന്ന കുമാരൻ തമ്പുരാനെ താങ്ങി. അംഗരക്ഷകന്മാർ അടുത്തു വന്നു. കുമാരൻ അവരോട് കുറച്ചു വെള്ളം കൊണ്ടുവരാൻ പറഞ്ഞു. ആളുകൾ പരിഭ്രാന്തരായി. ആർക്കുമൊന്നും പറയാനോ പ്രവർത്തിക്കാനോ കഴിഞ്ഞില്ല. മുഖത്ത് വെള്ളം തളിച്ചപ്പോൾ തമ്പുരാൻ ആലസ്യം മാറി എഴുന്നേറ്റു. കുമാരനെ ദൃഢമായി ആലിംഗനം ചെയ്തുകൊണ്ട് തൊണ്ടയിടറി ഇങ്ങനെ പറഞ്ഞുപോയി: “അയ്യപ്പാ, അപ്പനേ, ഇനി നീയാണ് ഇവിടത്തെ അരചൻ. നീ വേണം ഈ നാട്ടു ഭരിക്കാൻ. നിന്നെ ഞാൻ ഇളമുറയാക്കി വാഴിച്ചിരിക്കുന്നു!”

അപ്രതീക്ഷിതമായിരുന്നു ഈ കല്പന. ആർക്കുമൊന്നും മനസ്സിലായില്ല. ജനങ്ങളുടെ ഇടയിൽ നിന്ന് ഒരേ ഒരേ ഒരു ശബ്ദം മാത്രമേ ഉയർന്നുള്ളു: ‘അയ്യപ്പൻ! അയ്യപ്പൻ! ഇളവരചൻ! അയ്യപ്പൻ ഇളവരചൻ!’

6

പൂങ്കൊടി

"എടീ, നോക്കിക്കോ നീ"

"എന്തോന്നാ ചേട്ടാ."

"അല്ല നീ ചെവീലൊന്നു നുള്ളിക്കോ."

"കണ്ണപ്പൻ ചേട്ടന്റെ ചെവീലല്ല്യോ?"

"എന്റെ ചെവീൽ തൊട്ടാൽ, അ്, അപ്പോ അറിയാം."

"പിന്നെ ആരുടെ ചെവിക്കാ?"

"നിന്റെ ചെവിക്കുതന്നെ. നീയൊന്നു നുള്ളിക്കോടീ."

"ഇതെന്തോവാ ഈ കണ്ണപ്പൻ ചേട്ടൻ കാലത്തേ കിന്നാരം പറയാൻ വന്നിരിക്കുന്നത്?"

"എന്തോവാന്നോ? അതെല്ലാം ഞാൻ അമ്മാവനോടു പറഞ്ഞേയ്ക്കാം."

"ഓ, അച്ഛനോടു മാത്രമേ പറയോള്ളോ? എന്നോടും പറയണേ ചേട്ടാ."

"നീ വല്യ പയറ്റുകാരിയാണെന്ന് നിനക്ക് വലിയ തണ്ടുണ്ട്. എനിക്കുമറിയാടീ ഈ പയറ്റുമൊക്കെ."

"എന്നാൽ ചേട്ടാ ചേട്ടനൊന്നു പയറ്റ്യേ. കാണാമല്ലോ."

"നീയാ വാളും പരിചേം ഇങ്ങുതാ. ഞാൻ കാട്ടിത്തരാം."

"ദോ. ഒന്നു കാണട്ടെ."

"ഇനി നീയിത്തിരിയൊന്നു മാറി നിന്നേ."

"ഓ, മാറിനിന്നു. അല്ലേ ചേട്ടനെടത്തുകയ്യാ വശം? പരിച പിടിക്കുന്നതു വലത്തുകയ്യോണ്ടാണോ ചേട്ടാ. വാളുവേണം വലത്തുകയ്യിൽപ്പിടിക്കാൻ."

"ഓ കന്തം, അതു ഞാൻ മറന്നുപോയി."

"അല്ലാ ഒറ്റയ്ക്കുനിന്നാണോ പയറ്റുന്നത്?"

"പിന്നെ ആരുണ്ടെടീ എന്നോട്ടു പയറ്റാൻ?"

"ഞാൻ പോരേ?"

"ഫോടി പെണ്ണേ ഞാൻ പെണ്ണുങ്ങളോട്ടു പയറ്റൂല."

"എന്നാൽ അതാ അച്ഛൻ വരുന്നുണ്ട്."

കണ്ണപ്പൻ വാളും പരിചയും പെട്ടെന്നു താഴെയിട്ടു. പിൻതല ചൊറിഞ്ഞ് നാണിച്ചു നില്പായി.

"എന്താ കണ്ണപ്പാ നീം പയറ്റാൻ തുടങ്ങിയോ? പൂങ്കൊടിയാണോ നിന്റെ ആശാട്ടി?"

"അച്ഛാ കണ്ണപ്പൻചേട്ടനും ഒരാശ പയറ്റാൻ. എന്നോട്ടു പറഞ്ഞു ചേട്ടൻ കുറേ പഠിച്ചതാണ് പയറ്റെന്ന്."

"ഹഹഹ! എങ്ങനെ ചിരിക്കാതിരിക്കും? എടാ കണ്ണപ്പാ നീയെന്നാടാ പയറ്റുപഠിച്ചത്? മണ്ടശ്ശിരോമണി. നിനക്ക് പറ്റിയ പണി വള്ളമൂന്നോ കന്നാലിമേയ്ക്കലോ ആണ്. ഒരു പയറ്റുകാരൻ വന്നിരിക്കുന്നു പോടാ, അപ്പുറത്തെങ്ങാനും."

കണ്ണപ്പൻ 'അയ്യടാ' മട്ടിൽ 'അബദ്ധ'നായി വീണ്ടും പിൻതല ചൊറിഞ്ഞുകൊണ്ട്, അമ്മാവൻ കാണാതെ പൂങ്കൊടിയെ ഒന്നു കോക്രികാട്ടി അപ്പുറത്തേയ്ക്കുപോയി.

ചീരപ്പൻചിറ മൂപ്പനായ കുമാരപ്പണിക്കർ മകളെ നോക്കി തെല്ലു ഗൗരവഭാവത്തിൽ ഇങ്ങനെ പറഞ്ഞു: "എന്താ ചെയ്ക പൂങ്കൊടി! അവനൊരു മരങ്ങോടനായിപ്പോയി. എന്റെ തറവാട്ടിൽ ഇങ്ങനെയൊന്ന് പിറന്നല്ലോ. ആട്ടെ, നിന്നോടൊരു സംഗതി പറയാനുണ്ട്. ഇന്നിവിടെ ഒരു വലിയ ആൾ വരുന്നുണ്ട്."

"ആരാണച്ഛാ ഇത്ര വലിയ ഒരാൾ?"

"പേരു കേട്ടു നീ പേടിക്കയും മറ്റുമരുത്. പേടിക്കില്ലാ എന്നു തീർത്തു പറഞ്ഞാലേ പറയൂ."

"ഓ. ഈ അച്ഛന്റെ മകൾ ഒരു പേടിത്തൊണ്ടിയാണെങ്കിൽ അച്ഛൻ ഭയങ്കരപേടിക്കാരനാണെന്ന് സമ്മതിക്കണം. അതു സമ്മതിക്കാമോ അച്ഛൻ?"

"സമ്മതിക്കാം."

"എന്നാൽ ആ വലിയ ആളെ അച്ഛൻ ഇവിടെ കയറ്റില്ല തീർച്ച. അതിരിക്കട്ടെ. ആരാണ് അച്ഛന്റെ ആ വലിയ ആൾ?"

"ഉദയനരാജാവെന്ന് നീ കേട്ടിട്ടുണ്ടോ?"

"ങ്ഹേ? ആ കവർച്ചക്കാരനോ?"

"ശ്... ഉറക്കെപ്പറയാതെ, അദ്ദേഹം പണ്ടായിരുന്നു കവർച്ചക്കാരൻ, ഇന്നദ്ദേഹം ഒരു വലിയ രാജാവാണ്."

"എന്തിനാണച്ചാ അയാൾ വരുന്നത്?"

"അതൊക്കെ വലിയ രഹസ്യമാണ്. നീയൊരു കാര്യം ചെയ്യണം. ഇക്കഥ നിന്നെമാത്രമേ അറിയിക്കുന്നുള്ളു. അദ്ദേഹം വന്നുപോകുന്നതുവരെ വീട്ടും പരിസരവും നിന്റെ പ്രത്യേകം മേൽനോട്ടത്തിലായിരിക്കണം. ഞങ്ങൾക്കു രഹസ്യമായി പലതും ആലോചിക്കാനുണ്ട്. ആലോചന തീരുന്നതുവരെ നീ തന്നെ ഇവിടുത്തെ കരുതലും കാവലും, മനസ്സിലായോ?"

"ശരി, അച്ഛൻ ഇന്നാട്ടിലെ കിരീടംവെയ്ക്കാത്ത രാജാവല്ലേ? അച്ഛന്റെ ഈ മകൾ ഒരു പട്ടാളക്കാരന്റെ വേഷത്തിൽ ഇവിടെ കാവൽ നിന്നോളാം. എന്താ?"

പണിക്കർ മകളുടെ മുഖത്തേയ്ക്കു നോക്കി ഒന്നു ദീർഘമായി നിശ്വസിച്ചു. "അതെ മകളെ, എനിക്കു മകനും മകളുമായി നീ മാത്രമേ ഉള്ളു. മകനില്ലാത്തതിന്റെ വല്ലായ്മ നിന്റെ അതിസാമർത്ഥ്യം കൊണ്ട് ഞാൻ അറിയുന്നില്ല. ഈ കരപ്പുറം നാട്ടുമുഴുവൻ ഞാൻ അടക്കിവാണിട്ടും എനിക്കു സന്തോഷവും സംതൃപ്തിയുമില്ല. എന്റെ കാലശേഷം എനിയ്ക്കു തക്ക ഒരാൺതല ഇവിടെ നാട്ടുവാഴാൻ ഇല്ലാതെപോയല്ലോ. എന്റെ മോളെ എനിക്കൊരു മഹാറാണിയായി കണ്ടു മരിക്കണമെന്നേ ഉള്ളു."

പണിക്കരുടെ കണ്ണുനിറയുന്നത് പൂങ്കൊടി കണ്ടു. ധീരനായ പിതാവിന്റെ അശ്രുക്കൾ ധീരധീരയായ ആ പെൺകൊടിയുടെ ഹൃദയം തെല്ലൊന്ന് ചലിപ്പിച്ചു. എങ്കിലും അച്ഛനെ തന്റെ ഹൃദയദൗർബ്ബല്യം കാണിക്കരുതല്ലോ എന്നു കരുതി ഉചിതജ്ഞയായ ആ മകൾ ചിരിച്ചുകൊണ്ടു പറഞ്ഞു: "അച്ഛന്റെ ആശ ഞാൻ മഹാറാണിയാവണമെന്നല്ലേ? അതിനെന്താ ഈ കുടുംബത്തിന്റെ മഹാറാണി ഞാനല്ലാതെ മറ്റാരാണ്? ആട്ടെ, അച്ഛാ, അച്ചനിതുവരെ എന്നെ ആ പുതിയ അടവ് പഠിപ്പിച്ചില്ലല്ലോ."

"പൂഴിയങ്കത്തെപ്പറ്റിയല്ലേ നീ പറയുന്നത്? അതു ആണുങ്ങൾക്ക് മാത്രമുള്ള അടവാണു കുഞ്ഞേ. നീയെന്തിനാണ് അത് പഠിക്കുന്നത്? വലിയ പ്രയാസമുള്ള ഒന്നാണത്."

"ആട്ടെ. അച്ചനിതുവരെ എന്നെ പഠിപ്പിച്ചതെല്ലാം ഞാൻ ശരിക്കും പഠിച്ചില്ലേ? അതുകൊണ്ടു മനസ്സിലായിട്ടില്ലേ എനിക്ക് ഏതടവും പയറ്റാനൊക്കുമെന്ന്?"

"കുറച്ചുനാൾകൂടി കഴിയട്ടെ. പൂഴിയങ്കം നിന്നെയല്ലെങ്കിൽ നിനക്ക്

ചേർന്ന ഒരാളെ ഞാൻ പഠിപ്പിക്കാം. എന്താ പോരെ?"

"എന്നും അച്ഛനീസ്സൂത്രം പറയും. എനിക്കതു കേട്ടു മടുത്തു. കഷ്ടം ഞാൻ ഒരാണായി പിറന്നില്ലല്ലോ."

പൂങ്കൊടിയുടെ മുഖം പൂർവ്വാധികം തുടുത്തു. അവൾ പിണക്കം ഭാവിച്ച് അച്ഛന്റെ മുമ്പിൽനിന്നു തിരിഞ്ഞു നടന്നു. പണിക്കരാകട്ടെ വാത്സല്യം തുളുമ്പുന്ന സ്വരത്തിൽ മകളോടു ഇങ്ങനെ പറഞ്ഞു: "നീ പിണങ്ങിയാൽ പിന്നെ എനിക്കു വിശക്കുകില്ലല്ലോ. ഞാനിനി എന്താ ചെയ്ക?"

പൂങ്കൊടി അതൊന്നും കേട്ട ഭാവം വെയ്ക്കാതെ അകത്തേയ്ക്കുപോയി. പണിക്കർ അന്തേവാസികളിൽ ചിലരെ വിളിച്ച് ഏതോ ചില നിർദ്ദേശങ്ങൾ നല്കിയതിനുശേഷം കച്ചകെട്ടി നേരെ കരയിലേയ്ക്കു ചെന്നു.

ചേർത്തല തണ്ണീർമുക്കത്തുള്ള ചീരപ്പഞ്ചിറ കുടുംബം ഈഴത്തു നാട്ടിൽനിന്നു വന്നിട്ട് നാലഞ്ചു തലമുറയെങ്കിലും ആയിക്കാണും. ഈഴത്തു നാട്ടിലെ പ്രഭുക്കന്മാരായിരുന്ന ചീരപ്പഞ്ചിറക്കാർ ചേരനാട്ടിലെ നാടുവാഴികളുടെ പ്രത്യേക ക്ഷണപ്രകാരമാണ് കരപ്പുറത്തു വന്നു കുടിയേറിപ്പാർത്തത്. തണ്ണീർമുക്കവും അതിനു ചുറ്റുമുള്ള ദേശങ്ങളും ആ തറവാട്ടുകാർക്ക് കരമൊഴിവായി അക്കാലത്തേ കിട്ടിയിട്ടുള്ളതാണ്. ഓരോ നാടുവാഴിയും ചീരപ്പഞ്ചിറക്കളരിയിൽ പയറ്റി പേരെടുത്തവരെയാണ് സൈന്യാധിപന്മാരും സ്ഥാനികളുമായി നിയമിക്കാറ്. ഇപ്പോഴത്തെ മൂപ്പനായ കുമാരപ്പണിക്കർ പൂർവ്വികന്മാരുടെ ചിട്ടയെല്ലാം തുടർന്നുവന്നുവെന്നുമാത്രമല്ലാ, അവരെയെല്ലാം അതിശയിക്കുന്ന തരത്തിൽ ആയുധവിദ്യയിൽ പ്രഗത്ഭനാവുകയും ചെയ്തു. നാടുവാഴികൾ തമ്മിൽ എന്തെല്ലാം കുടിപ്പകയും പോരും മത്സരവും നടന്നാലും ചീരപ്പഞ്ചിറക്കാർ ഒന്നിലും ആരോടും കക്ഷിചേരില്ലാ എന്ന നിർബ്ബന്ധം ഇതുവരെ മുടങ്ങാതെ പാലിച്ചിരുന്നു. തന്മൂലം ആർക്കും അവിടത്തെ കളരിയിൽ ഇടതടവില്ലാതെ പ്രവേശിക്കാം; പയറ്റു പഠിക്കാം. പക്ഷേ, കുമാരപ്പണിക്കരുടെ പ്രതാപകാലമായപ്പോൾ സംഗതികൾക്ക് ചില മാറ്റംമറിച്ചിലുകൾ വന്നു. പണിക്കർക്ക് ആൺമക്കളുണ്ടായില്ല; മരുമക്കളിൽ ഒരാളുള്ളത് പയറ്റിലെന്നല്ല ഒന്നിലുംതന്നെ താൽപര്യമില്ലാത്തവനായി; ഒരേ ഒരു മകളുള്ളത്, ഒരാൺകുട്ടിയെ അതിശയിക്കുന്ന പ്രഭാവത്തോടെ വളരുന്നത് കണ്ട് പണിക്കർ സ്വയം ആനന്ദിച്ചെങ്കിലും ആ ആനന്ദത്തിൽ ഒരാപച്ഛങ്കയുടെ നിഴൽ വീശിയിരുന്നു. മകളെ നാടടക്കി വാഴുന്ന ഒരു മഹാറാണിയാക്കണമെന്ന ആഗ്രഹം പണിക്കരുടെ എല്ലാ പരിപാടികളുടേയും പിന്നിൽ നിഗൂഢമായി പ്രവർത്തിക്കാൻ തുടങ്ങി. കേരളത്തിലെ നാടുവാഴികൾ ജാതിശ്രേഷ്ഠതയുടെ

പേരിൽ തന്നോടു ബന്ധുത്വത്തിനു തയ്യാറാവില്ലെന്നു പണിക്കർക്ക് നല്ല നിശ്ചയമുണ്ട്. ഇനി ഒരു വഴിയേ ഉള്ളൂ. പ്രതാപംകൊണ്ടു മറ്റുള്ളവരെ ആക്രമിച്ചു കീഴടക്കി രാജശക്തി സ്ഥാപിക്കുക.

ആർക്കും യഥേഷ്ടം വന്നു പയറ്റുപഠിക്കാമായിരുന്ന കളരി കുറെക്കാലമായിട്ട് പണിക്കർ ഒരു രഹസ്യസ്ഥാപനമായി മാറ്റിക്കഴിഞ്ഞിരുന്നു. കരപ്പുറത്തുകാർക്കുമാത്രമേ കളരിയിൽ പ്രവേശനം കൊടുത്തിരുന്നുള്ളൂ. പണിക്കരുടെ ശിക്ഷണത്തിൽ അങ്ങനെ ഒന്നാംതരമൊരു അഭ്യാസിസംഘം അവിടെ രൂപം പ്രാപിച്ചു. കരപ്പുറത്തെ നാടുവാഴിസ്ഥാനം പണിയ്ക്കരുടെ തറവാട്ടിലേയ്ക്കെന്നു നാട്ടുകാർക്കും മറ്റുള്ളവർക്കും അതോടെ ബോദ്ധ്യപ്പെട്ടു.

ചീരപ്പഞ്ചിറമൂപ്പന്റെ കളരിയെപ്പറ്റിയും നാടുവാഴിസ്ഥാനത്തെപ്പറ്റിയും കേരളമെങ്ങും കേൾവിപ്പെട്ടു. കേരളത്തിലെ രാജാക്കന്മാർക്കു മൂപ്പന്റെ വർദ്ധിച്ചുവരുന്ന പ്രതാപൈശ്വര്യങ്ങളിലും അധികാരഗർവ്വത്തിലും ഭയാശങ്കകൾ ജനിച്ചുതുടങ്ങി. ഓരോരുത്തർക്കുമുണ്ട് പണിക്കരോടു പിണങ്ങാതെ കഴിയണമെന്ന ആഗ്രഹം: ആരും അതുകൊണ്ട് പണിക്കരെ നേരിട്ട് എതിർക്കാൻ ധൈര്യപ്പെട്ടില്ല.

ഉദയനന്റെ ചെവിയിലും പണിക്കരെപ്പറ്റിയുള്ള കഥകളെത്തി. ഇക്കഴിഞ്ഞ നാലഞ്ചു വർഷങ്ങളായി പരസ്പരം ദൂതന്മാർ മുഖാന്തരം ഇരുവരും തങ്ങളുടെ ആശയാഭിലാഷങ്ങൾ പ്രകടിപ്പിച്ചു തുടങ്ങിയിട്ട്. ഇരുവരുടേയും ഉദ്ദേശ്യം ഒന്നായിരുന്നു: രാജസ്ഥാനം ഉറച്ചുകിട്ടണം. രാജസ്ഥാനത്തോടൊപ്പം വംശസ്ഥാപനവും സാധിക്കണം.

ഒടുവിൽ ഉദയനൻ തന്നെ നേരിട്ടു ചീരപ്പഞ്ചിറമൂപ്പനെ കണ്ടു സംസാരിക്കാൻ തീർച്ചപ്പെടുത്തി. അവരുടെ സന്ദർശനം എത്രയും നിഗൂഢമായി വെയ്ക്കണമെന്നതായിരുന്നു നിശ്ചയം.

നേരം ഏതാണ്ട് സന്ധ്യമയങ്ങിയപ്പോൾ അഞ്ചാറു ഓടിവള്ളങ്ങളിലായി ഉദയനനും ആൾക്കാരും പണിക്കരുടെ ഭവനത്തിലെത്തി. വിശേഷിച്ച് ആഡംബരങ്ങളോ ആഘോഷങ്ങളോ ഇല്ലാതെതന്നെ ആ സന്ദർശനപരിപാടി നിർവ്വഹിച്ചു. അന്നുരാത്രി ഉദയനൻ പണിക്കരുടെ അതിഥിയായിത്തന്നെ അവിടെ കഴിഞ്ഞു.

നേരം പാതിരാകഴിഞ്ഞു കാണും. എങ്ങും പരന്ന പൂനിലാവത്തു തെങ്ങുംതലപ്പുകളിൽ ഇളങ്കാറ്റു വന്നു പതുങ്ങിക്കൂടി. വെള്ളമണലും നിലാവിൻ കുരുന്നുകളും ചേർന്നിണങ്ങി. പണിക്കരുടെ വിശാലമായ തെങ്ങുംതോപ്പ് കണ്ണിനും കരളിനും കർപ്പൂരമായി വിളങ്ങുന്ന കാഴ്ച ഉദയനന്റെ ഹൃദയത്തെ എന്തെന്നില്ലാതെ ആകർഷിച്ചു. അമ്പത്താറിനോടടുത്തിട്ടും അരോഗദൃഢഗാത്രനായിത്തന്നെ കഴിയുന്ന ഉദയന

ന്റെ ഹൃദയന്തരാളത്തിൽ ഒരനിർവാച്യമായ അനുഭൂതിയുടെ കന്ദളം കിളർന്നുവന്നു. അദ്ദേഹം മെല്ലെ പുറത്തേക്കിറങ്ങി; തെങ്ങുംതോപ്പിലുള്ള ഒരു ചെറുകൈത്തോടിന്റെ അരികിലേക്ക് അദ്ദേഹം നടന്നു. കൂടെ വന്നിട്ടുള്ള അംഗരക്ഷകന്മാരെല്ലാം സുഖസുഷുപ്തിയിലാണ്. എന്താണ് താൻ ചെയ്യാൻ പോകുന്നതെന്ന് അദ്ദേഹത്തിനു തന്നെ നിശ്ചയമില്ല. എങ്ങോട്ടാണ് പോകുന്നതെന്നും അറിഞ്ഞുകൂടാ. തോട്ടിന്റെ കരയ്ക്കുകൂടെ കുറേയധികം നടന്നു; ഒടുവിൽ കായലിന്റെ തീരത്തെത്തി.

വിശാലമായി കരകാണാതെ കിടക്കുന്ന ആ കായലിന്റെ വിരിമാറിൽ ചാഞ്ചാടുന്ന ചിറ്റോളങ്ങളിൽ ഉദയനൻ തന്റെ വികാരതരളിതമായ ഹൃദയത്തിന്റെ പ്രതിബിംബമാണ് കണ്ടത്. പരിസരബോധമില്ലാതെ അദ്ദേഹം അവിടെത്തന്നെ നിന്നുപോയി.

പെട്ടെന്ന് ഒരു പേലവകരം ഉദയനന്റെ ഭുജത്തിൽ തൊട്ടപോലെ തോന്നി. ഉടലാകെ അടിമുടി പുളകപ്പൂമൊട്ടു മാലയണിഞ്ഞ ഉദയനൻ തിരിഞ്ഞുനോക്കിയപ്പോൾ കണ്ട കാഴ്ച എന്തുപറയട്ടെ. ചുരുൾമുടിക്കെട്ട് അഴിച്ചിട്ട്, ഒരു കൈയ്യിൽ ഒരു കൊച്ചുതുഴയുമായി, വെള്ളമുണ്ടുകൊണ്ടു തറ്റുടുത്ത്, മറയ്ക്കാത്ത മാറിടത്തിൽ നിശ്വാസം തങ്ങിത്തുളുമ്പുമാറ്, തന്നെ ഇടംകണ്ണിട്ട് നോക്കിനിൽക്കുന്ന ഒരു സുന്ദരീരത്നം മുന്നിൽ നിൽക്കുന്നു. അവൾ ഒരക്ഷരം ഉരിയാടാതെ ആംഗ്യംകൊണ്ടു അടുത്തു കിടന്ന കളിയോടത്തിലേക്ക് ആ ഏകാന്തകാമുകനെ ക്ഷണിച്ചു. അനുസരണയുള്ള കുട്ടിയെപ്പോലെ ഉദയനൻ അതിൽ കയറി. ഓടത്തിൽ ഒരു കാൽവെച്ച്, തുഴകൊണ്ട് ഉടലിന്റെ ഭാരം താങ്ങി ആ സൗന്ദര്യധാമം അതിലേക്കു കയറി മടമ്പുമടക്കി കുത്തിയിരുന്നപ്പോൾ ഓടവും ഉദയനന്റെ ഉള്ളും ഒന്നിച്ചു ചാഞ്ചാടി. പരന്ന കായലിന്റെ വിരിമാറിലേക്ക് ആ ചിറ്റോടം കുതിച്ചു പാഞ്ഞു.

നേരിയ ഒരു ഗാനശകലം ആ കന്യകയുടെ കണ്ഠനാളത്തിൽ നിന്നു വിനിർഗ്ഗളിച്ചത് ചന്ദ്രികയിൽ ലയിച്ചുചേർന്നു. പെട്ടെന്ന് ആകാശം കോളുകൊണ്ടു. തണ്ണീർമുക്കം കായലിൽ കോളിളകി. അതാ ആ ചിറ്റോടം ഓളപ്പാത്തിയിൽ വീണു. ഉദയനൻ ഇരുന്നിടത്തുനിന്നു മറിഞ്ഞു. ആ കന്യക കൈയ്യൊട്ടി ചിരിച്ചാർത്തു. ആ പൊട്ടിച്ചിരിയുടെ കിലുകിലാരവം ചെന്നവസാനിച്ചത് വാൾത്തലപരിചയിൽച്ചെന്ന് തെരുതെരെ മുട്ടുന്ന "ഝംഝൽ"കാരത്തിലായിരുന്നു.

എന്താണിത്? താൻ ഉറങ്ങുകയായിരുന്നോ? ഉദയനൻ കണ്ണുമിഴിച്ച് ഒന്നുകൂടി നോക്കി. എവിടെയാണ് താൻ? എവിടെ കന്യക? കായലിന്റെ നടുക്കുള്ള വല്ല ദ്വീപിലുമാണോ താൻ ചെന്നുപെട്ടിരിക്കുന്നത്? ഒന്നുകൂടി കണ്ണുതുടച്ചുനോക്കി. വാളും പരിചയും തമ്മിലു

ള്ള കൂട്ടിയടി തെല്ലകലെനിന്നു കേൾക്കാം. ഉദയനൻ അങ്ങോട്ടേയ്ക്ക് ഓടിയണഞ്ഞു, അതാ, തന്റെ അംഗരക്ഷകരിൽ ചിലർ ഒറ്റയ്ക്ക് ഒരു യുവാവിനോട് ഏറ്റുമുട്ടുന്നു.

"ആരത്? എന്താണത്? നിർത്തിൻ!" ഉദയനൻ വിളിച്ചു പറഞ്ഞു.

പോരു നിർത്തി, ഉദയനൻ അടുത്തുചെന്ന് അംഗരക്ഷകന്മാരെയും ആ യുവാവിനെയും സൂക്ഷിച്ചു നോക്കി.

"എന്താണിത്? നിങ്ങളാര്?" അംഗരക്ഷകന്മാരിൽ ഒരാളാണ് ഇതിനുത്തരം പറഞ്ഞത്: "അവിടന്ന് കാറ്റുകൊള്ളാൻ പുറത്തിറങ്ങിയതുകണ്ടു ഞങ്ങളും പിന്നാലെ പുറപ്പെട്ടു. ആപത്തുണ്ടാകുമെന്നു ശങ്കിച്ചു. അപ്പോഴുണ്ട് ഇതാ ഈ ചെറുപ്പക്കാരൻ ഊരിയ വാളുമായി അങ്ങയെ അറിയാതെ പിന്തുടരുന്നു. ഞങ്ങൾ ഏറ്റുമുട്ടി."

ഉദയനൻ ആ ചെറുപ്പക്കാരനെ സൂക്ഷിച്ചുനോക്കി. അയാൾ അല്പം അകലെ മാറി വാളും പരിചയും പിടിച്ചു കൊണ്ടു തലതാഴ്ത്തി നില്ക്കുകയാണ്.

"നിങ്ങളാര്?"

"മൂപ്പന്റെ ആള്."

"മൂപ്പൻ പറഞ്ഞിട്ടാണോ എന്റെ പിന്നാലെ വന്നത്?"

"അതെ."

"രക്ഷയ്ക്കോ ശിക്ഷയ്ക്കോ."

"അതിഥികളെ രക്ഷിച്ചേ ഇവിടെ അറിവുള്ളൂ."

"ഇവരുമായി ഏറ്റുമുട്ടാൻ?"

"അവരോടു ചോദിക്കണം."

"നിങ്ങളാണോ ആദ്യം ഈ ചെറുപ്പക്കാരനുമായി ഏറ്റത്?"

"ക്ഷമിക്കണം ശത്രുവാണെന്നു കരുതി ഞങ്ങൾ എതിർത്തതാണ്."

"മിടുക്കൻ. മിടുമിടുക്കൻ. ഞാനെന്തുതരണം നിങ്ങൾക്കെന്ന് ആലോചിക്കയാണ്. മൂപ്പനോട് നമുക്കുള്ള ബഹുമാനം വളരെ വർദ്ധിച്ചിരിക്കുന്നു. ഞാനിവിടെ കാറ്റുകൊള്ളാൻ വന്നിട്ട് ഉറങ്ങിപ്പോയി. നിങ്ങൾ എന്റെ പിന്നാലെ വന്നില്ലായിരുന്നെങ്കിൽ! എന്തോ, ഞാനുറങ്ങിപ്പോയി. ഒരു ദുഃസ്വപ്നം കണ്ടു, ശരി, വരിൻ. നമുക്കു തിരിച്ചുപോവാം. മൂപ്പനോട് നമുക്കുള്ള ബഹുമാനം അറിയിക്കാൻ ഇനി വൈകരുത്."

അവർ ഭവനത്തിന്നഭിമുഖമായി നടന്നു. അല്പം കഴിഞ്ഞപ്പോൾ മൂപ്പന്റെ നേതൃത്വത്തിൽ കുറേപ്പേർ അവർക്കെതിരെ വരുന്നതു കണ്ടു. എല്ലാവരും പരിഭ്രാന്തരായ മട്ടിൽ കാണപ്പെട്ടു.

"ഇല്ല. ഒന്നും ഭയപ്പെടാനില്ല. അങ്ങനെ ഒരബദ്ധം പറ്റി, മൂപ്പൻ"

ഉദയനൻ അവരെ ആശ്വസിപ്പിച്ചു. "ഇതാ, നിങ്ങൾ എന്റെ രക്ഷയ്ക്കു നിയോഗിച്ച ഈ ചെറുപ്പക്കാരനോട് എനിക്കു തീർത്താൽതീരാത്ത കടപ്പാടുണ്ട്. സമർത്ഥനായ യുവാവ്."

മൂപ്പൻ തെല്ലൊരു പുഞ്ചിരിയോടെ ആ യുവഭടനെ നോക്കിപ്പറഞ്ഞു: "മോളേ, പൂങ്കൊടി, എനിക്കിപ്പോൾ തൃപ്തിയായി. നീയെന്റെ അഭിമാനം സംരക്ഷിച്ചു!"

ജീവിതത്തിലൊരിക്കലും ഞെട്ടലെന്തെന്നറിഞ്ഞിട്ടില്ലാത്ത ഉദയനൻ അന്നാദ്യമായി അതിന്റെ സ്വഭാവം മനസ്സിലാക്കി. ഒരു വീരഭടന്റെ വേഷമണിഞ്ഞുനില്ക്കുന്ന ആ കുമാരിയിൽ ശക്തിസ്വരൂപിണിയായ ഒരു സൗന്ദര്യധാമത്തെയാണ് ഉദയനൻ ദർശിച്ചത്. കാണുന്തോറും കണ്ണുകളെ അവിശ്വസിയ്ക്കാനാണ് തോന്നിയത്. ആ കന്യകയാകട്ടെ ഉദയനന്റെ അത്ഭുതസ്മിതമായ വീക്ഷാശക്തി സഹിക്കാത്തമട്ടിൽ പെട്ടെന്ന് വിഷയം മാറ്റി:

"അച്ഛാ, നമ്മുടെ പൂജ്യനായ അതിഥിയോട് അപേക്ഷിക്കണേ, അസമയത്തു ഇനിയും ഒറ്റയ്ക്കിറങ്ങി നടക്കരുതെന്ന്."

ഉദയനന്റെ അത്ഭുതാദരങ്ങൾ ലജ്ജയായി മാറി. ഇങ്ങനെ ഒരാഘാതം ആ ലാളിത്യത്തിൽനിന്ന് തന്റെ പൗരുഷത്തിന്മേൽ ഏല്ക്കുമെന്ന് അദ്ദേഹം കരുതിയില്ല.

"എന്തേ പൂങ്കൊടി അദ്ദേഹം ഒരു വീരപുരുഷനല്ലേ? ഒറ്റയ്ക്കിറങ്ങിയാലും ഏതാപത്തും ചെറുത്തുനില്ക്കാൻ കരുത്തുള്ള ഒരു മഹാനാണ് അദ്ദേഹം."

ഇതുവരെ ഒന്നും പറയാൻ ശക്തിയും വിഷയവുമില്ലാതിരുന്ന ഉദയനൻ ഇപ്പോൾ മൗനം ഭഞ്ജിക്കാൻ തീരുമാനിച്ചു: "ക്ഷമിക്കണം, കുമാരി. കുമാരിയുടെ ആജ്ഞപോലെ നടക്കാൻ ഞാൻ തീരുമാനിച്ചു കഴിഞ്ഞു."

"എന്റെ ആജ്ഞയല്ല അച്ഛന്റെ നിർദ്ദേശമാണ് ഞങ്ങളുടെ അതിഥിയായിരിക്കുന്നേടത്തോളം അങ്ങു അനുസരിക്കേണ്ടത്."

"ഭേഷ് ഭേഷ്. എന്തിനുംപോന്ന കുട്ടിയാണു കുമാരി. പണിക്കരേ, നിങ്ങൾതന്നെ മഹാഭാഗ്യവാൻ."

"സമയം അതിക്രമിച്ചിരിക്കുന്നു. ഇനി നാളെയും പല കാര്യങ്ങൾ ആലോചിക്കേണ്ടതുണ്ട്. അതുകൊണ്ട് നമുക്ക് കിടക്കാം."

പണിക്കരുടെ നിർദ്ദേശപ്രകാരം ഓരോരുത്തരും യഥാസ്ഥാനത്തേക്ക് പിരിഞ്ഞുപോയി. ഉദയനന്റെ മനോരാജ്യത്തിൽ അന്നരാത്രി നിദ്രാദേവിക്കുപകരം ചിന്താശതങ്ങളുടെ കോമരപ്പടയാണ് കോയ്മ നടത്തിയത്.

7

അഗ്നിശർമ്മന്റെ ശങ്ക

പന്തളത്തെ ഇളവരചസ്ഥാനം ആ കോമളാകാരനായ വീരയോദ്ധാവിനു കല്പിച്ചുകൊടുത്തതിൽ നാട്ടാർക്കാർക്കും വലിയതമ്പുരാനോടു ഒരു വിരോധവും തോന്നിയില്ല. കളരിയിൽവെച്ച് കാണികളുടെ കണ്ണും കരളും കവർന്ന അയ്യപ്പനെ ഒരതിമാനുഷനായിട്ടാണ് കടുത്തയാശാൻ പോലും കണക്കാക്കിയത്. അന്നത്തെ പയറ്റു നേരിട്ടു കണ്ടവർക്കെല്ലാം അത് ബോദ്ധ്യപ്പെടുകയും ചെയ്തു. കാഴ്ചക്കാരായ നാട്ടുപ്രമാണിമാരുടെ മനസ്സിൽ തോന്നിയത് വലിയതമ്പുരാൻ ഉറക്കെക്കല്പിച്ചുവെന്നാണ് പലരും പിന്നീട് പറഞ്ഞത്.

എങ്കിലും ഒരു രഹസ്യം ആർക്കും മനസ്സിലായില്ല. വലിയതമ്പുരാൻ അയ്യപ്പന്റെ കയ്യിൽനിന്ന് എന്തോ ഒരോലവാങ്ങി വായിച്ച് മോഹാലസ്യപ്പെട്ടതും ആലസ്യം തെളിഞ്ഞ ഉടതന്നെ ആവേശപൂർവ്വം അയ്യപ്പനെ ഇളവരചനായി വാഴിച്ചതും തമ്മിൽ എന്തെങ്കിലും ബന്ധമുണ്ടോ? എന്തായിരിക്കും ആ ഓലയിലെ കഥ? ആരുടെ എഴുത്താണത്? അയ്യപ്പൻ എവിടന്നുവന്നു? ആരുടെ മകൻ? എന്ത് ജാതി?

ആരാണിതൊക്കെ വലിയതമ്പുരാനോട് നേരിട്ട് ചോദിക്കുന്നത്? ആർക്കുമില്ല അതിന് ധൈര്യം. ഒരാൾക്കു ചോദിക്കാം. പക്ഷേ ആ ആള് ചോദിച്ചിട്ടുണ്ടാകുമോ? ഉണ്ടെങ്കിൽ ശരിയായ ഉത്തരം കിട്ടിക്കാണും. കൊട്ടാരത്തിലും പരിസരത്തിലും ഉള്ളവർ ഇങ്ങിനെ പല ശങ്കകൾക്കും വിധേയരായി.

വലിയതമ്പുരാനോട് ചോദിക്കാൻ ധൈര്യം അവിടത്തെ പട്ടമഹിഷിക്കേ ഉള്ളൂ. പട്ടമഹിഷിയാകട്ടെ ആ അരമനയിൽ വന്നിട്ട് അഞ്ചാറു വർഷത്തിൽ കൂടുതലായിട്ടില്ല. നിത്യബ്രഹ്മചാരിയായി ജീവിക്കാൻ

കൊതിച്ച വലിയതമ്പുരാൻ പലരുടെയും നിർബന്ധം കലശലായ പ്പോൾ തെക്കുംകൂർ രാജാവിന്റെ പട്ടമഹിഷിയുടെ സഹോദരിക്ക് പട്ടും കച്ചയുംകൊടുത്ത് അവരെ പന്തളം കൊട്ടാരത്തിലെ അമ്മച്ചി യാക്കിയിരിക്കയാണ്. തെക്കുംകൂറുമായി അങ്ങിനെയൊരു ബന്ധം സ്ഥാപിക്ക എന്നതു അക്കാലത്ത് പന്തളത്തിന് ഒരത്യാവശ്യ സംഗ തിയുമായിരുന്നു. പന്തളം രാജവംശം പാണ്ടിനാട്ടിൽനിന്ന് വന്നിട്ട് അഞ്ചാറ് തലമുറ കഴിഞ്ഞെങ്കിലും, അവിടേയുള്ളവർ ശുദ്ധകേരളീയ സമ്പ്രദായവും ദായക്രമവും സ്വീകരിച്ചിട്ട് നാലഞ്ചു തലമുറകളായെങ്കി ലും, കേരളത്തിലെ മറ്റു രാജാക്കന്മാരുമായി നയതന്ത്രപരമായും മറ്റും ബന്ധം സ്ഥാപിക്കണമെങ്കിൽ, ഇങ്ങനെയൊരു കർമ്മം നടത്തിയേ പറ്റൂ എന്നു മന്ത്രിമാർ ഉപദേശിച്ചതിന്റെ ഫലമാണ് ഈ വിവാഹം.

മന്ത്രിമാർ അങ്ങനെ ഉപദേശിച്ചതിന് വേറേയും ചില കാരണങ്ങളു ണ്ട്. പന്തളം കൊട്ടാരത്തിൽ വലിയതമ്പുരാന്റെ സഹോദരികൾ പെറ്റ സന്താനങ്ങളുണ്ടായിട്ടുണ്ടെങ്കിലും അടുത്ത രാജ്യാവകാശി ആകത്ത ക്കവണ്ണം പുത്രസന്താനം ആർക്കുമുണ്ടായിരുന്നില്ല. ഇപ്പോഴത്തെ വലിയതമ്പുരാന്റെ കാലശേഷം ആര് ഭരിക്കും എന്ന ചിന്ത അദ്ദേഹ ത്തിനും മന്ത്രിമാർക്കും നാട്ടാർക്കും വളരെക്കാലമായി മനഃപീഡയു ണ്ടാക്കിയിരുന്നു. ദത്തെടുക്കുക എന്നൊരുവഴി മാത്രമേ പിന്നെയു ള്ളൂ. അങ്ങനെ ദത്തെടുക്കണമെങ്കിൽ രാജ്യവംശത്തിൽനിന്നുവേണം താനും. അതിനുള്ള വഴിയൊരുക്കാനാണ് തെക്കുംകൂറുമായി വലിയത മ്പുരാനെ വിവാഹംകൊണ്ടു ബന്ധിച്ചത്.

അയ്യപ്പനെ ആകസ്മികമായി രാജാവകാശിയാക്കിയപ്പോൾ അരമ നയിലെ അമ്മച്ചിക്ക് അല്പമൊരു വല്ലായ്മയുണ്ടാകുമെന്ന് മന്ത്രിമാരും നാട്ടുപ്രമാണികളും ആശങ്കിച്ചതിൽ തെറ്റില്ല. പക്ഷേ, അമ്മച്ചിയുടെ മുഖഭാവവും മട്ടും മാതിരിയും സൂക്ഷ്മമായി നിരീക്ഷണം ചെയ്തിരുന്ന അക്കൂട്ടർക്ക് അങ്ങനെയൊരു സംശയം അസ്ഥാനത്തിലാണെന്ന് ബോധ്യപ്പെട്ടു.

അയ്യപ്പന്റെ വരവിനുശേഷം വലിയതമ്പുരാൻ ആകെ ആളൊന്നു മാറിയിരിക്കുന്നു. മായാദേവിയെ കാണാതായ ദിവസം മുതൽ അദ്ദേ ഹത്തിന് അകാലവാർദ്ധക്യം പിടിപെട്ടപോലെയായി. എപ്പോഴും മൗനം; ഒന്നിലുമില്ല ശ്രദ്ധ. ഈ മട്ടിന് തെല്ലൊരു മാറ്റമുണ്ടായതു ആണ്ടുപയറ്റ് തുടങ്ങിയശേഷമാണ്. എന്നിട്ടും തമ്പുരാന്റെ പഴയ ഉത്സാഹവും ഉശിരും തിരിച്ചുവന്നില്ല. അഞ്ചെട്ടു വർഷം അങ്ങിനെ കഴി ഞ്ഞപ്പോഴാണ് മറ്റുള്ളവരുടെ നിർബ്ബന്ധത്തിന് വഴിപ്പെട്ട് പട്ടും കച്ചയു മിട്ടത്. അപ്പോഴേക്കും നാല്പത്തഞ്ച് വയസ്സ് കഴിഞ്ഞിരുന്നു തമ്പുരാന്;

പട്ടും കച്ചയുമിട്ടുകൊണ്ടുവന്ന പട്ടമഹിഷിക്ക് കഷ്ടിച്ച് പതിനേഴും! ഈ ബന്ധം തമ്പുരാന്റെ മാനസോല്ലാസത്തിന് വഴിതെളിച്ചു. നവയൗവനവും വന്നു നാൾതോറും വളരുന്ന നവോഢയുടെ സഹവാസം. സ്ഥാനംകൊണ്ട് വലിയതമ്പുരാനായിരുന്ന അദ്ദേഹത്തെ പ്രായത്തിൽ ഒരു കൊച്ചുതമ്പുരാനാക്കി മാറ്റിയിരുന്നു. എങ്കിലും ഇടയ്ക്കിടയ്ക്ക് വലിയതമ്പുരാനെ ഏതോ വിഷാദചിന്ത അലട്ടിക്കൊണ്ടിരുന്നുവെന്ന് അടുത്തു പെരുമാറുന്നവർക്കെല്ലാം മനസ്സിലായിട്ടുണ്ട്.

അയ്യപ്പന്റെ സമാഗമംകൊണ്ട് വലിയതമ്പുരാന്റെ ശരീരവും മനസ്സും ഒരുപോലെ ഊർജ്ജസ്വലമായി. പട്ടമഹിഷിക്കും - മഹിഷിയമ്മച്ചി എന്നാണവരെ എല്ലാവരും വിളിച്ചിരുന്നത് - തമ്പുരാന്റെ ഈ മാറ്റത്തിൽ എന്തെന്നില്ലാത്ത സന്തോഷമുണ്ടായി. ഇതിന് ഹേതുഭൂതനായ അയ്യപ്പനോട് മഹിഷിയമ്മച്ചിക്ക് അതിരറ്റ സ്നേഹബഹുമാനങ്ങൾ തോന്നിയതിൽ അത്ഭുതമില്ല.

അയ്യപ്പൻ പന്തളം അരമനയിലെ ഒരംഗമെന്ന നിലയ്ക്ക് താമസം തുടങ്ങി ഒരു മൂന്നാലുമാസങ്ങൾ കഴിഞ്ഞപ്പോൾ വലിയതമ്പുരാനും അമ്മച്ചിയുമായി ഇങ്ങനെ ഒരു സംഭാഷണം നടന്നു.

വ: തമ്പുരാൻ: അപ്പനെപ്പറ്റി എന്താ അഭിപ്രായം മായിക്ക്?

അമ്മച്ചി: എന്താ പറയാ? അന്നത്തെ ആ പയറ്റുകണ്ടപ്പോൾ ഒരവതാരപുരുഷനാന്നാ തോന്നിയത്.

വ: തമ്പുരാൻ: സംശയോല്യ, അങ്ങനെത്തന്നെയാ ആർക്കും തോന്നുക. നമുക്കിവിടെ സന്താനോല്യാന്ന് ദുഃഖിച്ചിരിക്കുമ്പോൾ സാക്ഷാൽ ശബരിമല ശാസ്താവിന്റെ അനുഗ്രഹംകൊണ്ട് കിട്ടിയ ഉണ്ണിയാണാ അയ്യപ്പൻ.

അമ്മച്ചി: അതുകൊണ്ടാണല്ലോ അവിടുന്ന് അയ്യപ്പനെ യുവരാജാവായി ഉടൻ വാഴിച്ചത്. അതിൽ...

വ: തമ്പുരാൻ: ഉം. മുഴുവൻ പറയൂ. എന്താ മായി സംശയിക്കുന്നത്?

അമ്മച്ചി: ഒന്നുമല്ല; പെട്ടന്നങ്ങനെ ഒരു തീരുമാനത്തിലെത്തിയപ്പോൾ ചിലർക്കൊക്കെ ഒരു ശങ്കയുണ്ടാവാൻ വഴിയായി.

വ: തമ്പുരാൻ: എന്തേ, ചിലർക്കെന്നു മാത്രം പറഞ്ഞത്? എല്ലാവർക്കുമുണ്ടാവും ശങ്ക. അതറിയാനുള്ള ബുദ്ധി എനിക്കുല്യേ? മായിക്കുണ്ടായില്ലേ ഒരു ശങ്ക?

അമ്മച്ചി: ഇവിടുന്നു തീരുമാനിച്ചാൽ പിന്നെ അടിയനെന്തിന് ശങ്കിക്കുന്നു?

വ: തമ്പുരാൻ: അതു ശരിയല്ലാ അപ്പറഞ്ഞത്. ഞാൻ ഒരു നിമിഷത്തിനകം തീരുമാനിച്ചപ്പോൾ എല്ലാർക്കുമുണ്ടായപോലെ മായിക്കും

ഉണ്ടായിക്കാണും സംശയം. എന്തിനാ മറച്ചുവെയ്ക്കണെ?

അമ്മച്ചി: എന്തോ ഒരോല വായിച്ചപ്പോൾ ഇവിടത്തേക്ക് ആലസ്യമുണ്ടായി; ആലസ്യംവിട്ട് ഉണർന്ന ഉടനെ ഇളവരചനായി അയ്യപ്പനെ വാഴിക്കയും ചെയ്തു. അതിലാണ് അടിയന് തോന്നിയ സംശയം.

വ: തമ്പുരാൻ: അതിലത്ഭുതമില്ല. ഒട്ടും അത്ഭുതമില്ല, തോന്നാം; ധാരാളമായും തോന്നാം. തോന്നിക്കോട്ടെ മായി; തോന്നിക്കോട്ടെ.

അമ്മച്ചി: ചോദിക്കാൻ വിഷമമുണ്ട്; അറിയാൻ കൗതുകവുമുണ്ട്. പറയാവുന്നതാണെങ്കിൽ ഇതിനകം പറയുമായിരുന്നു അടിയനോട് എന്നും നിശ്ചയമുണ്ട്.

വ: തമ്പുരാൻ: പറയാൻ പാട്ടുള്ളതെല്ലാം പറയാൻ വിഷമോല്യ എന്നറിഞ്ഞുകൂടെ? പക്ഷേ, ഇക്കാര്യം മാത്രം പറയാറായിട്ടില്ല, ആരോട്ടുംതന്നെ, മായിക്കതിൽ വിഷമോം തോന്നരുത്.

അമ്മച്ചി: അടിയനതിൽ യാതൊരു വിഷമോം തോന്നീട്ടല്ല. എങ്കിലും അറിയാനൊരു കൊതി തോന്നി. അതുകൊണ്ട് ഇത്രേം തുറന്നുപറഞ്ഞെന്നേ ഉള്ളൂ.

വാതിൽക്കൽ ഒരു ഭടൻ വന്നു നിന്നു. വലിയതമ്പുരാൻ “ആരാത്?” എന്നു കല്പിച്ചു ചോദിച്ചപ്പോൾ “അഗ്നിശർമ്മൻ നമ്പൂതിരിപ്പാട് മുഖം കാണിക്കാൻ കാത്തു നിൽക്കുന്നു” എന്ന് ഭടൻ അറിയിച്ചു.

“ആരു? ശാന്തിക്കാരൻ നമ്പൂതിരിയോ? വരാൻ പറ” എന്നു വലിയതമ്പുരാൻ കല്പിച്ചപ്പോൾ ഏതാണ്ട് അമ്പതമ്പത്തഞ്ച് വയസ്സു പ്രായം തോന്നിക്കുന്ന അഗ്നിശർമ്മൻ നമ്പൂതിരിപ്പാട് വലിയതമ്പുരാന്റെ മുൻപിൽ വന്നു ഓച്ഛാനിച്ചുനിന്നു.

വ: തമ്പുരാൻ: വരാം നമ്പൂരി. ഇരിക്കാം അവിടെ. ആ ആവണപ്പലകയിൽത്തന്നെ ഇരിക്കാം.

നമ്പൂതിരി: അല്ല; ഇരുന്നോളാം. ഇതാ, ഇരിക്ക്യായി.

വ: തമ്പുരാൻ: എന്താ നമ്പൂരി, പതിവില്ല്യാണ്ട്?

നമ്പൂതിരി: പതിവില്ലാത്ത പലതും കാണുകേം കേൾക്കുകേം ചെയ്യുമ്പോൾ പതിവു വിട്ടൊന്നു വരാതേം കഴിയില്ലാന്നുവെച്ചു.

വ: തമ്പുരാൻ: എന്താ നമ്പൂരി ഇപ്പറയുന്നത്? ഒന്നും മനസ്സിലാവണില്ലല്ലോ.

നമ്പൂതിരി: അല്ലാ നമ്മളേ, ഹിന്ദുക്കളല്ലേ? വിശേഷിച്ചും സവർണ്ണർ? തീണ്ടലും തൊടീലുമുള്ള ജാതിയല്ലേ?

വ: തമ്പുരാൻ: ആണല്ലോ അതിനിപ്പോൾ എന്തുപറ്റി?

നമ്പൂതിരി: അതൊന്നും ഇപ്പോൾ ഇല്ല്യാണ്ടായിരിക്കുണ.

വ: തമ്പുരാൻ: മനസ്സിലാവണില്ല്യ.

നമ്പൂതിരി: അതൊന്ന മനസ്സിലാക്കാനാ വന്നിരിക്കണെ. എന്തുത ന്നെ അവിടേയ്ക്ക തോന്നിയാലും ശരി.

വ: തമ്പുരാൻ: വളച്ചുകെട്ടാതെ ഉള്ള കാര്യം നേരെയങ്ങ് പറയൂ നമ്പൂരി.

നമ്പൂതിരി: അല്ല, പറഞ്ഞാൽ മുഷിച്ചല് തോന്നരുതെട്ടോ. തോ ന്ന്യാലും ഇതു പറയാതെവയ്യ. ഇവിടുത്തെ ഇളവരചനില്ലേ, കാര്യം ഇത്ര കടന്നിട്ടാ.

വ: തമ്പുരാൻ: എന്തു ചെയ്തു ഇളവരചൻ?

നമ്പൂതിരി: പറയാൻ ഭയോണ്ട്. ആള് ഇത്രകടന്ന വീരനും അല്ലേ? ഇവിടെ വന്നതിന്റെ പിറ്റേമാസോ അതിന്റെ പിറ്റേമാസോ, നല്ല നിശ്ച യോല്യ, (ഇത്രയും പറഞ്ഞു ചുറ്റുമൊന്നും കണ്ണോടിച്ച് മറ്റാരുമില്ലെന്ന് ബോദ്ധ്യം വരുത്തിയശേഷം പതിഞ്ഞ സ്വരത്തിൽ) കുറെ ഉള്ളാടന്മാ രേം, കുറവരേം, പറയരേം എന്നുവേണ്ട എങ്കണ്ട സകല ജാതികളേം കൂട്ടുപിടിച്ച് ആ മലയോരത്ത്, ആയായ്, ശിവ ശിവ, ഇനിയൊന്നും പറയാൻ വയ്യേ.

വ: തമ്പുരാൻ: ഓഹോ ഇത്രേ ഉള്ളോ? അതെല്ലാം ഞാൻ അറി ഞ്ഞിരിക്കണ നമ്പൂരി. അതെല്ലാം അപ്പൻ എന്നോട് ചോദിച്ചിട്ടാ ചെയ്തത്.

അഗ്നിശർമ്മൻ നമ്പൂതിരിയുടെ മുഖത്ത് ഒരു 'ജാള്യ'മുണ്ടായത് വലിയതമ്പുരാൻ സൂക്ഷിച്ചു. അമ്മച്ചിയുടെ മുഖത്തു ഒരു പുഞ്ചിരി പൊടിഞ്ഞത് നമ്പൂതിരിയുടെ വല്ലായ്മയ്ക്കു വളമായിത്തീർന്നു.

നമ്പൂതിരി: ശിവശിവ! അതു ഞാൻ ധരിക്കയുണ്ടായില്ലാട്ടോ. ഇവി ടന്ന് അറിഞ്ഞാണ് അതൊക്കെ ചെയ്തത് എന്നു മനസ്സിലാക്കിയിരു ന്നെങ്കിൽ ഞാൻ ഈ വിഡ്ഢിത്തോന്നും ഇവിടെ എഴുന്നെള്ളിക്കില്ലാ യിരുന്നു. അപ്പോൾ, എന്താണാവോ ഇതിന്റെയെല്ലാം ഒരു ഒരു ഇത്?

വ: തമ്പുരാൻ: നമ്പൂരീ, അവരും നമ്മുടെ നാട്ടിലുള്ളോരല്ലേ? അവ രേം നമ്മള് നന്നാക്കി എടുക്കണ്ടെ? അവർക്കു വേണ്ട അറിവും ബോ ധോം കൊടുത്താൽ നമ്മുടെ നാട് ഒന്നുകൂടി ബലപ്പെടുത്താം. ഇനി യൊന്നുകൂടി ധരിച്ചോളൂ, നമ്പൂരി. അവരെക്കൊണ്ട് നല്ലൊരു സൈന്യ മുണ്ടാക്കാനാണ് അപ്പൻ ശ്രമിക്കുന്നത്. ഏല്ലാരേം പയറ്റുപഠിപ്പിക്കാ നും കൂട്ടത്തിൽ എഴുത്തുപഠിപ്പിക്കാനും ശ്രമോണ്ട്.

നമ്പൂതിരി: അല്ലാ അതൊക്കെ വേണ്ടതാണ്. എങ്കിലും അവരുടെ കൂടെ നടന്നു അയ്യപ്പൻ തീണ്ടലും തൊടീലുമില്ലാതെ പിന്നെ ഈ അരമനേലും ഇങ്ങനെ കഴിഞ്ഞുകൂടിയാൽ അതത്ര പന്തിയാവ്വോ ന്നാണ് സംശയം.

വ: തമ്പുരാൻ: തീണ്ടലും തൊടീലുമൊക്കെ മാറ്റിയെടുക്കാൻ നമ്മള്ള നിരീച്ചാ വഴീണ്ട് എന്നാണ് അപ്പൻ പറയുന്നത്, കേൾക്കണോ ഒരു വിശേഷം? കേട്ടാൽ ഞെട്ടരുത് നമ്പൂരി. ഇതാ ഇന്നലെ ഒരു ഇരുന്നൂറു കുറവരേം മുന്നൂറു മലവേടരേം അപ്പൻ മതിൽ നായന്മാരാക്കി എടു ത്തിട്ടുണ്ട്.

നമ്പൂതിരി: മതിൽനായന്മാരോ? മനസ്സിലായില്ല.

വ: തമ്പുരാൻ: അതെ മതിലു കാക്കാനുള്ള അധികാരികള്. കോട്ട യും മറ്റും കാത്തുരക്ഷിക്കുന്ന നായന്മാരായിട്ട്. അങ്ങനെ ഒരുദ്യോഗം പുതുതായി അപ്പൻ പറഞ്ഞിട്ട് ഉണ്ടാക്കിയിട്ടുണ്ട്.

നമ്പൂതിരി: അപ്പോൾ കുറുപ്പന്മാരേം പണിക്കന്മാരേം പോലെ നായന്മാരേം സ്ഥാനം കൊടുത്തുണ്ടാക്കുകയോ?

വ: തമ്പുരാൻ: അവിടെയാ ഞാൻ അപ്പന്റെ ബുദ്ധി സാമർത്ഥ്യം കണ്ടത്. ഉദ്യോഗോം സ്ഥാനോം കൊടുത്താൽ അവരും നന്നായി ക്കോളും. അങ്ങനെയാണത്രേ അപ്പൻ നടന്നുകണ്ടിട്ടുള്ള പരദേശങ്ങ ളിലെ സമ്പ്രദായം.

നമ്പൂതിരി: അപ്പോൾ ഒരു സംശയോം കൂടി ചോദിച്ചോട്ടെ. ദേഷ്യം തോന്നരുത്. ഈ അയ്യപ്പന്റെ ജാതി എന്താ?

വ: തമ്പുരാൻ: നന്നായി! അതാ അപ്പൻ തന്നെ വരണുണ്ട് ഇങ്ങോട്ട്. നമ്പൂരി നേരിട്ടുതന്നെ ചോദിച്ചോളൂ.

നമ്പൂരി ഒന്നു ഞെട്ടി. വലിയതമ്പുരാനോട് സ്വകാര്യമായി ഇങ്ങനെ പറഞ്ഞു: "കലശലു വേണ്ടാട്ടോ. ഞാൻ ഇതൊന്നും പറഞ്ഞില്ലേ. എനിക്കിത്ര ഭയാണ്."

അയ്യപ്പൻ വലിയതമ്പുരാനേയും അമ്മച്ചിയേയും വന്ദിച്ച് ഉപചാ രപൂർവ്വം നിന്നു. നമ്പൂതിരി മെല്ലെ ഇരിപ്പിടത്തിൽനിന്ന് എഴുന്നേറ്റ് അയ്യപ്പനെ ഏറുകണ്ണിട്ടു നോക്കി വലിയതമ്പുരാനോടു വിടചോദിക്കു ന്ന മട്ടിൽ ഒന്നു തൊഴുതു. ഉടനെ ഇംഗിതജ്ഞനായ വലിയതമ്പുരാൻ ചിരിച്ചുകൊണ്ടു പറഞ്ഞു.

വ: തമ്പുരാൻ: നിൽക്കൂ നമ്പൂരി, ഇതാ അപ്പൻ വന്നല്ലോ. ആ സംശയം നേരിട്ടു ചോദിച്ചോളൂ.

നമ്പൂരി: സംശയോല്യ. സംശയം ഒട്ടുമില്ല. അങ്ങനെതന്നെയാണ്. ഇവിടന്നു പറഞ്ഞപോലെതന്നേയാണ്.

അയ്യപ്പൻ: എന്താണാവോ നമ്പൂരീടെ സംശയം?

നമ്പൂരി: ഒന്നൂല്യ. ഒന്നൂല്യാന്നു വെച്ചോളൂ. ചില നാട്ടുകാര്യങ്ങൾ പറയായിരുന്നു.

വ: തമ്പുരാൻ: ഹേയ്, പേടിക്കാനൊന്നുമില്ലാ നമ്പൂരി. അപ്പൻ

അങ്ങയുടെ സംശയം തീർത്തുതരും.

നമ്പൂതിരി: സംശയം ഒന്നുമില്ല. ഞാനിറങ്ങട്ടെ. ഒണ്ടെങ്കിൽത്തന്നെ പിന്നെ തീർത്തോളാം.

അയ്യപ്പൻ: വരട്ടെ, തിരുമേനി. എന്താണവിടത്തേക്കു സംശയം? പറഞ്ഞോളൂ.

വ: തമ്പുരാൻ: (കുറച്ചു ഗൗരവം നടിച്ച്) അപ്പനെ ഞാനിന്നു കുറെ ശാസിക്കാനാണു ഭാവം. അപ്പനെന്താ ഈ തീണ്ടലും തൊടീലുമില്ലാതെ കെട്ട ജാതികളുമായി കൂട്ടുപിടിക്കുന്നത്?

നമ്പൂതിരി: അ്. അതുതന്നെയാ എന്റെ സംശയം. അതെനിക്ക് ചോദിക്കാൻ കഴിയില്ലെന്നുവെച്ചിട്ടാ?

അയ്യപ്പൻ: അങ്ങനെയൊരബദ്ധം പറ്റീ തിരുമേനി. ഒരു വൃത്തിയും ശുചിത്വവും ഇല്ലാത്ത ജാതികളുടെ ഇടയ്ക്കു ചെന്നാൽ ഗംഗാസ്നാനം ചെയ്താലും നമുക്കു ശുദ്ധിവരില്ല. അവരുടെ ഇടയ്ക്കു പകരുന്ന വ്യാധികളുണ്ടാകും. അതുകൊണ്ട് അവരെ തൊട്ടാലെന്നല്ല തീണ്ടിയാൽപ്പോലും മറ്റുള്ളവർക്ക് ശുദ്ധംമാറും.

നമ്പൂതിരി: അങ്ങനെ വരട്ടെ. അതാണു ശരി. ഞാൻ അന്ധാളിച്ചേട്ടോ, ഇളവരചന് ഇതറിഞ്ഞുകൂടാഞ്ഞിട്ടാണെന്ന്.

അയ്യപ്പൻ: എനിക്കിതേ അറിയാവൂ തിരുമേനി അതുകൊണ്ട് ഒരപേക്ഷേം കൂടിയുണ്ട്. വലിയതമ്പുരാൻ തിരുമനസ്സിലോട്ടും അമ്മച്ചിയോട്ടും.

വ: തമ്പുരാൻ: എന്താ അത്?

അയ്യപ്പൻ: ഈ അഗ്നിശർമ്മൻ നമ്പൂതിരിപ്പാട് ഇരുന്ന ആവണിപ്പലക കളയുക; അദ്ദേഹത്തിന് കുറച്ചകലെ ആ കുന്നിൻചെരുവിൽ ഒരാശ്രമം കെട്ടിക്കൊടുക്കുക; ഇവിടുന്നും അമ്മച്ചീം ഒന്നുകൂടി മുങ്ങിക്കുളിക്കുക.

വ: തമ്പുരാൻ: അപ്പൻ പറയുന്നത് എനിക്കൊട്ടും ഗ്രഹിതമാവണില്ല. തെളിച്ചു പറയൂ അപ്പൻ. നമ്പൂരിക്കെന്താ അശുദ്ധം വല്ലതുമുണ്ടോ?

നമ്പൂതിരി വാപൊളിച്ച് മേലോട്ടും കീഴോട്ടും നോക്കിത്തുടങ്ങി. അദ്ദേഹത്തിന്റെ മുഖത്ത് കലശലായ പരിഭ്രമം തെളിഞ്ഞുകണ്ടു. അയ്യപ്പൻ പുഞ്ചിരിതൂകി ഇങ്ങനെ പറഞ്ഞു.

അയ്യപ്പൻ: തിരുമേനി ഒട്ടും പരിഭ്രമിക്കരുത്. കുറെനാൾ മാറിത്താമസിച്ച് ചികിത്സിച്ചാൽ ഭേദമാവും.

നമ്പൂതിരി: എന്താ അപ്പറയുന്നത്? എനിക്കൊന്നും മനസ്സിലാവണില്യ.

അയ്യപ്പൻ: രണ്ടു മഹാരോഗങ്ങളാണ് അങ്ങയ്ക്കുള്ളത്. രണ്ടും ചികി

ത്സിച്ചാൽ മാറാവുന്നതേ ഉള്ളൂ. പരിഭ്രമിക്കേണ്ട.

വ: തമ്പുരാൻ: അപ്പനേ, എനിക്കും മനസ്സിലാവണില്ലല്ലോ.

അയ്യപ്പൻ: തിരുമേനിക്ക് രണ്ടു പകർച്ചവ്യാധിയാണുള്ളത്. രണ്ടും കണ്ടാൽ പെട്ടെന്ന് മനസ്സിലാവില്ല. അടുത്തു പരിചയിച്ചാൽ പകരുന്നതുമാണ്. ഒന്ന് ശരീരത്തിലും മറ്റേത് മനസ്സിലുമാണ്. ശരീരത്തിലുള്ള മഹാരോഗത്തെപ്പറ്റി തിരുമേനിക്കുമറിയാം.

അഗ്നിശർമ്മന് മോഹാലസ്യമുണ്ടാവുമെന്ന നിലയായി. അദ്ദേഹം ആകെ വിളറി. വെളുത്തു ചുമന്നിരുന്ന മുഖത്തും ശരീരത്തിലും വലിയ തമ്പുരാൻ സൂക്ഷിച്ചുനോക്കി. ശരിയാണ്; അയ്യപ്പൻ പറഞ്ഞത് ശരിയാണെന്ന് ഇപ്പോൾ വലിയതമ്പുരാന് ബോദ്ധ്യപ്പെട്ടു. നമ്പൂതിരി ഒരു കുഷ്ഠരോഗിയാണെന്ന കഥ നമ്പൂരിക്കും അദ്ദേഹത്തോട് വളരെ അടുത്തുപെരുമാറുന്ന ചുരുക്കം ചിലർക്കും അറിയാമായിരുന്ന രഹസ്യമായിരുന്നു.

അയ്യപ്പൻ: തിരുമേനി ഒട്ടും വ്യസനിക്കരുത്. ഞാനതു മാറ്റിത്തരാം. നല്ല ഔഷധങ്ങളുണ്ട്.

നമ്പൂതിരി എന്താണ് പറയേണ്ടതെന്ന് അറിയാതെ പരുങ്ങുകയായിരുന്നു. അത്ഭുതപരവശനായ വലിയതമ്പുരാൻ "എന്താ നമ്പൂരി, അപ്പൻ പറഞ്ഞതു കേട്ടില്ലേ? ശരിയാണോ?"

നമ്പൂതിരി: മറച്ചുവയ്ക്കണില്ല. ഇളവരചൻ പറഞ്ഞത് ശരിയാണ്. ഇവിടന്ന് കല്പിക്കുന്നതുപോലെ ചെയ്തുകൊള്ളാം. ഇനി ഒരു രോഗോം കൂടിയുണ്ടെന്നു പറഞ്ഞത്?

അയ്യപ്പൻ: അത് പറഞ്ഞാൽ വിശ്വാസാവില്ല ഇപ്പോൾ. അത് പിന്നെ പറഞ്ഞുകൊള്ളാം. മനസ്സിന് വന്ന രോഗമാണ്.

വ: തമ്പുരാൻ: പറയൂ അപ്പനേ, അതുംകൂടി പറഞ്ഞോളൂ. നമ്പൂരീ ഇല്ലെങ്കിൽ വല്ലാതെ പരിഭ്രമിക്കും.

അയ്യപ്പൻ: അത് കുറച്ച് അജ്ഞാനത്തിന്നു വന്നതാണ്. ഇപ്പോൾത്തന്നെ അത് കുറെ മാറിയിരിക്കുന്നു. ഞാൻ തിരുമേനിയുടെ ആശ്രമത്തിൽവന്നു കൂടെക്കൂടെ കണ്ടോളാം. അങ്ങനെ ആ രോഗോം മാറ്റിക്കോളാം.

എങ്ങനെയാണ് ആ അന്തരീക്ഷത്തിൽനിന്ന് നമ്പൂതിരി രക്ഷപ്രാപിച്ചതെന്ന് പറയാൻവയ്യ. അകത്തുകടന്ന ആളല്ല പുറത്തിറങ്ങിയത്.

നമ്പൂതിരി പുറത്തുകടന്നപ്പോൾ അയ്യപ്പൻ വലിയതമ്പുരാനെ താണുതൊഴുത് ഇങ്ങനെ പറഞ്ഞു:

"നമ്പൂരിക്കു ഇങ്ങനെ വിഷമമുണ്ടാക്കിയതിൽ അവിടന്ന്..."

വ:തമ്പുരാൻ: ഹേയ്. ഒന്നുമില്ല അപ്പനേ. ഒരു തരക്കേടുമില്ല.

അപ്പന്റെ ബുദ്ധിസാമർത്ഥ്യം കൊണ്ട് വേണം ഈ നാട് നന്നാക്കാൻ. അപ്പൻ അതിന്നുവേണ്ടി എന്തുചെയ്താലും എനിക്ക് ചോദ്യമില്ല. അപ്പൻ അബദ്ധമൊന്നും പ്രവർത്തിക്കില്ലെന്ന് എനിക്കറിയാം.

അയ്യപ്പൻ: ഒരാഗ്രഹം കൂടിയുണ്ട്. ഇവിടത്തെ അനുവാദമുണ്ടെങ്കിൽ അതും കൂടി സാധിക്കാം.

വ: തമ്പുരാൻ: പറഞ്ഞോളൂ.

അയ്യപ്പൻ: നമ്മുടെ ഈ നാട്ടുമാത്രം നന്നായതുകൊണ്ട് ഫലമൊന്നുമില്ല.

ഇത്രയുംപറഞ്ഞ് അയ്യപ്പൻ അമ്മച്ചിയുടെ മുഖത്തേക്കു ഒന്നുനോക്കി. വലിയതമ്പുരാന് ആ നോട്ടത്തിന്റെ താല്പര്യം മനസ്സിലായി.

വ: തമ്പുരാൻ: മായി ഇനി അന്തഃപുരത്തിലേക്ക് പൊയ്ക്കൊള്ളൂ. അപ്പനുമായി കുറച്ച രാജ്യകാര്യങ്ങൾ പറയാനുണ്ട്.

അമ്മച്ചി കല്പനയനുസരിച്ച് മെല്ലെ എഴുന്നേറ്റ് അന്തഃപുരത്തിലേക്ക് നടന്നു. പോകുമ്പോൾ അമ്മച്ചി അയ്യപ്പനെ ഒന്നു തിരിഞ്ഞുനോക്കി. അയ്യപ്പൻ ആ സമയം തലകുനിച്ച് തന്റെ നമസ്കാരം അറിയിച്ചത് പുഞ്ചിരികൊണ്ട് അംഗീകരിച്ചപ്പോൾ അമ്മച്ചിയുടെ ആ ഉചിതജ്ഞതയും അയ്യപ്പന്റെ വിനയഭാവവും സൂക്ഷ്മനിരീക്ഷണം ചെയ്ത വലിയതമ്പുരാന് തോന്നിയ പ്രസാദം ആ മുഖത്തുതെളിഞ്ഞു.

അയ്യപ്പൻ: അച്ഛന്റെ നിർദ്ദേശത്തിൽ അക്കാര്യം പ്രത്യേകം കാണിച്ചിട്ടുണ്ട്.

വ: തമ്പുരാൻ: മനസ്സിലായി. ഓലയിൽ അത് വിസ്തരിച്ചെഴുതിയിട്ടുണ്ട്. അതുകൊണ്ട് എന്താ വേണ്ടതെന്നുവെച്ചാൽ അതെല്ലാം അപ്പൻ നടത്തിക്കോളൂ, എങ്ങട്ടാണ് പോകുന്നതെന്നുവെച്ചാൽ ആ കൊച്ചുകടുത്തേം കൃഷ്ണനേം കൂട്ടായിട്ടു കൊണ്ടുപോകാം. അവരാണ് അപ്പന്റെ ഇടത്തു കൈയ്യും വലത്തു കൈയ്യും. പോരാ ഇടത്തുകണ്ണും വലത്തുകണ്ണും.

അയ്യപ്പൻ: ഇവിടത്തെ ഇഷ്ടംപോലെ.

വ: തമ്പുരാൻ: അയ്യപ്പൻ പോകുന്നതിനുമുമ്പ് അന്തഃപുരത്തിൽച്ചെന്ന് മായിയോടും യാത്രപറഞ്ഞേക്കൂ. മായിയെ നമ്മൾ രാജ്യകാര്യങ്ങൾ പറയാനുണ്ടെന്ന മട്ടിൽ ഇവിടന്ന് പറഞ്ഞയച്ചതല്ലേ. വല്ലായ്മ തോന്നീട്ടുണ്ടാവും. അപ്പൻ നേരിട്ടുകണ്ട് യാത്രചോദിച്ചാൽ ആ വല്ലായ്മ തീരും.

അയ്യപ്പൻ: കല്പനപോലെ.

അയ്യപ്പൻ വലിയതമ്പുരാനെ വന്ദിച്ച് നേരെ അന്തഃപുരത്തിലേക്കു നടന്നു. അന്തഃപുരത്തിൽ സ്വതേ അമ്മച്ചി ഇരിക്കാറുള്ള വിശ്രമ

മുറിയിലേക്കാണ് അയ്യപ്പൻ ചെന്നത്. അവിടെ ചെന്നപ്പോൾ വിശ്രമമുറി ശൂന്യമായിക്കണ്ടു. എവിടെയായിരിക്കും ഈ സമയത്തെന്ന് ആലോചിച്ച് അയ്യപ്പൻ അവിടെത്തന്നെ കുറേനേരം നിന്നു. അഞ്ചാറു നിമിഷം കഴിഞ്ഞപ്പോൾ അമ്മച്ചി അങ്ങോട്ട് നടന്നുവരുന്നതുകണ്ട് അയ്യപ്പൻ വിനയപൂർവ്വം അഭിവാദനം ചെയ്തു. സ്നേഹവാത്സല്യങ്ങൾ തുളുമ്പുന്ന മട്ടിൽ അമ്മച്ചി ഇങ്ങനെ ചോദിച്ചു: "അപ്പനേ, അപ്പൻ കുറേനേരായോ ഇവിടെ നില്ക്കുന്നു?"

അയ്യപ്പൻ: ഇപ്പോൾ വന്നേ ഉള്ളൂ. വിശ്രമമുറിയിൽ കാണുമെന്നു കരുതി ഇങ്ങോട്ടു വന്നതാണ്.

അമ്മച്ചി: എന്നെക്കാണാൻ തന്നെയാണോ അപ്പൻ വന്നത്?

അയ്യപ്പൻ: കണ്ട് യാത്ര ചോദിക്കണമെന്നുണ്ടായിരുന്നു.

അമ്മച്ചി: അപ്പനെന്നാൽ അകത്തേക്ക് കടന്നിരിക്കൂ.

ഇരുവരും, അമ്മച്ചി മുൻപിലും അയ്യപ്പൻ പിമ്പിലുമായി വിശ്രമമുറിയിലേക്കു കടന്നു.

അമ്മച്ചി: അപ്പൻ അവിടെ ഇരിക്കൂ.

അയ്യപ്പൻ: ഞാൻ ഇവിടെ നിന്നോളാം. അവിടന്ന് ഇരിക്കൂ.

അമ്മച്ചി: അല്ലാ ഇതെന്തുകഥ? എന്താ അപ്പൻ എന്നെ ഇങ്ങനെ 'അവിടന്ന്' 'ഇവിടന്ന്' എന്നൊക്കെ വിളിക്കുന്നത്? അപ്പൻ ഇവിടത്തെ ഇളവരചനല്ലേ?

അയ്യപ്പൻ: വലിയതമ്പുരാൻ തിരുമനസ്സിലെ അമ്മച്ചിയല്ലേ ഇവിടന്ന്? ഇവിടത്തെ അങ്ങനെയല്ലാതെ എന്താ വിളിക്കുക ഞാൻ?

അമ്മച്ചി: സംശയമുണ്ടെങ്കിൽ പറഞ്ഞുതരാം. അപ്പന് എന്നെക്കാൾ വലിയ പ്രായക്കുറവൊന്നുമില്ല. എന്നെ അപ്പൻ 'മായി' എന്നു വിളിച്ചാൽ മതി.

അയ്യപ്പൻ: ശാന്തം പാപം! വലിയതമ്പുരാൻ തിരുമനസ്സുകൊണ്ടു മാത്രം വിളിക്കുന്ന പേര് ഞാൻ വിളിക്കുകയോ? ഇവിടത്തെ അനുവാദമുണ്ടെങ്കിൽ - വേണ്ട, അല്ലെങ്കിൽ അതും വേണ്ട.

അമ്മച്ചി: പറഞ്ഞോളൂ. എന്തു വേണമെങ്കിലും തുറന്നു പറഞ്ഞോളൂ. എന്റെ സമ്മതം നോക്കണ്ട അപ്പൻ. അപ്പനെന്നെ എന്ത് വിളിക്കാനാണ് തോന്നുന്നത്?

അയ്യപ്പൻ: ഇവിടന്ന് തെറ്റിദ്ധരിക്കില്ലെങ്കിൽ, ഇവിടത്തേക്ക് വിരോധമില്ലെങ്കിൽ, ഇവിടന്ന് പറഞ്ഞ ആ പേരുതന്നെ...

അമ്മച്ചി: നല്ല കഥയായി! അതല്ലേ അപ്പനോടു ഞാൻ അങ്ങോട്ടപേക്ഷിച്ചത്. വിളിച്ചോളൂ. അങ്ങനെ തന്നെ വിളിച്ചോളൂ. എനിക്കത് കേൾക്കാൻ ബഹു സുഖമാണ്.

അയ്യപ്പൻ: ഞാൻ മുഴുവൻ പറഞ്ഞില്ല. ആ പേരുതന്നെ കുറച്ചൊന്ന് ഭേദപ്പെടുത്തി...

അമ്മച്ചി: ഓ. കുറച്ചൊന്നു ഭേദപ്പെടുത്തിക്കോളൂ. അപ്പന്റെ രസികത്തം അതീന്നു മനസ്സിലാവുമല്ലോ.

അയ്യപ്പൻ: അമ്മായീന്ന്.

അമ്മച്ചി ഞെട്ടിപ്പോയി, മുഖം ചുമന്നു. രൂക്ഷമായൊന്ന് അയ്യപ്പനെ നോക്കി. അയ്യപ്പനും ഒന്ന് പരുങ്ങി.

അമ്മച്ചി: അതെനിക്ക് ഇഷ്ടമല്ല. അപ്പന്റെ അമ്മായിയോ ഞാൻ? എനിക്കതിനുള്ള പ്രായമൊന്നുമില്ല.

അയ്യപ്പൻ: ക്ഷമിക്കണം. ഞാൻ ഇവിടത്തോട് യാത്ര ചോദിക്കുവാൻ വന്നതാണ്. ഇവിടന്ന് എന്റെ തെറ്റു ക്ഷമിക്കണം. എന്നെ അനുഗ്രഹിച്ചയയ്ക്കണം.

ഇത്രയും പറഞ്ഞ് അയ്യപ്പൻ ഇരുകൈകളുംകൊണ്ട് തൊഴുത് ശിരസ്സ് തെല്ലൊന്ന് കുനിച്ച് അമ്മച്ചിയുടെ അനുഗ്രഹാശിസ്സുകൾ കാത്തുനില്പായി.

അമ്മച്ചി: അല്ലേ, അപ്പൻ പിണങ്ങിയോ? ഞാൻ വെറുതെ ഗൗരവം നടിച്ചതല്ലേ? അപ്പനെ പിരിഞ്ഞിരിക്കാൻ വലിയതമ്പുരാൻ സമ്മതിച്ചോ?

അയ്യപ്പൻ: വലിയതമ്പുരാൻ കല്പന തന്നിരിക്കുന്നു. ഇനി ഇവിടുത്തെ അനുഗ്രഹവും കൂടി മതി.

അമ്മച്ചി: ഞാൻ സത്യം പറയട്ടെ. അപ്പനെ പിരിഞ്ഞിരിക്കാൻ എനിക്ക് മനസ്സു വരുന്നില്ല. എന്തോ എനിക്ക് അപ്പനെ കണ്ട നിമിഷം മുതൽ അങ്ങനെയാണ് തോന്നിയത്.

അമ്മച്ചി സാകൂതം അയ്യപ്പന്റെ മുഖത്തേക്ക് ദൃഷ്ടിക്ഷേപം ചെയ്തു. അദ്ദേഹത്തിന്റെ മുഖത്ത് ഒരു ഭാവവ്യത്യാസവും കാണാഞ്ഞ് അമ്മച്ചി നയത്തോടെ ഇങ്ങനെ പറഞ്ഞു:

അമ്മച്ചി: അപ്പനൊന്നും മറിച്ചു തോന്നരുത്. പിരിഞ്ഞിരിക്കാനുള്ള വിഷമംകൊണ്ട് പറഞ്ഞതാണ്. അപ്പൻ പോയിവരുന്നതു വരെ മനഃസുഖമില്ലാതെ ഞാൻ കഴിയണം. അതുകൊണ്ട് പറഞ്ഞതാണ്. അപ്പൻ സുഖമായി പോയിവരൂ.

അമ്മച്ചിയെ വീണ്ടും വണങ്ങി അയ്യപ്പൻ വിശ്രമമുറി വിട്ടു പുറത്തിറങ്ങി. ആ ഗംഭീരസത്വന്റെ നടപ്പും ഭാവവും കണ്ണിമയ്ക്കാതെ നോക്കിക്കൊണ്ടുനിന്ന അമ്മച്ചിയുടെ മുഖത്തുണ്ടായ വികാരോഷ്മളത ഒരു നെടുവീർപ്പിലൂടെ പൊന്തിവന്ന ഏതോ ദൃഢനിശ്ചത്തിൽ തെല്ലൊന്ന് തണുത്തുപോയി.

8

ഏറ്റുമാനൂരെ കൊള്ളയും കവർച്ചയും

തെക്കുംകൂർരാജാക്കന്മാരുടെ വക ഏറ്റുമാനൂർക്ഷേത്രം ഭൂസ്വത്തിലും ഭണ്ഡാരസ്വത്തിലും അക്കാലത്തു ഏറ്റവും സമ്പന്നമായിരുന്നു. ക്ഷേത്രത്തിൽനിന്നും കഷ്ടിച്ച് നാലു നാഴിക തെക്കുഭാഗത്താണ് തെക്കുംകൂർ രാജാക്കന്മാരുടെ കൊട്ടാരം. ക്ഷേത്രത്തിന്റെ വടക്കും കിഴക്കും ഭാഗങ്ങൾ മിക്കവാറും ജനശൂന്യമായിരുന്നു. അവിടെയുള്ള മലകളും കാടും കൊള്ളക്കാരുടെ കേന്ദ്രങ്ങളായിരുന്നതിനാൽ ക്ഷേത്രപരിസരങ്ങൾ വിട്ട് ആളുകൾ ആ ഭാഗങ്ങളിലേക്ക് പട്ടാപ്പകൽ പോലും സഞ്ചരിക്കുക പതിവില്ലായിരുന്നു.

അന്ന് ഏതാണ്ട് തിരിഞ്ഞയുടി ആയ സമയത്തു ഒരു സ്ത്രീയും പുരുഷനും ക്ഷേത്രത്തിന് വടക്കുള്ള മലയും കാടും താണ്ടി പടിഞ്ഞാറെ ഗോപുരത്തിൽ വന്നുനിന്നു. ദേശാന്തരത്തിനിറങ്ങിയ തീർത്ഥയാത്രക്കാരാണവരെന്നു ഒറ്റനോട്ടത്തിൽ ആർക്കും മനസ്സിലാവും. സ്ത്രീയുടെ കൈവശം ഒരു പൊതിക്കെട്ടും ഭാണ്ഡവുമുണ്ടായിരുന്നത് ഗോപുരത്തിങ്കൽവെച്ച് ഭക്തിപൂർവ്വം ആ പൊതിക്കെട്ടിനെ നമസ്കരിക്കുന്ന രംഗം കണ്ടുനിന്നവരിൽ കൗതുകമുളവാക്കി. പക്ഷേ അവർക്കു ത്ഭുതമുണ്ടാക്കിയതു ആ തീർത്ഥയാത്രക്കാരനായ പുരുഷന്റെ കൈവശം കണ്ട ആനത്തോട്ടിയും വടിയുമായിരുന്നു. കമണ്ഡലുവും യോഗദണ്ഡും ഏന്തേണ്ടുന്ന കൈകളിൽ ആനക്കാരുടെ ആയുധങ്ങൾ കണ്ടപ്പോൾ ചില കുസൃതികൾ 'ആനയാന'യായ തീർത്ഥയാത്രക്കാരിയെ ആന യായി വിഭാവനം ചെയ്തു ആ പരദേശികളുടെ

ശ്രദ്ധയിൽപ്പെട്ടില്ല. ആ ആനയുടെ പുറത്തു എഴുന്നെള്ളിച്ചുകൊണ്ടുവന്ന പൊതിക്കെട്ടിൽ ഒരു 'ബിംബ'മുണ്ടെന്നു അവർ താമസിയാതെ കണ്ടുപിടിച്ചു. ക്ഷേത്രക്കുളത്തിലിറങ്ങി സ്നാനാദികൾ നിർവ്വഹിച്ചു അവർ ക്ഷേത്രത്തിനകത്തുകടന്ന് ദീപാരാധന തൊഴാതെ കൈവശമുണ്ടായിരുന്ന ബിംബത്തിന്റെ മുൻപിൽ അർച്ചനയും നമസ്കാരവും നടത്തുന്നതു കണ്ടപ്പോൾ അവർ തികച്ചും പരദേശികളാണെന്ന് നാട്ടുകാർ അഭിപ്രായപ്പെട്ടു. അവരാരും തന്നെ ഈ തീർത്ഥയാത്രികരുടെ വിവരങ്ങൾ അന്വേഷിക്കാൻ മുതിർന്നില്ല; യാത്രക്കാരാകട്ടെ അവരോട് ഒരു സഹായവും അഭ്യർത്ഥിക്കാനും പോയില്ല.

അത്താഴപ്പൂജയും കഴിഞ്ഞ് ശാന്തിക്കാർ നടയടച്ചു പുറത്തേക്കു പോന്നപ്പോഴും ആ ദമ്പതികൾ ഗോപുരത്തിങ്കൽ തന്നെ ഇരിക്കുന്നതു കണ്ടു. അസമയത്ത് അവിടെ കൂടിയിരിക്കുന്ന ദമ്പതികളെക്കണ്ടപ്പോൾ ശാന്തിക്കാർ അവർക്കൊരു താക്കീതുനല്കിയതും അവർ വകവെച്ചില്ല. കള്ളന്മാരും കൊള്ളക്കാരും നിറഞ്ഞ ആ സ്ഥലത്ത് രാത്രി ഒറ്റയ്ക്കു കഴിച്ചുകൂട്ടുവാൻ ആരും അന്നാട്ടിൽ ധൈര്യപ്പെടാറില്ലെന്ന് ശാന്തിക്കാർ അവരെ പറഞ്ഞ് മനസ്സിലാക്കി. തെക്കുംകൂർ വലിയ തമ്പുരാനെ കാണാൻ വന്നവരാണെന്നും ഇതിലും വലിയ കാടുകളും മേടുകളും കടന്നുവന്ന അവർക്ക് ആ ആനത്തോട്ടിയും വടിയും കൈവശമുള്ളകാലം ഒന്നും ഭയപ്പെടാനില്ലെന്നും പറഞ്ഞുകേട്ടതോടെ ശാന്തിക്കാർ അക്കൂട്ടരുടെ മനഃശാന്തിയിൽ അസൂയാലുക്കളായി സ്ഥലം വിട്ടു.

ദമ്പതികൾ ഗോപുരത്തുങ്കൽത്തന്നെ കിടന്നുറക്കമായി. ഏതാണ്ട് പാതിരാപ്പുറം കഴിഞ്ഞപ്പോൾ മൂന്നുപേർ ആ സ്ഥലത്തുവന്ന് എല്ലാമൊന്ന് ചുറ്റിനടന്ന് പരിശോധിച്ചു. അവർ ഈ ദമ്പതികളേയും അവരുടെ കൈവശമുണ്ടായിരുന്ന വിചിത്രസാധനസാമഗ്രികളേയും സൂക്ഷിച്ചുനോക്കി. എന്തോ തമ്മിൽ പിറുപിറുത്തതിന്നുശേഷം ആ ഗോപുരത്തിന്റെ മറുവശത്തുള്ള തിണ്ണയിൽ സ്ഥലം പിടിച്ചു. അവരും സധൈര്യം കിടന്ന് ഉറങ്ങാൻതന്നെ തീരുമാനിച്ചെന്നാണ് തോന്നുന്നത്.

വീണ്ടും കുറേസമയം കഴിഞ്ഞിരിക്കണം. അതാ പന്തവും തീവെട്ടിയുമായി ഒരുകൂട്ടം ആൾക്കാർ ഗോപുരത്തിങ്കലേക്കുവരുന്നു. അവർ വന്ന ഉടനെ ആ രണ്ടു തിണ്ണയിലും കിടക്കുന്ന മനുഷ്യജീവികളെക്കണ്ട് അവരുടെ ധൈര്യത്തെ മനസാ സ്തുതിച്ചുകൊണ്ട് നേരെ ഗോപുരവാതിലിന്റെ പൂട്ടു തുറക്കാനുള്ള ഒരുമ്പാടായി. ഉറങ്ങിക്കിടന്നവരാരും തന്നെ ഈ ഒച്ചയുമനക്കവും കേട്ടിട്ട് ഉണർന്നില്ല. തീവെട്ടിക്കൊ

ള്ളക്കാർക്ക് അതൊരത്ഭുതമായിത്തോന്നി. എങ്കിലും അവരിൽ കുറേപ്പേർ തിണ്ണയിൽ കൂർക്കംവലിച്ചു കിടക്കുന്നവർക്ക് കാവൽനിന്നിട്ട് മറ്റുള്ളവർ അമ്പലം കൊള്ളചെയ്യാനുള്ള സന്നാഹങ്ങൾ മുറയ്ക്കു തുടർന്നു.

അല്പം കഴിഞ്ഞപ്പോൾ വലിയ ഒരു ശബ്ദത്തോടെ ഗോപുരവാതിൽ തുറക്കുന്നതുകേട്ട് ദമ്പതികൾ ഞെട്ടിയുണർന്നു. അവർ കണ്ട കാഴ്ച എന്തായിരുന്നു? തങ്ങളെ കാത്ത് മൂന്നാല് മല്ലന്മാർ ആയുധധാരികളായി നില്ക്കുന്നു. കുറേപ്പേർ പന്തവും തീവെട്ടിയുമായി ക്ഷേത്രത്തിനകത്തേക്ക് കടന്നുകഴിഞ്ഞിരിക്കുന്നു. വേറെ മൂന്നാലുപേർ അടുത്ത തിണ്ണയിൽ കിടന്നുറങ്ങുന്നവർക്ക് കാവൽ നില്ക്കുന്നു. ആ ഉറങ്ങുന്ന കൂട്ടരാകട്ടെ ഇതൊന്നുമറിയാത്ത ഭാവത്തിൽ കൂർക്കംവലിക്കയാണ്.

തീർത്ഥയാത്രക്കാരനായ പുരുഷൻ അടുത്തിരുന്ന ആനത്തോട്ടിയെടുത്ത് തങ്ങൾക്കു കാവൽനിന്ന മല്ലന്മാർക്കു നേരെ പൊരുതുവാൻ പുറപ്പെട്ടു. മല്ലന്മാർ അതുകണ്ട് പരിഹാസപൂർവ്വം ഉറക്കെച്ചിരിച്ചുപോയി. വാളും കുന്തവുമേന്തി നില്ക്കുന്ന തങ്ങളോട് ആനത്തോട്ടിയുമെടുത്ത് ഒരാൾക്ക് എന്തുചെയ്യാനൊക്കും? അവരങ്ങനെ നിസ്സാരഭാവത്തിൽ നില്ക്കെ ആനത്തോട്ടിയുടെ പ്രയോഗമാഹാത്മ്യം എന്തെന്നു അവർക്ക് ബോദ്ധ്യപ്പെട്ടു. അടുത്ത തിണ്ണയിൽ കാവൽനിന്നവരും കൂടി, അതിന്റെ ആകർഷണവലയത്തിൽപ്പെട്ട് നിലംപതിച്ചു. ക്ഷേത്രത്തിന്നകത്തുകടന്നവർ ഇതറിഞ്ഞ് തിരിയെ കൂട്ടുകാരെ സഹായിക്കാൻ പുറത്തേയ്ക്കു വന്നപ്പോൾ അവരും ആനത്തോട്ടിയിൽ കുടുങ്ങി നിലംപതിച്ചു. ഇത്രയെല്ലാം ബഹളമുണ്ടായിട്ടും ആ തിണ്ണയിൽ കിടന്നിരുന്നവരുടെ കൂർക്കംവലിയ്ക്ക് ഒരു കുറവുമുണ്ടായില്ല. ക്ഷേത്രഗോപുരത്തിൽ ദണ്ഡനമസ്കാരം ചെയ്തു കിടന്നിരുന്നവർ നേരം വെളുക്കുവോളം അങ്ങനെ കിടന്നുകൊള്ളട്ടെയെന്നും കൂർക്കം വലിച്ചുകിടക്കുന്ന കൂട്ടർ അവർക്കിഷ്ടമുള്ളപ്പോൾ എഴുന്നേൽക്കട്ടെ എന്നും കരുതി തോട്ടിക്കാരനായ തീർത്ഥയാത്രികൻ അങ്ങനെനില്ക്കെ, ആ കൂർക്കംവലിക്കാർ മെല്ലെ മൂരിനിവർന്ന് എഴുന്നേറ്റ് ചുറ്റുമൊന്നു നോക്കി. അപ്പോഴേക്കും നിലാവുദിച്ചിരുന്നതിനാൽ അവിടുത്തെ രംഗം അവർക്ക് ശരിക്കും കാണാൻ സാധിച്ചു. അവർ മൂവരും സാഷ്ടാംഗപ്രണാമം ചെയ്തു കിടക്കുന്ന ആ അർദ്ധരാത്രി ഭക്തന്മാരുടെ അംഗപരിശോധന ചെയ്തു തുടങ്ങി. തോട്ടിക്കാരനാവട്ടെ ആ പരിശോധകന്മാരുടെ സ്വൈരവൃത്തിയെ ഭഞ്ജിക്കാതിരുന്നത് അവർ കൊള്ളക്കാരല്ലെന്ന ബോദ്ധ്യം ഉണ്ടായിരുന്നതുകൊണ്ടോ ആനത്തോട്ടിയിൽ അടങ്ങില്ലെന്നുകണ്ടോ എന്ന് തീർത്തുംപറഞ്ഞുകൂടാ.

നമസ്കാരപ്രിയന്മാരായ ഭക്തജനങ്ങളുടെ അംഗപരിശോധനനടത്തിക്കിട്ടിയ ആയുധങ്ങളും മറ്റു സാധനസാമഗ്രികളും അവർ തോട്ടിക്കാരന്റെ മുൻപിൽ സമർപ്പിച്ച് വിനയാന്വിതരായി നിന്നപ്പോഴാണ് ആ മൂവരിൽ ഒരാളുടെ മുഖം ശരിക്കും കണ്ടത്. തോട്ടി താഴെവെച്ച് അത്ഭുതാദരങ്ങളോടെ അദ്ദേഹം ആ പരിചയക്കാരനെ ദൃഢമായി ആലിംഗനം ചെയ്ത് ഇങ്ങനെ പറഞ്ഞു: "അല്ലേ, ഇതാര്? ഈ പാതിരാത്ത്? ഞങ്ങളുടെ രക്ഷാപുരുഷനായി പിന്നാലെ അങ്ങനെ പോരികയായിരുന്നു? അംബികേ, ഇതാ ഇതാരെന്നു നോക്കൂ."

ഇതെല്ലാം ഒരു സ്വപ്നമെന്നു കരുതി നോക്കിനിന്ന അംബിക അടുത്തുവന്നു കൈരണ്ടും കൂപ്പാൻ ഭാവിക്കെ അയ്യപ്പൻ അത് തടഞ്ഞുകൊണ്ടു പറഞ്ഞു: "അരുതമ്മേ, അരുത്. വേട്ടക്കാരൻ പയ്യനാണ്: തൊഴരുത്, അങ്ങോട്ടാണ് ഞാൻ തൊഴേണ്ടത്. കൊച്ചുകടുത്തേ, കൃഷ്ണാ, ഇതാ ഇവരാണ് ഞാൻ മുമ്പേ പറഞ്ഞവർ."

കൊച്ചുകടുത്തയും കൃഷ്ണനും അയ്യപ്പന്റെ നിർദ്ദേശമനുസരിച്ച് അവരെ വണങ്ങി. കുറച്ചു നേരത്തേക്ക് ആർക്കുമൊന്നും പറയാൻ തോന്നിയില്ല. തോട്ടിക്കാരനാണ് മൗനം ഭഞ്ജിച്ചത്:

"ഇതെല്ലാം ശബരിമലശ്ശാസ്താവിന്റേയും മധുരമീനാക്ഷിയുടേയും അനുഗ്രഹമാണ്. ഞങ്ങൾ ആ യാത്ര തുടർന്ന് പല സ്ഥലങ്ങളും കടന്ന് ഇതാ ഇന്നലെ പകലെ ഇവിടെ എത്തിയേ ഉള്ളൂ. തെക്കുംകൂർ രാജാവിനെ മുഖം കാണിച്ച് ചില സങ്കടങ്ങൾ ഉണർത്തിക്കാൻ ഇങ്ങോട്ടു പോന്നതാണ്. അങ്ങുതന്ന ആ വടിയും തോട്ടിയുമാണ് ഞങ്ങളെ ഇതുവരെ രക്ഷിച്ചത്."

അയ്യപ്പൻ: ഏതായാലും ഇപ്പോൾ കണ്ടതു നന്നായി. ഞങ്ങളും തെക്കുംകൂറിലേക്കാണ്.

തോട്ടിക്കാരൻ: ഒരപേക്ഷയുണ്ട്. ഇനിയെങ്കിലും കുമാരനാരാണ്. കൂട്ടുകാരേതാണ് എന്നൊന്ന് പറഞ്ഞുതരുമോ?

അയ്യപ്പൻ: എന്റെ പേര് അയ്യപ്പനെന്നാണ്. ഇയാൾ കൊച്ചുകടുത്തയെന്നറിയപ്പെടുന്ന രാമൻ; ഇയാൾ കൃഷ്ണൻ. ഇരുവരും പന്തളത്തു മന്നന്റെ സേനാപതികളാണ്. ഞാനിപ്പോൾ അവിടത്തെ സേവുകത്തിലാണ്.

കൊച്ചുകടുത്ത: ഇങ്ങനെ പറഞ്ഞാൽ മതിയാവില്ല. അപ്പൻ ഞങ്ങളുടെ ഇളവരചനുംകൂടിയാണ്.

തോട്ടിക്കാരൻ: അങ്ങനെ വരട്ടെ, അംബികേ. അപ്പൻ നമ്മുടെ സ്വന്തം കുട്ടിയാണ്. ഇനി ഞങ്ങളാരെന്നും കൂടി അപ്പനറിയേണ്ടേ? ഞങ്ങൾ പന്തളത്തെ മന്നന്റെ ഒരകന്ന ചാർച്ചക്കാരാണ്. മധുരയി

ൽനിന്നാണ് വരുന്നത്. എന്റെ പേര് ജയസിംഹനെന്ന്.

അയ്യപ്പൻ: ജയസിംഹപാണ്ഡ്യനെപ്പറ്റിയും അംബികാദേവിയെപ്പറ്റിയും ഞാൻ കേട്ടറിഞ്ഞിട്ടുണ്ട്. അന്നു ആ മലഞ്ചെരുവിൽവെച്ച് കണ്ടപ്പോഴേ തോന്നി രാജകുടുംബത്തിൽപ്പെട്ടവരാണെന്ന്.

ജയസിംഹൻ: ഞങ്ങൾ രാജകുടുംബക്കാരാണെന്ന് പറയാൻ ലജ്ജിക്കുന്നു. മധുരയിൽ കൊള്ളയുണ്ടായപ്പോൾ അവിടത്തെ പരദേവതയുടെ - ശ്രീമീനാക്ഷി ദേവിയുടെ വിഗ്രഹവും കയ്യിൽക്കിട്ടയ പണവുംകൊണ്ട് ഞങ്ങളിരുവരും ചേരനാട്ടിലേക്ക് പോന്നതാണ്. വളരെ നാളുകൾ പലയിടങ്ങളിലുമായി അങ്ങനെ തീർത്ഥാടനം ചെയ്തു കഴിച്ചു. ഇനി എവിടെയെങ്കിലും ശാന്തമായി കഴിഞ്ഞുകൂടണമെന്നാണ് അംബികയ്ക്കും ആഗ്രഹം.

അയ്യപ്പൻ: അവിടന്ന് നേരേ പന്തളത്തു ചെന്നിരുന്നെങ്കിൽ അവിടത്തെ വലിയതമ്പുരാൻ വേണ്ടതെല്ലാം ചെയ്യുമായിരുന്നല്ലോ.

ജയസിംഹൻ: വേണ്ടെന്നുവെച്ചിട്ടാണ്. പടപേടിച്ച് പന്തളത്തും പോയി ഞങ്ങൾ; പക്ഷേ അവിടെച്ചെന്നപ്പോൾ അക്കാലത്ത് പന്തവും കൊളുത്തി പടയാണ്. അല്ല അതൊരു പത്തുപതിനേഴ കൊല്ലം മുമ്പായിരുന്നു.

അയ്യപ്പൻ: കേട്ടിരിക്കുന്നു അക്കഥയും. ഇപ്പോൾ അവിടെയെല്ലാം ശാന്തമായി. സ്വന്തക്കാരല്ലേ എന്ന് കരുതി ചോദിച്ചതാണ്.

ജയസിംഹൻ: പറഞ്ഞുവന്നാൽ ഞങ്ങളുടെ ഒരു ശാഖതന്നെയാണ് പന്തളവും. പക്ഷേ നാലഞ്ചുതലമുറ മുമ്പേ ഇങ്ങോട്ടവർ പോന്നെന്നേ ഉള്ളൂ. ഞങ്ങൾക്കും അവരെപ്പോലെ ഇവിടെ എവിടെയെങ്കിലും ഒരു ചെറിയ സ്ഥലം വാങ്ങി കഴിയണമെന്നുണ്ട്. അതിനാണ് തെക്കുംകൂറിനെ കാണാൻ പുറപ്പെട്ടത്.

അവർ ഇങ്ങനെ പലതും പറഞ്ഞുകൊണ്ടുനില്ക്കെ കോഴികൂവാനുള്ള സമയമായതിനാൽ ക്ഷേത്രത്തിലെ പള്ളിയുണർത്തുകാരും ശാന്തിക്കാരും ഒരു വലിയസംഘമായി അവിടെ വന്നു. ക്ഷേത്രഗോപുരത്തുങ്കൽ കണ്ട കാഴ്ചകണ്ട് അവർ ഞെട്ടിപ്പോയി. അയ്യപ്പനും കൂട്ടുകാരും നടന്ന കഥകൾ മുഴുവൻ അവരെ കേൾപ്പിച്ചു. അപ്പോൾത്തന്നെ തെക്കുംകൂർ കൊട്ടാരത്തിലേക്ക് ഈ വിവരം അറിയിക്കാൻ ബദ്ധപ്പെട്ടു. നേരം മിനുമിനാ വെളുത്തപ്പോൾ ഭടന്മാരും രാജപുരുഷന്മാരും ക്ഷേത്രത്തിലെത്തി. കൊള്ളക്കാരെ അവർ ബന്ധിച്ചു. പ്രത്യേകം കൊണ്ടുവന്ന മഞ്ചലുകളിൽ ജയസിംഹനേയും അംബികയേയും കൂട്ടിക്കൊണ്ട് അവർ കൊട്ടാരത്തിലേക്ക് പോയി. അയ്യപ്പനും കൂട്ടുകാരും ആരാണെന്ന് തൽക്കാലം പറയേണ്ടെന്നും കൊട്ടാരത്തിൽച്ചെ

ന്നശേഷം അയ്യപ്പൻ സ്വയം പരിചയപ്പെടുത്തിക്കൊള്ളാമെന്നും ജയസിംഹനോട് നേരത്തെ ശട്ടംകെട്ടിയിരുന്നു.

തെക്കുംകൂർ രാജാവിനുണ്ടായ സന്തോഷം ഇത്രയെന്ന് പറകവയ്യ. ക്ഷേത്രത്തിലെ ഭണ്ഡാരസ്വത്തുക്കൾ കൊള്ള ചെയ്യാൻ വന്നവരെ ഒറ്റ ക്കെതിർത്ത ജയസിംഹനെ അദ്ദേഹം രാജോചിതമായിത്തന്നെ സ്വീ കരിച്ചു. ജയസിംഹനും അംബികാദേവിയും തെക്കുംകൂർ തമ്പുരാന്റെ സൽക്കാരത്തിൽ മതിമറന്നുപോകാതെ ഒരു പ്രധാനകാര്യം അദ്ദേ ഹത്തിന്റെ ശ്രദ്ധയിൽപ്പെടുത്തി. തങ്ങളുടെ കൂടെ മൂന്നു യുവകേസരി കൾ ഉണ്ടെന്നും അവർ ആരെന്നു സ്വയം പരിചയപ്പെടുത്തിക്കൊള്ളു മെന്നും ജയസിംഹൻ തെക്കുംകൂർ തമ്പുരാനെ അറിയിച്ചു. തമ്പുരാൻ രാജപുരുഷന്മാരെക്കൊണ്ട് അവരേയും വരുത്തി. അയ്യപ്പനെ കണ്ട ഉടൻ തമ്പുരാൻ അത്ഭുതാദരങ്ങളോടെ ചോദിച്ചു:

തെക്കുംകൂർ: അല്ലേ ആരാണിത്? അപ്പനല്ലേ? എന്തേ അപ്പൻ മുൻകൂട്ടി ഒരറിവും തരാതെ ഇങ്ങോട്ടെല്ലാം പുറപ്പെട്ടത്? ആയായ് അതത്ര പന്തിയായില്ല, കേട്ടോ. അല്ലാ കൂടെയുള്ളവർ കൊച്ചുകടുത്ത യും കൃഷ്ണനുമല്ലേ? വിശേഷായി, വിശേഷായി.

അയ്യപ്പൻ: ഇന്ന് ഞങ്ങൾക്കും ഒരു സുദിനമാണ്. ജയസിംഹൻതി രുമേനിയേയും ഇവിടെവെച്ച് കാണാൻ കഴിഞ്ഞല്ലോ.

തെക്കുംകൂർ: അല്ലാ നേർത്തെ അറിവും പരിചയോം ഉണ്ടോ അപ്പന്?

ജയസിംഹൻ: അങ്ങനെയല്ല, അപ്പൻ ഞങ്ങളുടെ സ്വന്തം കുട്ടി യാണ്. പന്തളത്തെ ഇളവരചനല്ലേ? പന്തളോം ഞങ്ങളും ഒരു വംശമാണ്.

തെക്കുംകൂർ: പന്തളോം ഇവിടേയുമായി ബന്ധപ്പെട്ടിട്ടുണ്ട്. അങ്ങനെ നമ്മളൊക്കെ ഒന്നായിരിക്കുന്നു. ഏതായാലും ഇനി ഒന്ന് ചെയ്യാതെ തരോല്യ. ഞങ്ങളുടെ ക്ഷേത്രത്തിലെ സ്വത്തും ഭണ്ഡാരവും അതോടൊപ്പം ഞങ്ങളുടെ അഭിമാനവും കാത്തുരക്ഷിച്ച ജയസിംഹന് ഈ രാജ്യത്തുനിന്ന് എന്തെങ്കിലും കൊടുക്കണമെന്നുണ്ട്. എന്താന്നു വെച്ചാ പറഞ്ഞോളൂ.

അയ്യപ്പൻ: ജയസിംഹൻ തിരുമേനിയ്ക്കും അംബികാദേവിയ്ക്കും സ്വൈ രമായി ഇനി എവിടേയെങ്കിലും കഴിഞ്ഞുകൂടണമെന്നാണ് ആഗ്രഹം. പക്ഷെ അക്കഥയെല്ലാം ഇവിടെ പറഞ്ഞുകാണുമായിരിക്കും.

തെക്കുംകൂർ: ഒരു വിഷമോം ഇല്ല്യ. നമ്മുടെ വക പൂഞ്ഞാറും ചുറ്റുമു ള്ള സ്ഥലങ്ങളും നാം ജയസിംഹന് ദാനമായി നൽകിയിരിക്കുന്നു. ആ പ്രദേശങ്ങൾക്കു ചുറ്റുമുള്ള മലയും മേടും മൈതാനവും ഇഷ്ടംപോലെ

അനുഭവിച്ചുകൊള്ളൂ. എന്താ അപ്പനേ?

അയ്യപ്പൻ: ഇവിടന്ന് ചെയ്തത് ഏറ്റവും ഉചിതമായി. ആ പ്രദേശങ്ങളിൽ നടക്കുന്ന കൊള്ളയും കവർച്ചയും കുറെ ശമനോം ഉണ്ടാവും. അവിടെ ഒരു രാജശക്തി അത്യവശ്യമായി വേണ്ടതുമാണ്.

തെക്കുംകൂർ: അവിടേയ്ക്കു വേണ്ടുന്ന ആൾക്കാരേം മറ്റു സിൽബന്തികളേം കുറെ തറവാട്ടുകാരേം ഈ ദിക്കുകളിൽനിന്നു കൊണ്ടുപോവാം.

ജയിസംഹൻ: ദാനം വാങ്ങാൻ മടിയുണ്ട്. അതുകൊണ്ട് ഒരാനച്ചുവടിന് ഒരു പൊന്നുവെച്ച് സ്ഥലവില അവിടന്ന് സ്വീകരിക്കണം. രാജസ്ഥാനം പോയെന്നേയുള്ളൂ; അതിനിയും കിട്ടും. അഭിമാനം പോയാൽ...

തെക്കുംകൂർ: എതിരു പറയുന്നില്ല; സമ്മതം തന്നെ.

ജയസിംഹനും അംബികാദേവിയും തെക്കുംകൂറിൽ ഒരാഴ്ച താമസിച്ച് തെക്കുംകൂർ തമ്പുരാൻ ചെയ്തുകൊടുത്ത സകല സജ്ജീകരണങ്ങളോടെയാണ് പൂഞ്ഞാറിലേയ്ക്കു പുറപ്പെട്ടത്. പുതിയ ഒരു രാജവംശം സ്ഥാപിയ്ക്കുമ്പോൾ രാജകീയ മുദ്രയും വേണമല്ലോ. മധുരമീനാക്ഷിയുടെ സാന്നിദ്ധ്യം സങ്കല്പിച്ച ശ്രീചക്രവും തോട്ടിയും വടിയും പൂഞ്ഞാറ്റിലെ രാജകീയ മുദ്രയായി സ്വീകരിച്ചതിന്റെ ഔചിത്യം എന്തെന്ന് സ്പഷ്ടമാണല്ലോ.

അയ്യപ്പനും കൂട്ടുകാരും ഇതിനകം തെക്കുംകൂറിലെ സൈനികശക്തി പുനഃസംഘടിപ്പിക്കാനുള്ള ശ്രമത്തിൽ മുഴുകിയിരിക്കുകയായിരുന്നു. പന്തളത്തു ചെയ്തതുപോലെ ഓരോ ഭവനത്തിലെയും ചെറുപ്പക്കാർക്ക് ആയോധനപരിശീലനം നല്കാൻ നാട്ടിലെല്ലായിടത്തും കളരികൾ സ്ഥാപിച്ചു. പന്തളത്തുനിന്ന് സമർത്ഥന്മാരായ ചില കളരിയാശാന്മാരേയും വരുത്താനുള്ള ഏർപ്പാടുകൾ ചെയ്തുവെച്ചു. തെക്കുംകൂർ തമ്പുരാൻ അയ്യപ്പന്റെ ഈ പരിശ്രമങ്ങൾ കണ്ട് അത്യധികം സന്തോഷിച്ചു. ആ നാട്ടിൽ ഏതു പരിഷ്കാരവും നടപ്പാക്കാനുള്ള സൗകര്യങ്ങൾ തമ്പുരാൻ അയ്യപ്പന് നൽകി. അയ്യപ്പന്റെ പേരും പെരുമയും ആ നാട്ടിലെ ഏതു കോണിലും എത്തിയപ്പോൾ തന്റെ പദ്ധതികളും നടപടികളും സ്വപ്നാവസ്ഥയിൽനിന്ന് യാഥാർത്ഥ്യത്തിലേയ്ക്ക് പുരോഗമിയ്ക്കുന്നു എന്ന ചാരിതാർത്ഥ്യം അദ്ദേഹത്തിനുണ്ടായി.

സൈനികശക്തി കേന്ദ്രീകരിയ്ക്കുന്നതിൽ മാത്രമല്ല അയ്യപ്പന്റെ ശ്രദ്ധ പതിഞ്ഞത്. ആദ്ധ്യാത്മികമായ ഉണർവ്വില്ലാതെ ഭൗതികശക്തിക്ക് നില്ക്കക്കള്ളിയുണ്ടാവില്ലെന്ന് സ്വാനുഭവംകൊണ്ട് അയ്യപ്പന് ബോദ്ധ്യംവന്നിരുന്നു. നാട്ടിലുള്ള പഴയ കാവുകളും അമ്പലങ്ങളും പുതുക്കിപ്പണിയിക്കാനും അവിടെയെല്ലാം നാട്ടാരുടെ സാംസ്കാരിക

മായ ഉന്നമനത്തിനുവേണ്ട ഏർപ്പാടുകൾ ചെയ്യാനും അദ്ദേഹം മറന്നില്ല. തീയ്യാട്ടം പാട്ട്, താലപ്പൊലി, വേലകളി, ചെപ്പടിവിദ്യ തുടങ്ങിയ വിനോദപരിപാടികളിലൂടെ നാട്ടാരുടെ ശ്രദ്ധ ക്ഷേത്രങ്ങളിലേയ്ക്ക് തിരിച്ചുവിട്ടു. സദ്ഗ്രന്ഥപാരായണത്തിനും, സംഗീതാദികലാമത്സരത്തിനും ക്ഷേത്രപരിസരങ്ങളിൽ ഏർപ്പാടുചെയ്തു. അങ്ങനെ തെക്കുംകൂർ രാജ്യം പന്തളത്തെപ്പോലെതന്നെ ഉണർവ്വും ഉശിരുമുള്ള ഒരു നാടാക്കിത്തീർക്കാൻ അയ്യപ്പന് അധികം നാളുകൾ വേണ്ടിവന്നില്ല.

അയ്യപ്പനും കൂട്ടരും തെക്കുംകൂറിൽ വന്നിട്ട് ഒരു മാസത്തോളമായി. ഇതിനകം അയൽ നാട്ടുകളിലെല്ലാം പലരും പറഞ്ഞുകേട്ട് അയ്യപ്പന്റെ കീർത്തി അവിടെയെങ്ങും പരന്നു.

അയ്യപ്പൻ തെക്കുംകൂറിൽനിന്ന് യാത്ര പുറപ്പെടാൻ നിശ്ചയിച്ച ദിവസം കായംകുളത്തുനിന്ന് അവിടത്തെ രാജാവിന്റെ ചില ദൂതന്മാർ തെക്കുംകൂർ രാജാവിന് ഒരടിയന്തരസന്ദേശവുമായെത്തി. സന്ദേശം വായിച്ച ഉടനെ തെക്കുംകൂർ തമ്പുരാൻ അയ്യപ്പനോട് പറഞ്ഞു:

"എത്ര നന്നായി, അയ്യപ്പൻ പോകുന്നതിനു മുമ്പ് ഈ വിവരം അറിഞ്ഞത്. കേട്ടില്ലേ കഥകൾ? കായംകുളത്തരചന്റെ സന്ദേശമാണിത്. അവിടെ ഒരു കൂട്ടം കടൽക്കള്ളന്മാർ വന്ന് ശല്യമുണ്ടാക്കുന്നുവെന്ന്. അപ്പൻതന്നെ ശരണം. അപ്പന്റെ കഥയും ഇതാ ഈ കത്തിൽ പ്രത്യേകം പറഞ്ഞിട്ടുണ്ട്. എഴുത്ത് അപ്പൻ തന്നെ നോക്കി മനസ്സിലാക്കു."

അയ്യപ്പൻ സന്ദേശം വാങ്ങി ഒരുതവണ വായിച്ചു. അല്പനേരം അദ്ദേഹം ആലോചനയിൽ മുഴുകി.

"ഞാൻ, ഇവിടന്ന് അനുവദിക്കുമെങ്കിൽ ഒരാഴ്ചയ്ക്കകം തിരികെവന്ന് വിവരം അറിയിക്കുകയോ ആളയച്ച് കാര്യങ്ങൾ മനസ്സിലാക്കുകയോ ചെയ്യാം. ഇതിനകം കായംകുളത്തരചന് ഇവിടന്ന് ഇന്നുതന്നെ മറുപടി അയയ്ക്കാവുന്നതാണ്. ഞാൻ ഒരു സേനയോടൊപ്പം അടുത്തുതന്നെ കായംകുളത്തെത്താമെന്നും അതുവരെ ക്ഷമിക്കണമെന്നും മറുപടിയിൽ കാണിക്കാം."

തെക്കുംകൂർ: എല്ലാം ഈശ്വരാധീനംതന്നെ. എന്റെ ഏറ്റുമാനൂരപ്പന്റെ അനുഗ്രഹംകൊണ്ടാണ് ഇതൊക്കെ ഇങ്ങനെ വന്ന് സംഭവിച്ചത്. ആട്ടെ, അപ്പൻ പോയി, വേണ്ട കാര്യങ്ങളെല്ലാം ഏർപ്പാടു ചെയ്യൂ. ഞാനിന്നുതന്നെ കായംകുളത്തരചന് മറുപടി അയയ്ക്കുന്നുണ്ട്.

അയ്യപ്പൻ തമ്പുരാനെ വണങ്ങി. യാത്ര പറഞ്ഞു.

9

തകിർത്തിത്താൻ തോട്ടത്തിലെ വാവർ

ആകസ്മികമായിട്ടാണ് വാവരും കൂട്ടരും കായംകുളത്ത് പടവിറങ്ങി കവർച്ച നടത്തിയത്. ഒരു ദിവസം നേരം വെളുത്തപ്പോൾ നാടെങ്ങും ആ കവർച്ചയുടെ കഥ കാട്ടതീ പോലെ പരന്നു. ആയോധനത്തിലും ധാന്യാദി ധനത്തിലും മികച്ചു നിന്നിരുന്ന കുഴിക്കാല ആശാന്മാരുടെ ഭവനമാണ് കൊള്ളക്കാർ ആക്രമിച്ചതെന്നു കേട്ടപ്പോൾ നാട്ടുകാർക്കുണ്ടായ ഭയാത്ഭുതങ്ങൾക്ക് അതിർത്തിയുണ്ടായിരുന്നില്ല. കായംകുളത്തരചന്റെ ആയോധനമന്ത്രിയായ കുഴിക്കാല ആശാനെയാണ് കടൽക്കൊള്ളക്കാർ ആദ്യം ആക്രമിച്ച് അവശനാക്കിയതെങ്കിൽ ഇനി ആ രാജ്യത്തിൽ ഒരിടത്തും ആർക്കും രക്ഷയുണ്ടാവില്ല എന്ന് എല്ലാവർക്കും ബോദ്ധ്യപ്പെട്ടു. കൊള്ളക്കാരെപ്പറ്റി പല കഥകളും ഇതിനകം നാട്ടിൽ പരന്നിരുന്നു.

അവർ ആരേയും ദേഹോപദ്രവം ഏല്പിച്ചില്ല. വാളും കുന്തവും വില്ലും അമ്പും ഒന്നുമല്ല അവരുടെ ആയുധങ്ങൾ. എങ്കിൽ കുഴിക്കാലക്കളരിയിൽ പയറ്റിയവരുടെനേരെ അവർക്കു പൊരുതിനില്ക്കാൻ സാധിക്കില്ലായിരുന്നു, കവർച്ചക്കാർ തീവെട്ടിയും പന്തവുംകൊണ്ടു പുരയിടത്തിൽ കയറിയതോടെ ആയുധധാരികളായ ചെറുപ്പക്കാർ അവരെ തടയാൻ മുന്നിട്ടുചെന്നു. പക്ഷെ അവർക്കാർക്കും ഒന്നും ചെയ്യാൻകഴിഞ്ഞില്ല. മരുന്നോ മന്ത്രമോ എന്നു നിശ്ചയമില്ല; കൊള്ളക്കാർ എതിർത്തവരെ മുഴുവനും സ്തംഭിപ്പിച്ചുനിർത്തിപോലും. അവർക്കാവശ്യമുള്ള നെല്ലുംപണവും എടുത്തു ഓടങ്ങളിൽ കയറി പോയതിനു

ശേഷമാണ് വീട്ടുകാർക്കെല്ലാം ബോധം തെളിഞ്ഞതുപോലും! വട്ടത്തൊപ്പിയും വളഞ്ഞ താടിയുമുള്ള ഗംഭീരസ്വരൂപന്മാരായ ആൾക്കാർ നിരവധി വന്നുകയറുന്നത് അവരെല്ലാം നേരിട്ടുകണ്ടു. പിന്നെയൊന്നും അവർക്ക് ബോധമുണ്ടായില്ല. കവർച്ചക്കാർ എന്തെല്ലാം അക്രമമാണ് ചെയ്തിരിക്കുന്നതെന്നറിയാൻ വെമ്പലോടെ അകത്തു ചെന്നപ്പോൾ അവർക്ക് ആശ്വാസവും അത്ഭുതവും ഉണ്ടായി. സ്ത്രീകൾക്കും കുട്ടികൾക്കും ഒരാപത്തുമുണ്ടായില്ല. അവരെ കൊള്ളക്കാർ ഭീഷണിപ്പെടുത്തിയുമില്ല. അവർ പേടിച്ചൊളിച്ചിരുന്ന സ്ഥലത്തേക്ക് ആരും എത്തിനോക്കിയതുമില്ല!

കാര്യം രാജസന്നിധിയിലെത്തി, നാട്ടുകാരും കൂടി പലതും ആലോചിച്ചു. ഇങ്ങിനെ കൺകെട്ടുവിദ്യകൊണ്ട് കവർച്ചചെയ്താൽ എന്താ കാണിക്കുക? എന്താണിതിന്റെ രഹസ്യം? 'വാവര് വാവര്' എന്നുള്ള പേരു കേൾക്കാൻ തുടങ്ങിയിട്ട് കുറെനാളായി. അയാളെപ്പറ്റി നാട്ടുകാർക്ക് അനേകം കഥകളും അറിയാമായിരുന്നു. ആ കഥകൾ എല്ലാവരും അങ്ങനെത്തന്നെ വിശ്വസിച്ചിരുന്നില്ല. അത്രമാത്രം അതിശയോക്തി കലർന്ന കഥകളായിരുന്നു നാട്ടിൽ പ്രചരിച്ചിരുന്നത്.

തകിർതിത്താൻ തോട്ടത്തിലാണുപോലും വാവർ പിറന്നത്. ആ തോട്ടത്തിന്റെ പേരിനെപ്പറ്റിയും ആളുകൾ പല വ്യാഖ്യാനങ്ങൾ കൊടുത്തിരുന്നു. അത് മെക്കാംപൂരിലെന്ന് ഒരു കൂട്ടർ. അല്ലാ, തർക്കിസ്ഥാനമെന്ന് വേറൊരു കൂട്ടർ. ഏതായാലും അറബികളുടെ ഒരുവലിയ നാടാണ് തകിർതിത്താൻ തോട്ടം. ബാപ്പയുടെ പേര് സെയ്താലി എന്നാണ്. ഉമ്മ പാത്തുമ്മയും. വാവര് ഞൊണ്ടനായിരുന്നുപോലും പെറ്റുവീണപ്പോൾത്തന്നെ. അതുകൊണ്ട് ആ നാട്ടിലുള്ളവർ 'വളർകാലൻ വാവരെ' ന്നാണ് അയാളെ വിളിച്ചിരുന്നത്.

വാവര് പിറന്ന കാലത്ത് തകിർതിത്താൻ നാട്ടിൽ വലിയ ഒരു 'പഞ്ഞക്കേട്ട' ണ്ടായിപോലും. അക്കാലം വിളയുന്ന നെല്ലൊന്നും വിളഞ്ഞില്ല. പൂക്കുന്ന മാവൊന്നും പൂത്തില്ല; കോതമ്പും തിനയും വളരെയുണ്ടായി. കോതമ്പും തിനയും തിന്നാണ് ഉണ്ണിവാവര് വളർന്നതുപോലും! അങ്ങനെ മൂന്ന് വയസ്സ് കഴിഞ്ഞപ്പോൾ വാവരുടെ മുടിയിറക്കി. ഏഴാംവയസ്സിൽ എഴുത്തിനിരുത്തി. പത്ത് വയസ്സിൽ പയറ്റിനാക്കി. ഉണ്ണിയായ വാവർ വെട്ടും പയറ്റും പഠിച്ചു. കൂടെ വാളേറും കുന്തമേറും പഠിച്ചു. മുൻപും പിമ്പും ചാടിമറിയാൻ വാവര് അഭ്യസിച്ചു. അങ്ങിനെയിരിക്കെ വാവർക്കൊരു കൊതി - കടലിൽ കപ്പലോട്ടണമെന്ന്. വാവർക്ക് ബാപ്പയും ഉമ്മയും അതിന് അനുമതി നൽകി. കപ്പലോട്ട

ക്കാലത്ത് മറുനാട്ടുകളിൽ ചെന്ന് വാവര് കണ്ണുകെട്ടും, ചെപ്പടിവിദ്യയും മന്ത്രവാദവും പഠിച്ചു. ഇതാണ് നാട്ടിൽ പ്രചരിച്ച ഒരു കഥ.

ഇനി മറ്റൊരു കഥയുള്ളത് ഇതിലും രസമാണ്. വാവരോട് ഭയവും ഭക്തിയും ബഹുമാനവുമുള്ള ചിലരാണ് ആ കഥ പറഞ്ഞു പ്രചരിപ്പിച്ചത്. മഹാവിഷ്ണു മായകൊണ്ട് കാതി എന്നൊരു ഉമ്മയെ തോറ്റിപോലും. മഹാവിഷ്ണുതന്നെ കാതിക്ക് മാലയിട്ടു. മൂന്നേമുക്കാൽ നാഴികകൊണ്ട് കാതിയുമ്മയ്ക്ക് ഗർഭമായി. പത്തും തികഞ്ഞപ്പോൾ കാതി ഒരു പെണ്ണിനെപ്പെറ്റു. അതാണ് പാത്തുമ്മ. പാത്തുക്കുട്ടിക്ക് യൗവനം വന്നു. അതുകണ്ടു ശ്രീപരമേശ്വരൻ ആർത്തനായിപോലും! അക്കാലത്ത് ശ്രീപരമേശ്വരൻ ഒരു വൃക്ഷമായി അവതരിച്ചു. ആ വൃക്ഷത്തിന് നാലുയോജന നീളമുണ്ട്. രണ്ടുയോജന തടിയും. നാലുഭാഗത്തേക്ക് നാല് കൊമ്പ്. നാലു കൊമ്പിന്ന് നാലുവീതമാണ് പുഷ്പം. കന്നിരാശിയിൽ താന്ന കൊമ്പിൻ കൈനാറി എന്നൊരു പുഷ്പമുണ്ട്. ആ പുഷ്പത്തിന്റെ വാസന വന്നപ്പോൾ പാത്തുമ്മ ഉമ്മയോടു ചോദിച്ചുപോലും:

"എന്തു എന്തെന്റെ പെറ്റോരുമ്മേ
പുഷ്പം തന്നുടെ വാസനയിവിടെ?"

ഉമ്മയുടെ മറുപടി ഇതായിരുന്നു.
"മായാപുഷ്പ വാസന മകളെ
അതുകൊണ്ടൊട്ടും മോഹിക്കവേണ്ട."

പാത്തുമ്മ വിട്ടില്ല. അവൾ വീണ്ടും ചോദിച്ചു:
"ചൊല്ലു ചൊല്ലെന്റെ പെറ്റോരുമ്മേ
പൂമരം കാണുവാൻ പോകുകവേണം."

കാതിയുമ്മ മകളെ ഇങ്ങിനെ ശാസിച്ചു:
"പോക വേണ്ട പാത്തു നീയ്യ്
പോകുന്നാകിൽ ഗർഭമുണ്ടാകും."

കാതി പറഞ്ഞത് പാത്തുമ്മ കേട്ടില്ല. അവൾ പൂവറുക്കുന്ന തോട്ടിയെടുത്തു; പൂ പെറുക്കുന്ന തൊട്ടിയെടുത്തു; പൂമരത്തിന്റെ ചുവട്ടിൽച്ചെന്ന് അതിനെ വലത്തുവെച്ചു. പാത്തുമ്മ കന്നിരാശിയിൽ താന്നുകിടക്കുന്ന കൊമ്പിന്റെ ചുവട്ടിൽ ചെന്നു. പാത്തുമ്മ ചെന്നപ്പോൾ പൂമര

ത്തിന്റെ കൊമ്പ് താണു. കന്നിരാശിയിൽ താണ ആ കൊമ്പിന്മേൽ അവൾ കയറിയിരുന്നു. പാത്തുമ്മ കയറിയ ഉടനെ പൂമരത്തിന്റെ കൊമ്പ് ഉയർന്നു. അവൾ ഒരു പൂവറുത്തു. ആ പൂ കയ്യിൽനിന്ന് വഴുതിപ്പോയി. രണ്ടാമതൊന്നു അറുത്തു. അതു കരിഞ്ഞുപോയി. മൂന്നാമത്തേത് അറുത്ത് അവൾ മണത്തു. അതോടെ അവൾ ഗർഭിണിയായി. അവൾ കൊമ്പത്തുനിന്നിറങ്ങി പൂമരത്തെ നമസ്കരിച്ചു. ഉമ്മ ഇത് അറിഞ്ഞപ്പോൾ കോപിച്ചു. ചൊല്ലു കേൾക്കാതെ പോയ മകളെ അവർ ജാതിയിൽ നിന്നും പുറത്താക്കി. അങ്ങനെ ശ്രീപരമേശ്വരനു പാത്തുമ്മയിലുണ്ടായ സന്താനമാണ് വാവര്. ആ വാവര് നാലാംവേദക്കാരനാണ്. ഹിന്ദു തന്നെ. നാലാം വേദത്തിൽ മാത്രമേ വിശ്വാസമുള്ളൂ. നമ്മൾ ഹിന്ദുക്കൾ നാലുവേദത്തിലും വിശ്വസിക്കും. ഈ ഇസ്ലാമും ഹിന്ദുവും ഒന്നാണ്. വ്യത്യാസം ഇത്രയേയുള്ളൂ. അപ്പോൾ വാവര് നമ്മുടെ ആളുകളെ ഉപദ്രവിക്കുമോ? പാവങ്ങളോട് കാരുണ്യമുള്ള ആളാണ്. പണക്കാരുടെ പണം അവര് ആർക്കും കൊടുക്കാതെ അവർക്കും പ്രയോജനമില്ലാതെ ഒരുക്കൂട്ടിവെയ്ക്കുന്നതു വാവർക്ക് പിടിക്കുല്ല. അതുകൊണ്ടു അതെല്ലാം കവർച്ച ചെയ്ത് പാവങ്ങൾക്കു കൊടുക്കും.

അല്ലെങ്കിൽ ഈ നാട്ടിൽ ഇത്രയും പേരുണ്ടായിട്ടും എന്തേ കുഴിക്കാലെ ആശാന്റെ വീട്ടിൽ മാത്രം വാവര് കയറിയത്? ദിവ്യദൃഷ്ടിയുള്ള ആളാണ്. എവിടെയാണ് നെല്ലും പണവും കൂട്ടിവെച്ചിരിക്കുന്നതെന്ന് അറിയാം അങ്ങേർക്ക്.

ഇങ്ങനെയൊക്കെയാണ് വാവരെപ്പറ്റി നാട്ടിലെല്ലാം പ്രചരിച്ച കഥകൾ. ഇതിൽ കുറേ നേരുണ്ടെന്നു കേട്ടവർക്കെല്ലാം തോന്നി. അല്ലെങ്കിൽ അന്ന് കുഴിക്കാലെ കയറിയിട്ട് ഒരാളേയും അവർ ഉപദ്രവിച്ചില്ലല്ലോ. മന്ത്രവാദവും കണ്ണുകെട്ടുംകൊണ്ട് എതിർക്കാൻ ചെന്നവരെ മയക്കി അധികമുള്ള നെല്ലും പണവും കൊണ്ടുപോയി!

ഇത്രയും കഥ കേട്ടതോടെ പണക്കാരുടെ ഉള്ള് കിടുകിടെ വിറച്ചു. പാവപ്പെട്ടവരും ഇടത്തരക്കാരും കുറഞ്ഞൊന്നാശ്വസിച്ചു. എങ്കിലും അവർക്ക് കവർച്ചയെന്നു കേട്ടപ്പോൾ പേടി തോന്നാതിരുന്നില്ല.

കടൽത്തീരത്തുനിന്നും കായലോരത്തുനിന്നും പണക്കാരെല്ലാം മാറിപ്പാർത്തു. ഭടന്മാരെക്കൊണ്ടോ പയറ്റുകാരെക്കൊണ്ടോ രക്ഷ നേടാൻ കഴിയില്ലെന്നു എല്ലാവർക്കും മനസ്സിലായി. ഇനിയെന്തു വേണ്ടു എന്ന് ആലോചിച്ചപ്പോഴാണ് കായംകുളത്തരചൻ തെക്കുംകൂറിലേക്ക് കത്തും കൊടുത്തു ദൂതന്മാരെ അയച്ചത്.

ദൂതന്മാർ വന്ന് രാജാവിനെ വിവരം അറിയിച്ചപ്പോൾ എല്ലാവ

ർക്കും ഒരാശ്വാസംതോന്നി. അയ്യപ്പന്റെ നേതൃത്വത്തിൽ പന്തളത്തു നിന്ന് പടവരുമെന്ന് കേട്ടതോടെ നാട്ടുകാർക്കും ഒരുത്സാഹവും ധൈര്യവും ഉണ്ടായി.

ഒരാഴ്ചയോളം അവർ ഇങ്ങിനെ ഭയന്നും ആശ്വസിച്ചും കഴിച്ചുകൂട്ടി. അതിനിടയ്ക്ക് രണ്ടു സ്ഥലത്തുകൂടെ കവർച്ചക്കാർ കയറിയിറങ്ങിയെന്നറിഞ്ഞു. മാത്രമല്ല, കവർച്ചസംഘം കായംകുളം കടൽത്തീരം വിട്ട് കുറെക്കൂടി വടക്കോട്ടുനീങ്ങി അമ്പലപ്പുഴയ്ക്കടുത്തു താവളമുറപ്പിച്ചെന്നും ഒരു ശ്രുതി കേട്ടു.

അയ്യപ്പന്റെ നേതൃത്വത്തിലുള്ള സൈന്യം കായംകുളത്തെത്തിയപ്പോൾ വാവരേയും കൂട്ടരേയും ആ പ്രദേശത്തെങ്ങും കാണാനില്ലായിരുന്നു. രാജാവിന്റെ നിർദ്ദേശപ്രകാരം അയ്യപ്പൻ അമ്പലപ്പുഴയ്ക്കു പടനീക്കം ചെയ്തു.

കടൽത്തീരത്ത് താവളമടിച്ചിരുന്ന കവർച്ചസംഘം അവിടെനിന്നും അപ്പോഴേയ്ക്കും അപ്രത്യക്ഷമായിരുന്നു. ഇതിൽ ഏവരും നിരാശപ്പെട്ടു. ഒരുങ്ങിവന്നപ്പോൾ ആളനക്കമില്ല!

ഏതായാലും അമ്പലപ്പുഴ കേന്ദ്രമാക്കി അയ്യപ്പൻ അവിടേയും കായംകുളത്തും കളരികൾ സ്ഥാപിക്കാൻ നിശ്ചയിച്ചു. കായംകുളത്തേക്കു കൃഷ്ണനെ കളരിത്തലവനായി അയച്ചു. കൊച്ചുകടുത്തയെ തിരിച്ചു പന്തളത്തേയ്ക്കും പറഞ്ഞയച്ചു. കടുത്തയോടൊപ്പം പന്തളം പടയിലെ ഒരു വലിയ പങ്ക് തിരിച്ചുപോയി. ഏതായാലും വാവരും കൂട്ടരും എവിടെയെങ്കിലും തല പൊക്കിയാൽ താൻതന്നെ ഉള്ള സൈന്യത്തോടൊപ്പം എതിരിടാമെന്ന് അയ്യപ്പൻ തീരുമാനിച്ചു.

ഒരു ദിവസം പതിവുപോലെ അയ്യപ്പനും ഒരു ചെറിയസംഘം പയറ്റുകാരുംകൂടി കടൽത്തീരത്തുകൂടെ നടക്കുമ്പോൾ അകലെ ഒരു പടവിന്റെ പാമരം കാണാനിടയായി. വാവരുടെ കപ്പലാണ് അതെന്ന് അയ്യപ്പൻ ഊഹിച്ചു. ഏതായാലും വിവരം അറിയാമല്ലോ എന്നു കരുതി അയ്യപ്പൻ ആ പാമരം ലാക്കാക്കി ഒരു അമ്പയച്ചു. കുറെ നേരംകൂടി കഴിഞ്ഞപ്പോൾ വീണ്ടും ഒരമ്പുകൂടി പാമരത്തിന്നുനേർക്കയച്ചു. ഇതിനകം കപ്പൽ കടൽത്തീരത്തേക്ക് മെല്ലെ അടുക്കുന്നുണ്ടായിരുന്നു. മൂന്നാമതും അയ്യപ്പൻ ഒരമ്പയച്ചു. അതു ചെന്ന് പാമരത്തിൽ സൂക്ഷ്മമായി തറച്ചു. നാലാമതയച്ച ശരം പാമരത്തെ മുറിച്ചു. ഇത്രയുമായിട്ടും കപ്പൽ തിരിച്ചുപോവുകയല്ല, തീരത്തോട് അടുത്തടുത്തുവരികയാണ് ഉണ്ടായത്.

അത്രയ്ക്ക് ധൈര്യത്തോടെ വരുന്ന ആ കപ്പൽക്കാരോട് അയ്യപ്പന് മനസാ ഒരു ബഹുമാനമുണ്ടായി. പിന്നീട് അദ്ദേഹം അമ്പയക്കാൻ

മുതിർന്നില്ല.

കപ്പലിൽനിന്ന് ചെറിയ ഓടങ്ങൾ തുരുതുരെ കടലിലിറങ്ങുന്നതു അയ്യപ്പൻ കണ്ടു. ഓടങ്ങൾ നിറയെ ആൾക്കാരുമുണ്ട്. ഏതായാലും അവരെല്ലാം കരയ്ക്കടുക്കുന്നതുവരെ അയ്യപ്പനും കൂട്ടരും അനങ്ങാതെ നിന്നു.

അര നാഴികയ്ക്കകം ആയുധധാരികളായ കവർച്ചക്കാർ കടൽക്കരയ്ക്കുവന്നിറങ്ങി. അവരുടെ നേതാവായ വാവർ അയ്യപ്പൻറേയും കൂട്ടരുടേയും നേർക്ക് സധൈര്യം നടന്നുചെന്നു.

"ആരാണ് അത്ര വലിയ ഒരു വീരൻ? നമ്മുടെ കപ്പൽപ്പാമരം അമ്പെയ്തു മുറിച്ചവൻ ആര്?" വാവർ ചോദിച്ചു.

"നിങ്ങളാണോ കടൽക്കള്ളൻ വാവര്?"

"ആണെങ്കിൽ?"

"എന്നാൽ ഞാനാണ് അമ്പെയ്തു മുറിച്ചത്."

"അത്ര വീരനാണെങ്കിൽ ഇനിയും ഒന്നു കാണട്ടെ."

"പറഞ്ഞാൽ മതി, പാമരമെയ്തു മുറിക്കണൊ അതോ ആ വളർകാലിൽ കൊള്ളിക്കണോ?"

"സമർത്ഥൻ! എന്നാൽ രണ്ടുമാവട്ടെ."

"ആയുധമെടുത്തവരോടേ അയ്യപ്പൻ എതിരിടൂ."

"ആര്? അയ്യപ്പനോ? ഓ ശരി. നമ്മൾ ആൾക്കാർ പറഞ്ഞുകേട്ടിട്ടുണ്ട്. നിങ്ങളെ കാണാനാണ് ഞാൻ ഇത്തവണ ഇങ്ങോട്ടു പുറപ്പെട്ടത്. നന്നായി കണ്ടത്. വലിയ വീരനാണെന്നു കേട്ടു. പക്ഷേ, കണ്ടാൽ വെറും പയ്യനാണല്ലോ."

"വാവർക്ക് എന്റെ വയസ്സല്ലല്ലോ അറിയേണ്ടത്? അമ്പിന്റെ ശക്തിയല്ലേ? നിങ്ങളുടെ നേരെ ഞാൻ അമ്പെയ്യില്ല. നിങ്ങളും ആയുധമെടുത്താൽ ഒരു കൈയ് നോക്കാം."

"എന്റെ ആയുധം എന്റെ കൈവശമുണ്ട്. നിങ്ങൾ നിങ്ങളുടെ എടുത്തോളിൻ."

"ഓഹോ മനസ്സിലായി. കൺകെട്ടുവിദ്യയായിരിക്കും ആയുധം അല്ലേ?"

"അതുവേണമെങ്കിൽ അതും ആവാം."

"എന്നാൽ അതുതന്നെ കാണട്ടെ."

"ഇനിയൊരമ്പെയ്താൽ അതും കാണാം."

അയ്യപ്പൻ വാവരുടെ ആ വെല്ലുവിളിക്കു തയ്യാറായി. ഒരു ശരമെ

ട്ടത്ത് അദ്ദേഹം കപ്പലിനെതിരെ തൊടുത്തുവിട്ടു. അതു ലക്ഷ്യംതെറ്റി കടൽപ്പുറത്തെ പൂഴിയിൽ ചെന്നുതടഞ്ഞു! വാവരും കൂട്ടരും അതു കണ്ടു ആർത്തുചിരിച്ചു. അയ്യപ്പനും കൂട്ടരും തെല്ലൊന്നു പരിഭ്രമിച്ച മട്ടായി. ഓർക്കാപ്പുറത്തുള്ള ഒരടിയായിരുന്നു അത്. അയ്യപ്പൻ അത്രയ്ക്കു കരുതിയില്ല. വാവരുടെ വിജയോന്മത്തത അയ്യപ്പന്റെ അഭിമാനത്തെ സ്പർശിച്ചെന്ന് അടുത്ത ക്ഷണത്തിൽത്തന്നെ അയ്യപ്പൻ കാണിച്ചുകൊടുത്തു. ആ പൂഴിയിൽ തറഞ്ഞ ശരത്തിന്മേൽ ലാക്കാക്കി അയ്യപ്പൻ മറ്റൊരു ശരം തൊടുത്തതോടെ രണ്ടുംകൂടി വാവരുടെ പാദങ്ങളിൽച്ചെന്നു പതിച്ചു. വാവർക്ക് മനസ്സിലായി തന്റെ തന്ത്രം ഫലിക്കുന്നില്ലെന്ന്. വാവരും ആയുധമെടുത്തു. വാവർ വാളെടുത്തപ്പോൾ അയ്യപ്പൻ ചുരിക കയ്യിലേന്തി. ഇരുവരും വെട്ടും തടയുമായി. അയ്യപ്പൻ വെട്ടി, വാവർ തടുത്തു. വാവർ വെട്ടി അയ്യപ്പൻ തടുത്തു. ഇരുവരുടേയും കക്ഷികൾ അവരുടെ നേതാക്കന്മാരുടെ വെട്ടും തടയുംകണ്ടു കൺമിഴിച്ചുനിന്നു. ഇങ്ങനെയൊന്ന് അവരുടെ ജീവിതത്തിൽ കണ്ടിട്ടില്ല. മൂന്നേമുക്കാൽ നാഴിക നീണ്ടുനിന്ന ആ വെട്ടും തടയുംകൊണ്ട് അവർക്കിരുവർക്കും ക്ഷീണം തോന്നിയില്ല. അയ്യപ്പനെടുക്കുന്ന ഓരോ അടവിനും വാവർ മാറ്റടവ് കണ്ടിരുന്നു. ഒടുവിൽ ഇരുവരും ഹസ്തസംജ്ഞകൊണ്ട് പോരുമതിയാക്കി. ഇരുവരും പരസ്പരം ആലിംഗനബദ്ധരായി. “എനിക്കൊത്ത ചെങ്ങാതി താനാണ്” എന്ന് ഇരുവരും ഒരുമിച്ചു പറഞ്ഞു.

“അയ്യപ്പാ, ചെങ്ങാതി, ഞാൻ കാണാത്ത നാടില്ല; ഞാൻ ചെയ്യാത്ത പോരില്ല. എങ്കിലും ഇങ്ങനെ ഒരാളെ ഞാൻ കാണുന്നത് നടാടെയാണ്.”

“ചെങ്ങാതി വാവരേ, അറിഞ്ഞുംകൊണ്ടാണ് ഞാനീ മത്സരത്തിനിറങ്ങിയത്. ചെങ്ങാതിക്കൊത്ത പോരാളി ലോകത്തിലില്ലെന്ന് പണ്ടേ അറിഞ്ഞിരിക്കുന്നു ഞാൻ. അതുകൊണ്ടാണല്ലോ കൂട്ടക്കാരെ ചേർത്ത് വെറുതേ അവർക്ക് ആപത്തൊന്നുംവരുത്താതെ നാം തമ്മിൽ ഒറ്റയ്ക്കുപൊരുതിയത്. അതു ഞങ്ങൾക്കുള്ള ഒരു നിർബന്ധമാണ് ചെങ്ങാതി. പട പലതും പൊരുതിക്കഴിഞ്ഞവനാണ് ഞാൻ. പടയാളികൾക്ക് ആപത്തുണ്ടാക്കുന്ന പട ഇന്നോളം പൊരുതിയിട്ടില്ല! നിങ്ങളൊരു മഹാനാണെന്നു ഞാൻ കേട്ടിട്ടുണ്ട്. പക്ഷേ ഇത്രയ്ക്കൊന്നും മനസ്സിലായിട്ടില്ല.”

“ഞാനൊരു മനുഷ്യനാണ്; മഹാനെന്നു പറയരുത്. അതു സങ്കടമാണ്. മനുഷ്യരെല്ലാവരും ഒരുപോലെയായിരിക്കണമെന്നാണ് ഞങ്ങളുടെ വേദം പഠിപ്പിച്ചിട്ടുള്ളത്. അല്ലാതെകണ്ടാൽ അതിനോട് പട പൊരുതാനാണ് ഞാൻ ഇത്രനാളും ഇറങ്ങിനടന്നത്.”

"അപ്പോൾ ഈ കവർച്ചയെല്ലാം വാവരും കൂട്ടരും നടത്തിയെന്നു പറയുന്നത് വെറും കളവാണല്ലേ?"

"വെറും കളവെന്നു പറഞ്ഞുകൂടാ. കവർച്ചയെന്നു ചിലരൊക്കെ പറയാറുണ്ട്. അതിലേറെ ആളുകൾ എന്റെ പ്രവൃത്തി ധർമ്മിഷ്ഠമെന്നാണ് പറയുന്നത്."

"അതു മനസ്സിലായില്ലല്ലോ."

"ഉള്ളവന്റെ എടുത്തു ഇല്ലാത്തവന് കൊടുത്താൽ കവർച്ചയാകുമോ? ഉള്ളവര് കുറച്ചേയുള്ളൂ. ഇല്ലാത്തവരാണ് അധികം."

"ഉള്ളവൻ അറിഞ്ഞുകൊടുക്കുകയല്ലേ വേണ്ടത്?"

"ഉള്ളവനറിയില്ലല്ലോ. അവനൊന്നേ അറിയാവൂ. ഇല്ലാത്തവനെ പിന്നേം ഉപദ്രവിക്കണം. എന്നിട്ട് ഉള്ളതിനോട് കൂട്ടണം. അതല്ലേ അയ്യപ്പാ ശരിക്കുമുള്ള കവർച്ചയും കൊള്ളയും?"

"ഉള്ളവനെക്കൊണ്ട് മനസ്സാലെ കൊടുപ്പിച്ചാൽ അതല്ലേ കൂടുതൽ നന്ന്."

"അവന് മനസ്സ വന്നില്ലെങ്കിലോ?"

"വരുമല്ലോ."

"വന്നിട്ടില്ലല്ലോ ഇതുവരെ."

"എങ്ങനെ അറിയാം? ലോകം കുറെ ചുറ്റിക്കണ്ട ഒരാളല്ലേ വാവര്? എന്നിട്ടും മനസ്സിലായിട്ടില്ലേ, ഉള്ളവരിൽത്തന്നെ പലരും സ്വന്തം മനസ്സാലെ ഇല്ലാത്തവർക്കു കൊടുക്കുന്നത്?"

"ഇല്ല ചെങ്ങാതി. ഇല്ല. ഇന്നോളം ഞാനങ്ങനെ കണ്ടിട്ടില്ല. അതല്ലേ എനിക്ക് അരിശം വന്നത്."

"അത് തെറ്റാണ് വാവരേ. അതു തെറ്റുതന്നെ. ഞാൻ പറഞ്ഞു വിശ്വസിപ്പിക്കട്ടെ?"

"അയ്യപ്പൻ പറഞ്ഞു വിശ്വസിപ്പിച്ചാൽ, ഇതാ പടച്ചവൻ സാക്ഷിയാണേ, ഞാനും എന്റെ കൂട്ടരും ഈ തൊഴിൽ നിർത്തി പിന്നെ അയ്യപ്പൻ പറയുന്നപോലെ കേട്ടു നടന്നുകൊള്ളാം."

"തീർച്ച. സമ്മതിച്ചല്ലോ?"

"തീർച്ചതന്നെ. പടച്ചവനേക്കാൾ വലിയ ആളില്ല. പടച്ചവനെ പിടിച്ചാണ് ആണയിട്ടിരിക്കുന്നത്."

"എന്നാൽ പറഞ്ഞുതരാം. ഉള്ളവൻ സ്വന്തം മനസ്സാലെ കൊടുക്കുന്നതു വാവരുതന്നെ കണ്ടിട്ടുണ്ട്. വാവർ കണ്ടിട്ടുണ്ടെങ്കിലും, കണ്ടു മനസ്സിലാക്കിയിട്ടില്ലെന്നേ ഉള്ളൂ."

"അതു ഞാൻ നേരത്തെ പറഞ്ഞല്ലോ. എന്റെ ഈ സഞ്ചാരത്തിനിടയ്ക്കു ഞാൻ അങ്ങനെ കണ്ടിട്ടില്ലെന്ന്. പാപി പനപോലെ

വളരും; പണക്കാരനു സ്വർഗ്ഗരാജ്യം കിട്ടിയാൽ ഒട്ടകം സൂചിക്കുഴവഴി കടക്കും - എന്നെല്ലാ ഞങ്ങളുടെ നബിമാരിൽ ഒരാൾ പറഞ്ഞിട്ടുമുണ്ട്. അതുകൊണ്ട് പണക്കാരൻ പനപോലെ തടിച്ചുവളരുന്നതും അവൻ സ്വർഗ്ഗരാജ്യം കിട്ടാത്തവണ്ണം പിന്നെയും പിന്നെയും പാപം ചെയ്യുന്നതും മാത്രമേ എന്റെ കണ്ണിൽ പെട്ടിട്ടുള്ളൂ."

"വാവരു പറഞ്ഞതു ശരിയാണ്. പക്ഷേ മുഴുവൻ ശരിയല്ല. വാവരുടെ കണ്ണിൽ പെട്ടിട്ടില്ല എന്നു പറഞ്ഞതു തെറ്റാണ്. ഞാൻ കാണിച്ചുതരാം."

"എനിക്കു ബോദ്ധ്യപ്പെട്ടാൽ ഞാൻ പറഞ്ഞല്ലോ ആ നിമിഷം ഈ വേല നിർത്തി അയ്യപ്പന്റെ ചൊല്പടിക്കു നില്ക്കാമെന്ന്."

"എന്നാൽ കേട്ടോളൂ. അങ്ങനെ ഒരാളെ ദൂരെയെങ്ങും തേടണ്ട. അടുത്തു എന്റെ മുമ്പിൽ തന്നെയുണ്ട്. ഉള്ളവനായിട്ടും പാവങ്ങൾക്ക് മനസ്സറിഞ്ഞു ദാനം ചെയ്യുന്ന ഒരു മഹാനാണ് എന്റെ മുമ്പിൽ നില്ക്കുന്ന ഈ വാവര്!"

വാവർ അയ്യപ്പന്റെ മുൻപിൽ മുട്ടുകുത്തി നിന്നു നമസ്കരിച്ചു. ഇനിയെന്താണ് പറയേണ്ടതെന്നു അറിയാതെ വാവർ കുഴങ്ങി. അയ്യപ്പനാകട്ടെ, വാവരെ സ്നേഹപുരസ്സരം എഴുന്നേല്പിച്ച് ഇങ്ങിനെ പറഞ്ഞു:

"അതു പാടില്ല വാവരേ. ഒരു മനുഷ്യൻ മറ്റൊരു മനുഷ്യനെ നമസ്കരിക്കരുത്. എല്ലാവരേയും ഒപ്പമാക്കണമെന്ന ആദർശമുള്ള വാവർ തന്നെ ഇതു ചെയ്താലോ? അതുകൊണ്ടു ഇനിയൊരിക്കലും സർവ്വേശ്വരന്റെ മുൻപിലല്ലാതെ ഒരു മനുഷ്യന്റെ മുൻപിൽ, അയാൾ എത്ര വലിയ മഹാനായിക്കൊള്ളട്ടെ, ഈശ്വരന്റെ അവതാരമെന്നു പറഞ്ഞുകൊള്ളട്ടെ, നമസ്കരിക്കരുത്. ഗുരുജനങ്ങളെ നമസ്കരിക്കാൻ പഠിപ്പിക്കുന്ന ഒരു ധർമ്മത്തിൽ പിറന്നു വളർന്നവനാണ് ഞാൻ. ഞാനാണ് അതിനെ എതിർത്തു പറയുന്നതും. ഒരു മനുഷ്യനെ മറ്റൊരാൾ നമസ്കരിക്കുമ്പോൾ അതു മനുഷ്യത്വത്തിനെ ഇടിച്ചുതാഴ്ത്തുന്ന തരത്തിലാവരുത്. നാം ചെങ്ങാതികളായിത്തീർന്നവരാണ്. ഗുരുശിഷ്യന്മാരല്ല. ഒരു നിലയ്ക്കുള്ളവരാണ്. നാം തമ്മിൽ നമസ്കരിച്ചാൽ അതു പക്ഷേ നമ്മിലുള്ള ഈശ്വരാംശത്തെ ഉദ്ദേശിച്ചതാണെന്നു പറഞ്ഞാലും, ആ പറച്ചിൽ ഒരൊഴിവുകഴിവു പറയുന്നതായേ മനസ്സിലാക്കേണ്ടൂ."

"ഇത്രയെല്ലാം തത്ത്വം പറഞ്ഞുതന്ന അയ്യപ്പനെ ഞാൻ എന്റെ ഗുരുവായി വരിച്ചാൽപിന്നെ ദോഷമുണ്ടോ?"

"ഉണ്ട്? ഗുരുവിന്റെ സമ്മതമില്ലാതെ ഒരാളെ ശിഷ്യനാക്കില്ലെന്നു അറിയാമോ? ഞാൻ വാവരുടെ ഗുരുവാകാൻ മാത്രം വളർന്നിട്ടില്ല. പ്രായം ചെറുത്. പരിചയം കുറവ്. നമുക്കിരുവർക്കും അറിഞ്ഞു

കൂടാത്തത് പലതും നമ്മളിരുവരും പരസ്പരം പഠിപ്പിച്ചെന്നു വരാം. അതുകൊണ്ട് ചെങ്ങാതികൾ ഗുരുശിഷ്യന്മാരാവുന്നില്ല."

"ഞാൻ പണ്ടേ തോറ്റിരിക്കുന്നു അയ്യപ്പനോട്. മുൻപു പറഞ്ഞ പ്രതിജ്ഞ അനുസരിച്ചു ഞാനും എന്റെ കൂട്ടുകാരും ഇതാ അയ്യപ്പന്റെ ആജ്ഞ കേൾക്കാൻ തയ്യാറായി നിൽക്കുന്നു. എന്തു വേണമെങ്കിലും പറയാം."

"ഒരേ ഒരു കാര്യമേ പറയാനുള്ളു - ഇതുവരെ ചെയ്തുകൊണ്ടിരുന്ന ഈ തൊഴിൽ ഉപേക്ഷിക്കുക. ഈ തൊഴിൽ കൊണ്ട് ഉദ്ദേശിക്കുന്ന ലക്ഷ്യം മറ്റൊരു തരത്തിൽ നമുക്കു സാധിക്കാം. അതിനുവേണ്ടിയാണ് ഞാൻ ഇറങ്ങിപ്പുറപ്പെട്ടിരിക്കുന്നത്, വാവരെപ്പോലെ ഒരാളെ എനിയ്ക്കു സഹായത്തിനു കിട്ടിയാൽ എന്റെ ഈ പരിപാടി ശരിയ്ക്കും വിജയിയ്ക്കും."

"ഇതാ ഇന്നു മുതൽ ഞാനും എന്റെ ആൾക്കാരും അയ്യപ്പൻ പറയുന്ന മാർഗ്ഗത്തിലൂടെ നടക്കാൻ തയ്യാറായിരിയിക്കുന്നു. അയ്യപ്പനെപ്പോലെ ഒരു ചെങ്ങാതിയെ കണ്ടു കിട്ടിയത് എന്റെ ഭാഗ്യമാണ്. നമ്മുടെ രണ്ടുപേരുടേയും ലക്ഷ്യം ഒന്നായിരുന്നെങ്കിലും വഴി രണ്ടായിപ്പോയി."

"അതു സാരമില്ല. ഏതു വഴിയാണ് നല്ലതെന്നു ബുദ്ധിപൂർവ്വം ആലോചിച്ചുറച്ച് ആ വഴി സ്വീകരിയ്ക്കണം. അങ്ങിനെയല്ലേ ലോകത്തിലെ എല്ലാ ബുദ്ധിമാന്മാരും ചെയ്തിട്ടുള്ളത്?"

"അപ്പോൾ ഒരു സംശയം ചോദിയ്ക്കുന്നതുകൊണ്ടു തെറ്റിദ്ധരിയ്ക്കരുത്. ഞാനിപ്പോൾ ഇസ്ലാം മാർഗ്ഗത്തിലാണ്. അയ്യപ്പൻ ഹിന്ദുവും. എനിയ്ക്കിപ്പോൾ ഇസ്ലാം മാർഗ്ഗം നന്നല്ലെന്നു തോന്നിയാൽ ഹിന്ദുമാർഗ്ഗം സ്വീകരിയ്ക്കാമല്ലോ. എന്താ?"

"വാവരേ, നമുക്കു ചെയ്യാവുന്നതിൽവെച്ച് ഏറ്റവും വലിയ വിഡ്ഢിത്തം മാർഗ്ഗം മാറുക എന്നതാണ്."

"അല്ലാ, അയ്യപ്പൻ തന്നെയല്ലേ ഇപ്പോൾ പറഞ്ഞുവെച്ചതു ബുദ്ധിപൂർവ്വം ആലോചിച്ചു നല്ല മാർഗ്ഗം നമുക്കു മനസ്സിലായാൽ അതിലേ പോകണമെന്ന്. ഇപ്പോൾ പറയുന്നു അതു വലിയ വിഡ്ഢിത്തമാണെന്നും!"

"വാവർ തെറ്റിദ്ധരിച്ചിരിയ്ക്കുന്നു. മാർഗ്ഗം എന്തിനാണ്? മനുഷ്യരെ നന്നാക്കാൻ. അതാണല്ലോ നമ്മുടെ ഇരുവരുടെയും ലക്ഷ്യം. കൊള്ളയും കവർച്ചയുംകൊണ്ട് മനുഷ്യരെ നന്നാക്കാമെന്ന മാർഗ്ഗവും ഓരോരുത്തരുടെ വിശ്വാസപ്രമാണമായ മതം എന്ന മാർഗ്ഗവും രണ്ടും രണ്ടാണ്. ഇസ്ലാംമതത്തിൽ കൊള്ളയും കവർച്ചയും നിർബ്ബന്ധ

മായി പറഞ്ഞിട്ടുണ്ടെങ്കിൽ അതുപേക്ഷിക്കണം. ഞാൻ അറിഞ്ഞിട ത്തോളം ഇസ്ലാം മനുഷ്യരുടെ നന്മയ്ക്ക്, വിശേഷിച്ചും മനുഷ്യർ ഏകോ ദരസഹോദരങ്ങളെപ്പോലെ കഴിയാനുള്ള മാർഗ്ഗങ്ങളെ ഉപദേശിയ്ക്കു ന്നുള്ളു. ഹിന്ദുധർമ്മവും ക്രിസ്തുധർമ്മവും ബുദ്ധധർമ്മവും എന്നുവേണ്ട ലോകത്തുള്ള എല്ലാ മതങ്ങളും ഈ ഒരൊറ്റ തത്ത്വമാണ് ഉപദേശി യ്ക്കുന്നത്. അതുകൊണ്ട് ആ മതധർമ്മങ്ങളെ ഒന്നുകിൽ ഒരുപോലെ കാണാനുള്ള കരുത്തുണ്ടാവണം. അല്ലെങ്കിൽ ഒന്നിൽത്തന്നെ ഉറച്ചു നില്ക്കാനുള്ള ശക്തിയുണ്ടാവണം. രണ്ടും ഒരുപോലെ നല്ലതാണ്. രണ്ടായാലും മതം മാറണമെന്നു പറയുന്നത് വലിയ വിഡ്ഢിത്തവു മാണ്. എന്താ മനസ്സിലായില്ലേ!"

"അയ്യപ്പാ, അയ്യപ്പൻ ഇന്ന് എന്റെ കണ്ണുതുറന്നു. ഞാനിന്നു വെളിച്ചം കണ്ടു. ഇനി നമ്മളൊന്ന്. അയ്യപ്പൻ ഹിന്ദു, ഞാൻ ഇസ്ലാം, അഥവാ നമ്മളിരുവരും ഹിന്ദുവും ഇസ്ലാമുമാണ്. നമ്മളുവേണം ഇനി മറ്റുള്ളവരെ ഈ പാഠം പഠിപ്പിക്കാൻ."

അവരെ പടിഞ്ഞാറു നിന്നുവന്ന കടൽക്കാറ്റു തഴുകി. അവരിരു വരും ആലിംഗനത്തിൽ ഒന്നായി. കിഴക്കേ ചക്രവാളത്തിൽ അമ്പി ളിക്കല പൊന്തി. അമ്പലപ്പുഴ ക്ഷേത്രത്തിൽനിന്നു പള്ളിശ്ശംഖിന്റെ നാദം അന്തരീക്ഷത്തിൽ ഉയർന്നു. അതോടൊപ്പം ആ കടൽത്തീര ത്തെ ഇസ്ലാം ദേവാലയത്തിൽനിന്നു വാങ്കുവിളിയും കേൾക്കായി.

10

നമ്പൂരിയും ഒട്ടകനാരും

ഉദയനൻ തണ്ണീർമുക്കത്തുനിന്നും പുറപ്പെട്ട് പന്തളം പരിസരങ്ങളിലൂടെയാണ് കരിമലക്കോട്ടയ്ക്കുള്ള യാത്ര നിശ്ചയിച്ചത്. അയ്യപ്പനെന്ന ഒരു യുവാവിന്റെ മേൽ നോട്ടത്തിൽ പന്തളം പൂർവ്വാധികം ശക്തിമത്തായി വരുന്നുണ്ടെന്ന കഥ ഉദയനൻ അറിയുന്നുണ്ടായിരുന്നു. കൂടെക്കൂടെ ചാരന്മാർ വഴിയായി അവിടത്തെ കഥകൾ ഗ്രഹിച്ചിരുന്ന ഉദയനന് നേരിട്ടു കാര്യങ്ങൾ കണ്ടറിയാനുള്ള ഒരു കൗതുകമുണ്ടായി. പതിനേഴ വർഷങ്ങൾ മുമ്പുണ്ടായ പന്തളം സന്ദർശനം പരാജയത്തിൽ കലാശിച്ചതോടെ ഉദയനൻ ആ നാട്ടിലേയ്ക്കു പോയിട്ടില്ല. ഈ പതിനേഴ വർഷങ്ങളായിട്ടും ഉദയനനും പന്തളം രാജകുമാരിയെപ്പറ്റിയോ ചേന്നക്കുറുപ്പിനെപ്പറ്റിയോ ഒരു വിവരം പോലും അറിയാൻ ഇടവന്നിട്ടില്ല. അങ്ങിനെയിരിക്കെയാണ് അന്നൊരു ദിവസം ഉച്ച തിരിഞ്ഞപ്പോൾ ആ കാട്ടുപ്രദേശത്തുവെച്ച് മദ്ധ്യവയസ്കനായ ഒരു പുരുഷനേയും അയാളുടെ കൂടെ സൗന്ദര്യവും കുലീനതയും കലർന്ന ഒരു യുവതിയേയും കണ്ടത്. ഉദയനന്റെ ചിന്ത പെട്ടെന്ന് പതിനേഴ വർഷം മുൻപുള്ള കാലഘട്ടത്തിലേയ്ക്കു പറന്നെത്തി. ഒരു സംശയം. അതെ ചേന്നക്കുറുപ്പും മായാദേവിത്തമ്പുരാട്ടിയും ആയിരിയ്ക്കണം അവർ. ഈ സംശയം ഉദിച്ചതോടെ പ്രബലമായ പകയോടൊപ്പം രോഷവും ജ്വലിച്ചു. ആ യുവതിയെ പെട്ടെന്ന് ആക്രമിക്കാൻ മുണ്ടനെ നിയോഗിച്ചത് ഇതിന്റെ ഫലമായിട്ടാണ്. പക്ഷേ, യാദൃച്ഛികമായി അവിടെ എത്തിയ ഒരു വീരകുമാരന്റെ മർമ്മപ്രയോഗമേറ്റ് മുണ്ടൻ അവശനായി വീണ കഥ ഉദയനൻ ധരിച്ചു.

ഉദയനന്റെ യാത്ര ഇത്തവണ പന്തളം വഴിയാക്കിയതിനു മറ്റൊരു

കാരണം കൂടിയുണ്ടായിരുന്നു. പന്തളത്തെ രഹസ്യങ്ങൾ ചാരന്മാർ വഴിയായി ഉദയനനെ അറിയിച്ചിരുന്ന അഗ്നിശർമ്മൻ നമ്പൂതിരിപ്പാടിനെ നേരിട്ടുകണ്ടു പലതും അറിയാൻ ഇതാണ് ഒരവസരം. അയ്യപ്പന്റെ പെരുമാറ്റം അഗ്നിശർമ്മനെ ആകപ്പാടെ മുഷിപ്പിച്ചിരുന്നു. ബ്രാഹ്മണനായ തന്നെ ഒരു അയിത്തക്കാരനാക്കി അപമാനിച്ച അന്നുമുതൽ അദ്ദേഹത്തിന്റെ രോഷാഗ്നി ജ്വലിച്ചുതുടങ്ങിയതാണ്. പന്തളത്തു വലിയതമ്പുരാൻ എങ്ങാണ്ടുനിന്നുവന്ന ഒരുവനെ ഇളവരചസ്ഥാനത്തു വാഴിച്ചതും അഗ്നിശർമ്മനെ ശല്യപ്പെടുത്തി. ചികിത്സക്കായി ഏകാന്തവാസം ചെയ്തിരുന്ന അദ്ദേഹത്തിനു ഗൂഢതന്ത്രങ്ങൾ ആലോചിക്കുന്നതിനുള്ള സമയവും സൗകര്യവും ധാരാളം ലഭിച്ചു. പരദേശികളും സ്വദേശികളുമായ വഴിയാത്രക്കാർ ആരു അതിലെ കടന്നുപോയാലും ആ കുന്നിൻ താഴ്വരയിലുള്ള പുതിയ ആശ്രമത്തിൽ കയറി അവിടെ സ്വൈരവാസമനുഷ്ഠിക്കുന്ന നമ്പൂതിരിപ്പാടിനെ കാണുക പതിവായി. നമ്പൂതിരിപ്പാടിനാകട്ടെ ആരോടും എന്തും വിട്ടുവാ പറയാനുള്ള ആവേശവും ആവശ്യവും അക്കാലത്തുണ്ടായിരുന്നു. അങ്ങനെ ഉദയനന്റെ ചാരന്മാർ നമ്പൂതിരിപ്പാടിനേയും നമ്പൂതിരിപ്പാട് അവരേയും വശത്താക്കിക്കഴിഞ്ഞിരുന്നു.

ഒരു ദിവസം ഉച്ചതിരിഞ്ഞപ്പോൾ നമ്പൂതിരിപ്പാടിന്റെ ആശ്രമത്തിലേക്ക് വേഷച്ഛന്നനായ ഉദയനൻ കയറിച്ചെന്നു. ആളെ മനസ്സിലായില്ലെങ്കിലും അതിഥിയുടെ ആഗമനത്തിൽ അഗ്നിശർമ്മൻ ആഹ്ലാദം പ്രകടിപ്പിച്ച്, യഥാവിധി അദ്ദേഹത്തെ സ്വീകരിച്ചു.

"എന്താണ് കുടിയ്ക്കാനോ കഴിയ്ക്കാനോ എന്തു വേണെങ്കിലുമുണ്ട്. ഒന്നിനും ഒരലോഹ്യവുമില്ല. എന്തുവേണന്നുവെച്ചാ പറയാം."

"എല്ലാം കഴിഞ്ഞിരിയ്ക്കുന്നു തിരുമേനി. ഇപ്പൊഴൊന്നും വേണ്ട. എന്നെ മനസ്സിലായോ?"

"ആയോന്നുവെച്ചാൽ ആയീന്നേ പറയാവൂ. എന്നാലൊട്ടു ആയിട്ടില്യ."

"മനസ്സിലായില്ല. അല്ലേ? പറയാം. ഇവിടെപ്പിന്നെ വേറെ ആരാണുള്ളത്?"

"തല്ക്കാലം ഇവിടെ ഇപ്പോൾ ഞാൻ മാത്രമേ ഉള്ളു. കുറച്ചു കഴിഞ്ഞാൽ വേണ്ടപ്പെട്ടവരെല്ലാം വരായി."

"കൊട്ടാരത്തീന്നായിരിയ്ക്കും അല്ലേ? ചെല്ലും ചെലവുമെല്ലാം അവിടുന്നാണെന്നു കേട്ടു."

"അതൊക്കെപ്പറഞ്ഞാൽ ഒരു വഹയാ. ഉം. അതൊക്കെ ഞാൻ എന്തിന്നു പറയുന്നു? ആട്ടെ, മനസ്സിലായില്ലല്ലോ."

"ഒന്ന് ഊഹിച്ചുനോക്കൂ. ആരായിരിയ്ക്കുമെന്ന്?"

"ഒദേനന്റെ ആളാണെന്നു തോന്നി. അല്ല. അങ്ങനെ അല്ലാന്നുണ്ടോ? എങ്കിൽ തെറ്റി?"

"തെറ്റീട്ടില്ല. ഉദയനന്റെ ആളുതന്നെ."

"അതേയ്, ഇവിടെ വേറെ ആരാ ഉള്ളേന്നു ചോദിച്ചപ്പോൾ തോന്നീതാ. എനിയ്ക്കെന്നുവെച്ചാ ഒദേനന്റെ ആൾക്കാരെ ഇപ്പോക്കെ കാണാണ്ടിരിയ്ക്കു വയ്യെന്നായിരിയ്ക്കുന്നു. അത്രയ്ക്കു കലശലായ ഭ്രമമാണ് എനിയ്ക്കിപ്പോൾ ഒദേനനോട്."

"ഉദയനനും അങ്ങയോട് അങ്ങനെതന്നെയാവ്വോ?"

"അല്ല. അതും ഒരു ചോദ്യമാണ്. ആലോചിയ്ക്കാൻ വഹയുള്ള ഒരു ചോദ്യാണ്. പക്ഷേ നിങ്ങളാണ് അതിന്ന് ഉത്തരം പറയേണ്ടതും. ഞാനല്ലല്ലോ."

നമ്പൂതിരിപ്പാടിന്റെ നയവിശാരദത്വമോ സംഭാഷണകുശലതയോ കപടതന്ത്രമോ ഏതാണ് ഈ വാക്കുകളിൽ സ്ഫുരിച്ചതെന്ന് ഈവക സ്വഭാവങ്ങളുടെയെല്ലാം കേന്ദ്രബിന്ദുവായ ഉദയനനും ഊഹിച്ചിട്ടു കിട്ടിയില്ല. ഉദയനൻ അടവൊന്നു മാറ്റി.

"അതല്ലാ തിരുമേനി. ഞാൻ ഉദയനന്റെ ആളാണെന്നു കരുതി സംശയിക്കേണ്ട. നമ്മൾ തമ്മിൽ ആദ്യമായി കാണുകയാണ്. അതുകൊണ്ട് ഞാൻ എന്തു പറഞ്ഞാലും അങ്ങേയ്ക്കു സംശയം തോന്നും. എങ്കിലും ഒന്നു പറയട്ടെ. ഈ ഉദയനനും കാര്യം കാണുന്നതുവരെയുള്ള സ്നേഹമേ നമ്മളോടുണ്ടാകൂ. അയാളുടെ കാര്യത്തിനെല്ലാം അയാൾ നമ്മെ 'പൊന്നേ' 'ചക്കരേ' എന്നൊക്കെ വിളിക്കും. കാര്യം കഴിഞ്ഞാലോ 'കൊക്കരെ'. എന്റെ സ്വന്തം അനുഭവംകൊണ്ടു പറയുകയാണേ - തെറ്റിദ്ധരിക്കരുത്. അങ്ങയ്ക്കു ഉദയനൻ ഇതിനെല്ലാം എന്തു പ്രതിഫലം തരാമെന്നാണ് പറഞ്ഞിരിക്കുന്നത്?"

നമ്പൂതിരി യാദൃച്ഛികമായ ഈ അടവുമാറ്റം കണ്ട് ആദ്യമൊന്നു പരുങ്ങിയെങ്കിലും പെട്ടെന്നു അതിന്റെ മർമ്മം മനസ്സിലാക്കിയെന്ന മട്ടിൽ ഇങ്ങനെ പറഞ്ഞു:

"അല്ലാ നിങ്ങൾ പറയുന്നതെല്ലാം ശരിയാണ്. ഒദേനൻ ചതിച്ചെന്നുവരാം. എനിക്കൊരു പ്രതിഫലവും കിട്ടീല്ല എന്നും വരാം, പക്ഷേ ഒന്നുണ്ട്. ഒദേനൻ എന്നെ ചതിക്കയുമില്ല, ഞാൻ ഒദേനന്റെ കൈയ്യീന്നു ഒരു പ്രതിഫലോം തന്നാലും വാങ്ങുകയുമില്ല. അപ്പോൾപ്പിന്നെ ഞാനെന്തിനാ സംശയിക്കുന്നത്?"

നമ്പൂതിരി നല്ലവനും ശുദ്ധഗതിക്കാരനുമാണെന്ന് ഉദയനനു തോന്നിത്തുടങ്ങി. എങ്കിലും ഒന്നുരണ്ടു പരീക്ഷകൂടി നടത്തിനോക്കാം.

"തിരുമേനി ശുദ്ധനാണ്. അതുകൊണ്ട് പറയുന്നതാണ ഇങ്ങനെയൊക്കെ. ഉദയനൻ ഒരു മുൻകോപിയും. പിണങ്ങിയാൽ നമ്പൂതിരിയെന്നോ ക്ഷത്രിയനെന്നോ അങ്ങേർക്കില്ലാത്തവനുമാണ്. തല കൊയ്യാനാണുതോന്നിയെങ്കിൽ അതു ചെയ്തേ അടങ്ങൂ. അതുകൊണ്ട് സൂക്ഷിക്കണം എന്നേ പറഞ്ഞതിനു അർത്ഥമുള്ളൂ."

"അതെനിക്കും നിശ്ച്യോണ്ട്. ഒദേനൻ വഷളത്തം കാട്ടിയാൽ നമ്പൂതിരിയേം ക്ഷത്രിയനേം കൊല്ലാനും മടിക്കില്ല്യാന്ന്. അതോണ്ടുതന്നെയാണല്ലോ ഒദേനനോട്ടു എനിക്കുള്ള ബഹുമാനോം. വഷളത്തം കണ്ടാൽ എനിക്കും അങ്ങനെയാ. പിന്നെ എന്റെ തല ഒദേനൻ കൊയ്യ്യോന്നല്ലേ? ജീവനിലുള്ള കൊതിയൊക്കെ പണ്ടേ പോയിരിക്കുണു. ഇനി ഒന്നേ ആശയുള്ളൂ. അക്രമോം അനീതീം നാട്ടീന്നു കെട്ടു പോവുന്നതു കണ്ടിട്ടു കണ്ണടയ്ക്കണം. അതുതന്നെ. അതിനാ ഒദേനനെ കൂട്ടുപിടിച്ചത്. അല്ലാണ്ടെന്താ? നിങ്ങൾക്കു എന്നോട്ടു വിരോധം തോന്നുമായിരിക്കും. തോന്നിയാലും വിരോധോല്യ."

ഉദയനൻ മൗനം പൂണ്ടു. നമ്പൂതിരി തന്റെ ആപ്തനാണെന്നും, സ്വതേ നല്ലവനും ശുദ്ധനുമാണെന്നും ഉദയനനു ഇപ്പോൾ ബോദ്ധ്യപ്പെട്ടു.

"എന്നാൽ തിരുമേനീ, ഇനി നേരു പറയട്ടെ? സാക്ഷാൽ ഉദയനൻ തന്നെയാണു അങ്ങയുടെ മുൻപിൽ നില്ക്കുന്നത്."

പതിനേഴുകൊല്ലം മുൻപ് ക്ഷേത്രപരിസരത്തിൽ നിന്നു തമ്പുരാട്ടിമാരെ രക്ഷിക്കാനെത്തി, ഒടുവിൽ പന്തളത്ത് പടയുണ്ടാക്കി തിരിച്ചു പോയ ആ വീരാഗ്രസരൻ തന്നെയാണ് തന്റെ മുൻപിലിരിക്കുന്നതെന്ന്, തന്ത്രജ്ഞനായ നമ്പൂതിരിക്കു ആദ്യം മുതലേ സംശയമുണ്ടായെങ്കിലും, അതെല്ലാം ഒതുക്കി തന്നെ പരീക്ഷിക്കാൻ വന്ന ആ വീരനെത്തന്നെ പരാജയപ്പെടുത്തണമെന്നു നിശ്ചയിച്ച നമ്പൂതിരി, പെട്ടെന്നു അത്ഭുതാദരങ്ങൾ മുഖത്തു വരുത്തി തന്റെ അഭിനയനൈപുണ്യത്തിൽ സ്വയം അഭിമാനം പൂണ്ട്, ഇങ്ങനെ പറഞ്ഞു:

"ഹര ഹര! ശിവ! ശിവ! ഇതൊട്ടും നിരീച്ചില്ല്യേ. ഞാൻ എന്തോ ഒക്കെ വിഡ്ഢിത്തങ്ങൾ എഴുന്നള്ളിച്ചു. പാകപ്പിഴ വന്നിട്ടുണ്ടെങ്കിൽ സമസ്താപരാധം ക്ഷമിക്കണേ" നമ്പൂതിരി എഴുന്നേറ്റു നിന്നു നാലഞ്ചു തവണ നമസ്കാരക്രമം അഭിനയിച്ച്, ഒരാചാര്യന്റെ മുൻപിൽ ശിഷ്യനെന്നപോലെ നില്പായി.

"ഹേയ്, എന്താ നമ്പൂരി ഇങ്ങനെയൊക്കെപ്പറയുന്നത്? എനിക്കൊരു അലോഹ്യവും തോന്നിയില്ല. മറിച്ച നമ്പൂതിരിയെപ്പറ്റിയുള്ള സ്നേഹബഹുമാനങ്ങൾ പതിന്മടങ്ങു വർദ്ധിച്ചിരിക്കുന്നു."

"എല്ലാം എന്റെ ഭാഗ്യം. അപ്പോൾ എന്താണിങ്ങനെ തനിയേ?"

"തനിയേ ഒന്നുമല്ല. കൂടെ വന്നവർ പുറത്തു നില്ക്കുന്നുണ്ട്. എല്ലാരും കൂടെ വന്നു നമ്പൂരിക്കു ബുദ്ധിമുട്ടാവരുതെന്നു കരുതി. ഇനി ഉള്ള സമയംകൊണ്ട്, വല്ലവരും വരുന്നതിനുമുമ്പ് കാര്യം പറഞ്ഞേക്കാം. ആട്ടെ, ആരാ ഈ പുതിയ ഇളവരചൻ, അയ്യപ്പൻ? അവനെപ്പറ്റി കൂടുതൽ അറിവു വല്ലതും കിട്ടിയോ?"

"ഒരറിവും കിട്ടിയിട്ടില്ല. അവന്റെ ജാതിപോലും അറിഞ്ഞുകൂടാ. പക്ഷേ ഒന്നുണ്ടട്ടോ. ആളു ഭയങ്കരനാ."

നമ്പൂതിരി ഇത്രയും പറഞ്ഞു ചുറ്റുമൊന്നു സംശയത്തോടെ കണ്ണോടിച്ചു.

"എന്താ ആരെങ്കിലും ഉണ്ടോ അടുത്ത്." ഉദയനൻ ആരാഞ്ഞു.

"ഹേയ് ആരും ഉണ്ടായിട്ടല്ല. ഈ അയ്യപ്പനേ, അവന്, കൂടുവിട്ടു കൂടുമാറണ ഏർപ്പാടുണ്ട്. അങ്ങനെയിരിക്കുമ്പോ കാണാം അവിടെ, അടുത്തനിമിഷം ഇവിടെ. ഒരിന്ദ്രജാലക്കാരൻ പയ്യൻ!"

"അതൊന്നുമില്ലാന്ന്. അങ്ങനെയൊന്നും ഭയപ്പെടാനില്ല. എനിക്കറിയേണ്ടത് ഇവിടത്തെ സൈന്യശേഖരത്തെപ്പറ്റിയാണ്."

"അതു ശ്ശി ആയിരിക്കണം. ഓരോ കുടുംബത്തിലേം പ്രായം ചെന്നവർ കച്ചകെട്ടിയിട്ടുണ്ട്."

"ആയുധങ്ങൾ?"

"മറുനാട്ടുകളീന്നും വരുത്തുന്നുണ്ടെന്നാണ് അറിഞ്ഞത്. നേരോ എന്തോ?"

"അയ്യപ്പൻ സ്ഥലത്തുതന്നെയുണ്ടോ?"

"അതാണു പറയാൻ വിഷമം. ഇന്നിവിടെ ഇല്ലെന്നു കേൾക്കും. ഉച്ച തിരിഞ്ഞാലോ രാത്രിയോ അതു രണ്ടുമല്ലെങ്കിൽ നാളെയോ ആളുണ്ടിവിടെ."

"കൊട്ടാരത്തിലെ സ്ഥിതിയെന്താ?"

"അതൊക്കെ ക്ഷ ഭദ്രമാണ്. വല്യതമ്പുരാൻ ആളാകെ മാറിയിരിക്കുന്നു. പട്ടമഹിഷി നല്ല തൻറേടപ്പെട്ട ഒരു സ്ത്രീ. അല്ല, കണ്ടാലും ഭേദം. പ്രായക്കുറവും."

"നമ്പൂരിക്കു ഞാൻ ഒരു ഉപായം ഉപദേശിക്കാം. പറ്റിയെങ്കിൽ പറ്റി. ഒന്നു പരീക്ഷിക്കുക."

"എന്താന്നുവെച്ചാ ഇങ്ങട്ടു പറഞ്ഞാൽ മതി. അതെല്ലാം പ്രവർത്തിച്ചോളാം."

"ഇതാ ഒരു പൊതി ഇവിടെ ഇരിക്കട്ടെ."

"എന്താ ഇതിനകത്തു? വല്ല മരുന്നോ മന്ത്രമോ?"

"ഒന്നാംതരം മരുന്നും ഒന്നാംതരം മന്ത്രോം ചേർത്തുണ്ടാക്കിയ ഒരു

സാധനം, ഇതാ ഒന്നു അഴിച്ചുനോക്കാം."

പൊതിക്കെട്ടു വാങ്ങി നമ്പൂതിരി തുറന്നു നോക്കിയപ്പോൾ അദ്ദേഹത്തിന്റെ കണ്ണുകൾ മഞ്ഞളിച്ചുപോയി. മുഖത്തുള്ള തുടുപ്പു ഇരട്ടിച്ചു. പെട്ടെന്നു എന്തോ ഓർത്തിട്ടെന്നപോലെ അതങ്ങനെതന്നെ ഉദയനന്റെ കൈയ്യിൽ കൊടുത്തു. തൊഴുതുകൊണ്ട് പറഞ്ഞു:

"ആയായ്. ഇവൻ അത്ര പന്തിയുള്ള ഒന്നല്ല, കേട്ടോ. ഇവനെ തൊടാൻ വയ്യ. എനിക്കിവനെ ആവശ്യമില്ല. ആളെക്കൊല്ലിയാ, ആളെക്കൊല്ലി!"

"അങ്ങു തൊടേണ്ട ഇവനെ. അങ്ങയ്ക്കല്ല. ഈ സാധനംകൊണ്ട് അങ്ങയ്ക്കു എനിക്കുവേണ്ടി പലതും ചെയ്യാനൊക്കും. ഇതു ഇഷ്ടംപോലെ ധാരാളം ചെലവഴിക്കു."

"അല്ല, അറിയാഞ്ഞിട്ടു ചോദിക്ക്യാണു. ഇതിങ്ങനെ ഇഷ്ടംപോലെ ഞാൻ ചിലവഴിച്ചിട്ട് എന്തു സാധിക്കാനാ? വിസ്തരിച്ചു പറഞ്ഞുതന്നാൽ മനസ്സിലാവും."

"എനിക്ക് കൊട്ടാരത്തിനകത്തു വേണ്ടപ്പെട്ട ഒന്നു രണ്ടുപേരെ എങ്ങനെയെങ്കിലും വശത്താക്കിത്തരണം. മന്ത്രിയോ മഹിഷിയോ അതല്ല വല്യതമ്പുരാന്റെ അടുത്തു പെരുമാറുന്ന ആരെയായാലും വേണ്ടില്ല."

"എന്താ പറയുന്നത്? മന്ത്രീം മഹിഷീം മറ്റും ഈ പൊന്നു കണ്ടു മയങ്ങുമോ? ശിവ ശിവ! എനിക്കൊന്നും അറിഞ്ഞുകൂടാ."

"എന്താ നമ്പൂരി, പൊന്നുകണ്ടു മയങ്ങാത്ത ആണുണ്ടോ പെണ്ണുണ്ടോ ഈ ലോകത്തിൽ? അതൊക്കെ നമ്പൂരിക്ക് അറിയാൻ വയ്യാഞ്ഞിട്ടൊന്നുമല്ല. എന്നെ പരീക്ഷിക്കാൻ പറയാണ്, അല്ലേ?"

"അല്ല, ഒന്നുണ്ടേ, ഇവിടെ എന്തു പറഞ്ഞാലും ഞാൻ തെയ്യാറായിരിക്കയാണ് അതു പ്രവർത്തിക്കാൻ. എന്നാൽ, ഇനി ഒരു വർത്തമാനം കേട്ടു. നേരോ നുണയോ? തീർച്ചയില്ലട്ടോ. അയ്യപ്പൻ അടുത്തു തന്നെ ഇവിടുന്നു കായംകുളത്തേക്കു പടനീക്കം ചെയ്യൺടെന്നും കുറേനാൾ അവിടേയായിരിക്കുന്നും അറിഞ്ഞു. പടപുറപ്പാടിനുള്ള വട്ടോക്കെ കൂട്ടുന്നുണ്ട്. എന്നാ. എപ്പോന്നു അറിയൂല്ല."

ഉദയനന്റെ മുഖം സന്തോഷംകൊണ്ടു വികസിച്ചു.

"ആട്ടെ, നമ്പൂരി, ഞാനിവിടെ മൂന്നാലു ആൾക്കാരെ നിർത്താം. അയ്യപ്പൻ കായങ്കുളത്തേക്ക് പടനീക്കം ചെയ്യുന്ന അന്നു അവരെ കരിമലക്കോട്ടയ്ക്കു വർത്തമാനവും കൊടുത്തു അയയ്ക്കണം. പിന്നെയൊക്കെ ഞാൻ നോക്കിക്കോളാം. അതിനകം ഞാൻ പറഞ്ഞ മറ്റേക്കാര്യം കൂടി ശരിപ്പെടുത്തണം. ആർക്കു എന്തു കൊടുത്തെങ്കിലും അവരെ

നമ്മുടെ വശത്താക്കണം. എന്നാലേ നമ്മുടെ കാര്യങ്ങൾ ശരിയാവൂ."

"അതെല്ലാം ഞാനേറ്റു."

ഉദയനൻ യാത്ര പറഞ്ഞു പുറപ്പെട്ടു. കുറച്ചു കഴിഞ്ഞപ്പോൾ ഉദയനന്റെ അനുചരന്മാരിൽ ചിലർ നമ്പൂതിരിയുടെ ആശ്രമത്തിലേക്കു വന്നു. നമ്പൂരി അവരെ വിളിച്ചു ചില ഗൂഢനിർദ്ദേശങ്ങൾ നൽകി, താമസത്തിനുംമറ്റും വേണ്ട ഏർപ്പാടുകൾ ചെയ്തു.

സന്ധ്യ കഴിഞ്ഞ് നമ്പൂരി നേരെ കൊട്ടാരം വൈദ്യനായ ഒട്ടകനാരുടെ ഭവനത്തിലേക്ക് നടന്നു. നമ്പൂതിരിയുടെ മഹാരോഗത്തിനു ഒട്ടകനാരുടെ ചികിത്സകൊണ്ടു ഏറെക്കുറെ കുറവു കണ്ടുതുടങ്ങിയിരുന്നു. ഒട്ടകനാർ അക്കാലത്തെ ചികിത്സകന്മാരിൽവെച്ചു പലതുകൊണ്ടും പേരെടുത്ത ഒരാളായിരുന്നതിനാൽ പന്തളം തമ്പുരാൻ അദ്ദേഹത്തെ കൊട്ടരം വൈദ്യനായി നിയമിച്ചിട്ട് അധികം നാളായിട്ടില്ല. ഒട്ടകനാരുടെ സാക്ഷാൽ പേരു എന്താണെന്നു ആർക്കുമറിഞ്ഞുകൂടാ. പാണ്ടിരാജാക്കന്മാരുടെ കൊട്ടാരം വൈദ്യന്മാരായിരുന്ന ഒട്ടകനാരുടെ പൂർവ്വികരെന്നു അദ്ദേഹം അഭിമാനിച്ചിരുന്നു. ആയുർവ്വേദത്തിലും ചിന്താർമണിയിലും ഒരുപോലെ വിദഗ്ധനായിരുന്ന ഒട്ടകനാർ ചികിത്സിച്ചാൽ ഭേദപ്പെടാത്ത രോഗം മറ്റുള്ളവർ 'അസാദ്ധ്യ'മെന്നു പറഞ്ഞു കൈയൊഴിയുമെന്നു തീർച്ച.

നമ്പൂതിരി യാദൃച്ഛികമായി കയറിവന്നതു കണ്ട് ഒട്ടകനാർക്കു അത്ഭുതവും സന്തോഷവും ഒരുപോലെയുണ്ടായി. സ്വതേ നമ്പൂതിരി ഒട്ടകനാരുടെ ഭവനം സന്ദർശിക്കുക പതിവില്ല. മാത്രവുമല്ല, രോഗം നിശ്ശേഷം മാറുന്നതുവരെ നമ്പൂതിരി ആശ്രമംവിട്ടു പുറത്തിറങ്ങരുതെന്ന രാജകല്പനയും ഉണ്ടായിരുന്നു.

"ഇതെന്താ തിരുമനസ്സുകൊണ്ടു പതിവില്ലാതെ ഇങ്ങോട്ടൊക്കെ?" ഒട്ടകനാരുടെ നീണ്ടുവളഞ്ഞ ശരീരം ജിജ്ഞാസകൊണ്ടു ഒന്നു നിവർന്നുനിന്നു.

"ഒന്നു വന്നു കാണാന്ന് കരുതി. വിശേഷമൊന്നും ഇല്യേനും."

"ഇതാ ഇവിടെത്തന്നെ എഴുന്നള്ളിയിരിക്കാം. ഇപ്പോഴിങ്ങനെ പുറത്തേക്കൊക്കെ എഴുന്നള്ളാറായോ എന്നേ സംശയമുള്ളൂ."

"ഒട്ടകനാരെപ്പറ്റി ഒട്ടകനാർക്കേ നിശ്ചയോല്യാണ്ടുള്ളൂ. എന്താ കഥ! ആ ഒരൊറ്റ പ്രയോഗംകൊണ്ട് എന്റെ അസുഖോക്കെ മാറീല്യേ? എന്താ കണ്ടിട്ടും എന്താണ് തോന്നുന്നത്."

"വളരെക്കുറവുണ്ട്. എങ്കിലും ഇപ്പോഴിങ്ങനെ ഇറങ്ങി നടന്നൂന്ന് അറിഞ്ഞാൽ വലിയതമ്പുരാൻ തിരുമനസ്സിലേക്ക്..."

"ഏയ്, ഒന്നൂല്യാന്നേ, വലിയതമ്പുരാൻ ഒരു ശുദ്ധനാ, ഒട്ടകനാരു

പറഞ്ഞാൽ പിന്നെ ചോദിക്കാനില്ല്യ."

"എന്നാലും അങ്ങനെയല്ലല്ലോ. രാജകല്പനയല്ലേ? നിവൃത്തിയുണ്ടെങ്കിൽ നമ്മൾ ലംഘിക്കാതെ ഇരിക്കയല്ലേ നല്ലത്?"

"രാജകല്പന ലംഘിക്കരുത്, ശരിയാണ് ഒട്ടകനാർ പറഞ്ഞത്. എന്റെ കാര്യത്തിൽ രാജാവല്ല കല്പിച്ചതെന്ന് ഒട്ടകനാർക്കു നിശ്ശ്യചേല്യേ?"

"അതത്ര നിശ്ചയമില്ല. രാജകല്പനയാണെന്നാണ് എന്റെ അറിവ്."

"എന്നാൽ അതങ്ങനെയല്ലാ. ധരിച്ചോളൂ. രാജാവ് ഇപ്പോൾ രാജാവല്ലാണ്ടായിരിക്കണു."

"എനിക്കു മനസ്സിലാവുന്നില്ല, അങ്ങു പറയുന്നത്."

"എല്ലാം മനസ്സിലാക്കിത്തരാം, കുറച്ചു രഹസ്യാണ്. ഇവിടെ വിശേഷിച്ച്... ?"

"ഇഷ്ടംപോലെ പറയാം. തല്ക്കാലം നമ്മുടെയടുത്തു ആരുമില്ല. ഏതു രഹസ്യവും പറയാം."

"എന്നാൽ ആദ്യം പറയാനുള്ളതു ഒരു നന്ദിയാണ്, എന്റെ ഈ മാറാത്ത വ്യാധി ഒട്ടകനാരുടെ ചികിത്സകൊണ്ടല്ലേ ഇത്രത്തോളമെങ്കിലും മാറികിട്ടിയത്. അതിനൊരു പ്രതിഫലം തരാനുവെച്ചാ സാദ്ധ്യമല്ല. എങ്കിലും ഇതാ ഇതിരിക്കട്ടെ ഒട്ടകനാർക്ക്."

നമ്പൂതിരിപ്പാട് ഒട്ടകനാരുടെ കൈയിൽ ഒരു ചെറിയ പൊതി വെച്ചുകൊടുത്തു. ഒട്ടകനാർ സംശയിച്ചു സംശയിച്ചു ആ പൊതി തുറന്നുനോക്കി. പത്തു വരാഹൻ! കൊട്ടാരം വൈദ്യനായിട്ടും ഇത്രമാത്രം ഒന്നിച്ചു കണ്ടിട്ടില്ലാത്ത ഒട്ടകനാരുടെ കറുത്തിരുണ്ട മുഖം സ്വർണ്ണപ്രഭയായി.

"ഇതെന്താ, തിരുമേനി? ഇവിടുന്നു എന്നെ പരീക്ഷിക്കാനാണോ? ഇതെന്താ ഈ കാണുന്നത്?"

"പരീക്ഷയൊന്നുമല്ല. സന്തോഷം. സന്തോഷമാണിക്കാണുന്നത്. എനിക്കേ ഒരുട്ടോക്കെ ഉണ്ട്. എന്തന്നറിയോ? മറ്റാർക്കും ഇല്ലാത്ത ഒന്നാണത്. നന്ദി. നന്ദിയേ. പണവും പൊന്നും പുല്ലാണെനിക്ക്. എനിക്കു ആളാ വേണ്ടത്. ഒട്ടും സംശയിക്കരുത്. ഇത്രയും തന്നാൽ പോരാ. പിന്നെ നിവൃത്തിയില്ലാഞ്ഞിട്ടാണ്."

"ഇതു വല്യതമ്പുരാൻ കല്പിച്ചതരേണ്ട ഒന്നല്ലേ! എന്തിനാണ് ഇവിടുന്നു ബുദ്ധിമുട്ടുന്നത്?"

"വല്യതമ്പുരാന്റെ സുഖക്കേടല്ലല്ലോ ഒട്ടകനാർ ചികിത്സിച്ചത്. വല്യതമ്പുരാൻ പറഞ്ഞിട്ടുമല്ല. ഏതായാലും ഇക്കഥ മറ്റാരും അറിയരുതെന്ന നിർബന്ധം എനിക്കുണ്ട്. ഇരു ചെവീം അറിയാതെ ഇതൊന്നു

നടത്തിയാലേ എനിക്കു സുഖാവുള്ളു."

ഒട്ടകനാർ സന്തോഷംകൊണ്ടു മതിമറന്നു. നമ്പൂതിരിയോട് എങ്ങനെ, എന്താണ് പറയേണ്ടതെന്ന് അറിയാതെ ഒട്ടകനാർ പരുങ്ങി. ഈ ഭാവഭേദങ്ങൾ സൂക്ഷ്മനിരീണം ചെയ്ത നമ്പൂരി ഇതിലൊന്നും ശ്രദ്ധയില്ലെന്ന മട്ടിൽ ഇങ്ങിനെ തുടർന്നു:

"ഒട്ടകനാരെ ഇവിടത്തെ കൊട്ടാരം വൈദ്യനെന്ന നിലയ്ക്കു മാത്രമല്ലാ ഞാനിപ്പോൾ കരുതുന്നത്. എനിക്കിങ്ങനെ ഒന്നു ചെയ്തതന്ന നിലയ്ക്ക്, സത്യം പറയണമല്ലോ. എന്റെ ആത്മമിത്രമായിട്ടാണ്. അതുകൊണ്ട് ഏതുസമയത്തും ഒട്ടകനാർക്കു എന്തും എന്നോടു പറയാം. ആവശ്യപ്പെടാം. ഒരന്യഭാവം തോന്നരുത്. എനിക്കു സ്നേഹമെന്നാൽ പിന്നേ അവിടെ അതു മാത്രമേയുള്ളു - സ്നേഹംമാത്രം. അതുകൊണ്ടു സംശയിക്കാതെ ഇതു അകത്തുകൊണ്ടുവെച്ചോളു. എന്നിട്ടു വരൂ."

ഒട്ടകനാർ രണ്ടു കയ്യും കൂട്ടിത്തൊഴുത് ആ നിധി ഭദ്രമായി സൂക്ഷിച്ചുവയ്ക്കാൻ അകത്തേയ്ക്കുപോയി. ഇനിയെന്താണ്, എങ്ങനെയാണു കാര്യങ്ങൾ മുന്നോട്ടു കൊണ്ടുപോകേണ്ടുന്നതു എന്നതിനെപ്പറ്റി നമ്പൂതിരി ഇതിനകം ഒരു തീരുമാനത്തിലെത്തിക്കഴിഞ്ഞു. ഒട്ടകനാർ തിരിച്ചുവന്നു പൂർവ്വാധികം ആദരവോടു നമ്പൂതിരിയുടെ മുന്നിൽനിന്നു.

"ഹേയ്, ഇരിക്കണം. ഒട്ടകനാരേ. എനിക്കു ശ്ശി കാര്യങ്ങൾ പറയാനുണ്ട്. നമുക്കു ഒരു കൈയ്യായി നിന്നാൽ പലതും ചെയ്യാം. ഇരിക്കൂ ഇവിടെ."

ഒട്ടകനാർ ഏറ്റവും അനുസരണയുള്ള ഒരു ബാലനായി മാറി. "എന്താണെന്നുവെച്ചാൽ ഇവിടന്നു കല്പിച്ചാൽ മതി," ഒട്ടകനാർ നമ്പൂതിരിയുടെ അക്രീതദാസനായി.

"ഞാനീച്ചെയ്തതൊന്നും കൊട്ടാരത്തിൽ ഒരു ജീവിയും അറിയരുത്. വിശേഷിച്ചും ആ അയ്യപ്പനും മഹിഷി അമ്മച്ചിയും."

"ആരറിയാനാണ്? അയ്യപ്പനാണെങ്കിൽ ഇവിടെ ഉള്ളദിവസംതന്നെ കുറവാണ്. അമ്മച്ചിയെ വല്ലപ്പോഴുമേ കാണാറുള്ളു. അതും ഇയ്യിടെയായി."

"എന്താ അമ്മച്ചിക്കു വല്ല ചികിത്സയോ മറ്റോ തുടങ്ങീട്ടുണ്ടോ?"

"ചികിത്സയായിട്ടൊന്നുമില്ല. ഒരു സംശയമുണ്ട്. നാളു തെറ്റീന്നു തോന്നുന്നു. കുറച്ചൊരു ചടവും വിളർച്ചയും കാണാനുണ്ട്. വല്യതമ്പുരാൻ ഒന്നു രണ്ടു കുറി എനിക്കാളയച്ചു. എന്താന്നു നോക്കി എന്തെങ്കിലും ചെയ്യാൻ, ഞാനൊരു ചെറിയ ഔഷധം കൊടുക്കുന്നുണ്ട്. അതുകൊണ്ടൊന്നും ഇപ്പോൾ തീർത്തു പറയാൻ നിർവ്വാഹമില്ല."

"എന്നാലേ, ഒരു രഹസ്യം പറയാം കേട്ടോ. ഒട്ടകനാർ പതുക്കെ അടുത്തു കൂടണം. അമ്മച്ചി പാവമാണ്. എട്ടും പൊട്ടും തിരിയാത്ത ഒരു കൊച്ചുകുട്ടി. വല്യ തമ്പുരാൻ ആ അയ്യപ്പന്റെ വലയിൽ കുടുങ്ങിയിരിക്കയുമാണ്. കണ്ടനിമിഷം അയാളെ ഇളവരചനാക്കിയില്ലേ? അതു പലർക്കും സുഖിച്ചിട്ടില്ല, ഒന്നും തെറ്റിദ്ധരിക്കരുതെട്ടോ. ഞാൻ വേറൊന്നും കൊണ്ടു പറയുകയല്ല. ശുദ്ധഗതിക്കാരനായ വല്യതമ്പുരാൻ ഈ രാജ്യം കുട്ടിച്ചോറാക്കും ഈ പയ്യനെക്കൊണ്ട്. ഒട്ടകനാർക്ക് കാര്യം മനസ്സിലാവുന്നുണ്ടോ."

"തിരുമേനി പറഞ്ഞേടത്തോളം ഗ്രഹിച്ചു. എന്തോ ചില കുഴപ്പങ്ങളുണ്ടെന്ന് എനിക്കു തോന്നീട്ടുണ്ട്. എന്താന്നു അങ്ങ് തീർത്തറിഞ്ഞുകൂടാന്നേ ഉള്ളൂ."

"കുഴപ്പം വേറൊന്നുല്യ, ഈ അയ്യപ്പൻ വരുത്തിവെയ്ക്കുന്ന കുഴപ്പമേ ഉള്ളൂ. അതൊക്കെ ഞാൻ പതുക്കെപ്പറയാം. മഹിഷി അമ്മിച്ചിയെ ഒന്നു പാട്ടിലാക്കാൻ ശ്രമിക്കണം. അമ്മച്ചി പറഞ്ഞാൽ വല്യതമ്പുരാൻ എന്തും കേൾക്കും. നാടും കൂടും ജാതീം മതോം ഇല്ലാത്ത ഈ അയ്യപ്പനെ ഇളവരചസ്ഥാനത്തുനിന്നു നമുക്കു മാറ്റിക്കിട്ടണം, എന്താ, വൈദ്യരൊന്നും മിണ്ടാത്തത്?"

അതു കുറച്ചു കടന്ന കൈയ്യല്ലേ എന്നതായിരുന്നു വൈദ്യരുടെ സംശയം. അയ്യപ്പന്റെ വ്യക്തിമാഹാത്മ്യത്തെപ്പറ്റി വൈദ്യർക്കു നല്ലതുപോലെ അറിയാം. അയ്യപ്പൻ പന്തളത്തു വന്നശേഷം ആകപ്പാടെ നാടു നന്നായിട്ടുണ്ടെന്നും അറിയാം. വലിയതമ്പുരാന്റെ കണ്ണിലുണ്ണിയാണ് അയ്യപ്പൻ. നമ്പൂതിരി പറയുന്നതിലും കാര്യമുണ്ട്. ഇപ്പോൾ അമ്മച്ചിക്കു ഗർഭമുണ്ടെന്ന സംശയമുണ്ട്. വേണമെങ്കിൽ അങ്ങനെ ഒരുപായം പറ്റിക്കാം. അമ്മച്ചിയുടെ മകന് രാജ്യം കിട്ടുമെങ്കിൽ എന്തുകൊണ്ട് അമ്മച്ചിയേയും അയ്യപ്പനേയും തമ്മിൽ പിണക്കിക്കൂടാ?

"ഞാൻ ആലോചിക്കുകയായിരുന്നു. അങ്ങു പറഞ്ഞതു നേരാണ്. പക്ഷേ, അയ്യപ്പൻ ആളൊരു അതിസമാർത്ഥ്യക്കാരനാണെന്നു ഓർക്കണം. നമ്മളു വല്ലതും തകരാറൊപ്പിച്ചാൽ പിന്നെ തല കാണില്ല. എനിക്കു അതാണ് പേടി."

"വൈദ്യർ അതൊന്നും പേടിക്കണ്ടെന്നു. ഈ അയ്യപ്പൻ പന്തളം നാടു ഭരിക്കാൻ പോകുന്നില്ല. അതുതീർച്ചയാണ്. ഞാനതു തീർച്ചയാക്കിയിരിക്കുന്നു. ഇനി വൈദ്യരുംകൂടി സഹായിച്ചാൽ അക്കാര്യം എളുപ്പത്തിൽ നടക്കും എന്താ മിണ്ടാത്തെ?"

"തിരുമേനി പറയുന്നതുപോലെ ചെയ്യാം. എന്താപത്തുവന്നാലും പക്ഷേ തിരുമേനി തടഞ്ഞുകൊള്ളണം. അതേ എനിക്കു പറയാനു

ള്ളൂ."

"വൈദ്യരേ, ഇനി ഒരു രഹസ്യോംക്കൂടി പറഞ്ഞേക്കാം. ഇതിനുവേണ്ടി എന്തുപണച്ചെലവുവന്നാലും ഞാൻ കോരിച്ചൊരിയാൻ തയ്യാറാണ്. ഇക്കാര്യം സാധിച്ചാൽ വൈദ്യർക്ക് എന്താണ് കിട്ടാൻ പോകുന്നതെന്നു തല്ക്കാലം ഞാൻ പറയുന്നില്ല. പറഞ്ഞാൽ കുറഞ്ഞു പോകും."

ഒട്ടകനാരുടെ കുണ്ടിൽ പോയ കണ്ണുകളിൽ ഒരു തിളക്കം വന്നു. ശോഭനമായ ഒരു ഭാവിയുടെ വിദൂരപ്രകാശത്തിന്റെ മുന്നോടിയായിരുന്നു അത്. അഥവാ മനസ്സിലുണ്ടായ ദൃഢനിശ്ചയത്തിന്റെ ബഹിർസ്ഫുരണവുമാവാം അത്.

അഗ്നിശർമ്മൻ യാത്ര പറഞ്ഞപ്പോഴേക്കും ആ മലഞ്ചെരുവ് ഇരുട്ടിന്റെ കരിമ്പടത്തിൽ മൂടിപ്പുതച്ചുകിടന്നുകഴിഞ്ഞിരുന്നു.

11

യോഗീശ്വരൻ

കായംകുളത്തുള്ളവർ കേട്ട കഥ അവർക്കു വിശ്വസിക്കാൻ കഴിഞ്ഞില്ല. അങ്ങനെ വരുമോ? എന്താണിത്? നേരും നെറിയും പോയി മറഞ്ഞെന്നോ? കലികാലം മൂത്തെങ്കിലും ഇത്രയ്ക്കു മൂക്കാമോ? വേലിതന്നെ വിളവുതിന്നുക എന്നു പഴമൊഴിയായി പറഞ്ഞുകേട്ടിട്ടേ ഉള്ളൂ; അതും നേരാവുമെന്നു അറിഞ്ഞതു ഇപ്പോഴാണ്.

കായംകുളം നാടിനെ കടൽക്കള്ളന്മാരിൽനിന്നു രക്ഷിക്കാൻ വന്ന അയ്യപ്പൻ കടൽക്കള്ളന്മാരുമായി കൂട്ടുപിടിച്ച് ഇപ്പോഴിതാ ഇരു കൂട്ടരുടേയും സൈന്യങ്ങൾ ഒത്തുചേർന്ന് നാടു കൊള്ളയടിക്കാൻ പുറപ്പെട്ടിരിക്കുന്നു. അയ്യപ്പനും വാവരുമായി സഖ്യമുണ്ടായതിന്റെ പിറ്റേന്നു ഉച്ചയായപ്പോഴേക്കും നാടൊട്ടുക്കു പരന്ന വാർത്ത ഇതായിരുന്നു.

ഏതാണ്ട് അഞ്ചാറുനാഴിക പകലുള്ളപ്പോൾ കായംകുളത്തു വലിയ അഴീക്കലും ചെറിയ അഴീക്കലും ആയി നാലഞ്ചുകപ്പലുകളും നിറയെ ഓടങ്ങളും വന്നടുത്തു. കപ്പലുകളിൽനിന്നു ആളുകളും സാമാനങ്ങളും തുരു തുരേ ഇറങ്ങി ഓടങ്ങളിൽ നിറഞ്ഞു. ഓടങ്ങൾ കായലും തോടും കടന്നു കരയ്ക്ക് പലയിടത്തായി ഇറങ്ങിത്തുടങ്ങി, അയ്യപ്പന്റെ സൈന്യം പന്തളത്തുനിന്ന് പുറപ്പെട്ട് കായംകുളത്ത് വന്ന്, അവിടെനിന്നും അമ്പലപ്പുഴയ്ക്ക് നീങ്ങിയതോടെ ഭയന്നൊളിച്ചവരെല്ലാം തങ്ങളുടെ ഭവനങ്ങളിലേക്കു തിരിച്ചു വന്നിരുന്നു. വീണ്ടും അവർ ആത്മരക്ഷ തേടി കിഴക്കൻ ദിക്കുകളിലേക്കു പുറപ്പെട്ടു. സാധാരണ കുടികിടപ്പുകാർക്കു ഇത്തവണയാണ് ഭയമുണ്ടായത്. കടൽക്കള്ളന്മാരും അവരുടെ നേതാവായ വാവരും പാവങ്ങളെ ഉപദ്രവിക്കില്ലെന്നു നിശ്ചയമുണ്ടായിരുന്നു; പക്ഷെ നാട്ടുകാരുടെ പട വന്നാൽ അവർ

'ചങ്കം പൊങ്ക' മില്ലാതെ എന്തും കാട്ടിക്കൂട്ടുന്നവരാണ്. അതുകൊണ്ട് അവരെ പേടി ക്കണം. എല്ലാവരും കുടിയിടങ്ങൾ ഒഴിഞ്ഞു.

കായംകുളത്തു രാജാവ് ഇക്കഥയറിഞ്ഞു വളരെ വ്യസനിച്ചു. ഇതി കർത്തവ്യമൂഢനായ അദ്ദേഹം മന്ത്രിമാരുമായി ആലോചിച്ച്, നിന ച്ചിരിയാതെ വന്ന ഈ ആപത്തിൽ നിന്നു എന്താണ് രക്ഷാമാർഗ്ഗ മെന്നു ചിന്തിച്ചു. അയ്യപ്പൻ പന്തളത്തെ ഇളവരചനാണ്; പക്ഷെ പന്തളം രാജാവിന്റെ ആരുമല്ല. നാട്ടുംകൂട്ടുമില്ലാത്ത ഒരു ചെറുപ്പക്കാ രൻ. അയാളുടെ നടപടികളെപ്പറ്റി ആർക്കുമൊന്നും അറിവില്ല. കായം കുളംനാടു പിടിച്ചടക്കി പന്തളത്തോട് ചേർക്കാനല്ലേ ഈ വിരുതൻ പാടുപെടുന്നതെന്നു എല്ലാവരും ന്യായമായി ആശങ്കിച്ചു.

അവരുടെ ആശങ്ക അസ്ഥാനത്തായിരുന്നെന്ന് അറിയാൻ കുറേനേരം വേണ്ടിവന്നു. അയ്യപ്പനും വാവരും രാജസന്നിധിയിലേക്കു ചെന്നു. കാവൽക്കാരായ ഭടന്മാർക്കു ഭയാശങ്കകൾ ആദ്യം തോന്നി യെങ്കിലും അയ്യപ്പൻറേയും വാവരുടേയും മുഖഭാവവും പെരുമാറ്റവും അവരെ ആശ്വസിപ്പിച്ചു. രാജകിങ്കരന്മാർ അവരുടെ ആഗമനത്തെ പ്പറ്റി രാജാവിന് അറിവ് കൊടുത്തു. അദ്ദേഹവും തെല്ലൊന്നു അത്ഭു തപ്പെടുകയും ആശങ്കിക്കുകയും ചെയ്തെങ്കിലും ഏതോ ഒരു ശുഭവാ ർത്ത കേൾക്കാനുള്ള കൗതുകത്തോടെ അവരെ സ്വാഗതം ചെയ്യാൻ തയ്യാറായി നിന്നു.

വാവരേയും അയ്യപ്പനേയും കാണികൾ കണ്ടതു ഒരേ ഞെട്ടിൽ വിടർന്ന രണ്ടു പൂക്കളെപ്പോലെയാണ്. രണ്ടുപേരും അതി തേജസ്വി കൾ; പരാക്രമശാലികൾ. ഇരുവരുടേയും മുഖത്തു വീരരസത്തോ ടൊപ്പം സൗമ്യഭാവവും കളിയാടിയിരുന്നു. വാവർക്ക് ഏതാണ്ട് മുപ്പത് മുപ്പത്തഞ്ച് വയസ്സ് പ്രായമാണ് കാണികൾ മതിച്ചത്. അയ്യ പ്പനിൽ കൗമാരവും യൗവനവും അതിർത്തിത്തർക്കം നടത്തുന്നതു പോലെ അവർക്കു തോന്നി. ജ്യേഷ്ഠനും അനുജനും ആണവർ എന്നു മറ്റുചിലർ അഭിപ്രായപ്പെട്ടു. ഈ വാവരെയാണോ കടൽക്കള്ളനെ ന്നും കവർച്ചക്കാരനെന്നും ആളുകൾ പറഞ്ഞുവന്നത്? ശുദ്ധ നുണ. ആ മുഖം കണ്ടാൽ അങ്ങനെ ആരും പറയില്ലല്ലോ. പാവങ്ങളോടു കാരുണ്യവും സ്വാർത്ഥമതികളായ സമ്പന്നരോട് വിദ്വേഷവും ഉള്ള ആളാണ് വാവരെന്നു കേട്ടത്, അദ്ദേഹത്തെ നേരിട്ടു കണ്ടപ്പോൾ നേരാണെന്നു പലർക്കും തോന്നി.

കായംകുളത്തു രാജാവും മന്ത്രിമാരും നാട്ടുപ്രമാണികളും അവരെ മന്ത്രശാലയിലേയ്ക്കു ക്ഷണിച്ചു. ആ ക്ഷണം സാദരം സ്വീകരിച്ചുകൊ ണ്ട് അവർ രാജാവിന്നഭിമുഖമായിച്ചെന്നു അദ്ദേഹത്തെ അഭിവാദനം

ചെയ്തു.

അയ്യപ്പൻ: വലിയ ശത്രുവെന്ന് കരുതിയ ആളാണ് നമ്മുടെ ഉറ്റ ബന്ധു. വാവർതന്നെയാണ് നമ്മുടെ മുമ്പിൽ നമ്മുടെ അതിഥിയായി വന്നിരിക്കുന്നത്.

വാവർ വീണ്ടും രാജാവിനെ അഭിവാദ്യം ചെയ്തു.

രാജാവ്: ഇതു ഞങ്ങളുടെ ഒരു മഹാഭാഗ്യം തന്നെയാണ്. ഇങ്ങനെയൊന്നുമല്ല ഞങ്ങൾ വാവരെപ്പറ്റി കേട്ടിട്ടുള്ളത്. ഇരിക്കു, അപ്പനും വാവരും ഇരിക്കു.

ഇരുവരേയും ബഹുമാനപൂർവ്വം ഇരുത്തിയതിനുശേഷം രാജാവു തുടർന്നു: “അപ്പനേ, എന്താണിതിന്റെ രഹസ്യം? ഞങ്ങൾക്കൊന്നും മനസ്സിലായില്ലല്ലോ.”

അയ്യപ്പൻ: വാവരുടെ മാഹാത്മ്യമാണ് ഇതിനെല്ലാം കാരണം. ഈ സൗഹാർദ്ദത്തിന്.

വാവർ: അങ്ങനെയല്ല, അയ്യപ്പന്റെ വീരപരാക്രമങ്ങളും മഹത്വവുമാണ് എന്നെ നല്ലവനാക്കിയത്.

അയ്യപ്പൻ: വീരപരാക്രമങ്ങളിലും മഹത്വത്തിലും ഒട്ടും താഴെയല്ല ഈ മഹാൻ.

രാജാവ്: നിങ്ങളിരുവരും ഇങ്ങനെ തർക്കിക്കുന്നതിൽ നിന്നു ഇരുവരുടേയും സ്വഭാവം തികച്ചും മനസ്സിലാവുന്നുണ്ട്. ഈ തർക്കം നിർത്താൻ ഒരു വഴിയേ ഉള്ളൂ. എന്റെയും എന്റെ നാട്ടുകാരുടേയും ഭാഗ്യം കൊണ്ടാണു നിങ്ങളിരുവരും സഖ്യം ചെയ്തത്. ഇതിനെന്താണ് ഒരു പ്രതിഫലം വാവർക്കും അയ്യപ്പനും തരേണ്ടതെന്നു അറിഞ്ഞുകൂടാ. പ്രതിഫലം തരുന്നതും വാങ്ങുന്നതും തെറ്റാണെന്നറിയാം. പക്ഷേ ഞങ്ങളുടെയെല്ലാം സന്തോഷത്തിന്റെ അടയാളമായി എന്തെങ്കിലും ഒന്നു തരികയോ, തന്നാൽ അതു നിങ്ങൾ വാങ്ങുകയോ ചെയ്തില്ലെങ്കിൽ ഉള്ള മനസ്താപം ചെറുതല്ല. അങ്ങനെ ഈ മനസ്താപത്തിന് ഇടവരുത്താതെ മറുപടി തരേണമെന്നേ ഞാൻ അപേക്ഷിയ്ക്കുന്നുള്ളൂ.

അയ്യപ്പനും വാവരും മുഖത്തോടുമുഖം നോക്കി. എന്താണ് പ്രതിഫലമായി വാങ്ങേണ്ടത് എന്ന ചിന്തയല്ലാ അവരെ അലട്ടിയത്. ആരാണ് പറയേണ്ടതെന്നുള്ള ശങ്കയാണ് അവർക്കുണ്ടായത്.

വാവർ: അയ്യപ്പനു പറയാൻ മടിയുണ്ടെങ്കിൽ എന്റെ കാര്യം ഞാൻതന്നെ പറയാം. എനിക്കും എന്റെ ആൾക്കാർക്കും ഇവിടെ വ്യാപാരം ചെയ്യാനുള്ള അനുവാദമാണ് വേണ്ടത്.

രാജാവ്: ആ അനുവാദം ഞങ്ങൾ നിങ്ങൾക്കു തരുന്ന ഒരു പ്രതി

ഫലമാവില്ല. വീണ്ടും നിങ്ങൾ ഇതുകൊണ്ടു ഞങ്ങളെ കടക്കാരാക്കുക യാണ് ചെയ്യുന്നത്.

അയ്യപ്പൻ: വാവർക്കു ഇവിടന്ന് ചെയ്തുകൊടുക്കേണ്ടത് അതു മാത്ര മാണ്. പല വിശിഷ്ടവസ്തുക്കളും അദ്ദേഹം കപ്പലിൽ കൊണ്ടുവന്നിട്ടു ണ്ട്. അതിന്നുള്ള വില്പനസ്ഥലം ഈ രാജ്യത്ത് അങ്ങ് അനുവദി ക്കണം.

രാജാവ്: വാവർ പറയുന്ന സ്ഥലം നാം വാവർക്കും കൂട്ടർക്കുമായി അനുവദിച്ചിരിക്കുന്നു. ഇഷ്ടംപോലെ എവിടെയെങ്കിലും അങ്ങാടി തുടങ്ങാം.

അയ്യപ്പൻ: ഇനി എനിക്കൊരപേക്ഷയുണ്ട്. ഇവിടെയുള്ള കളരി കൾ മുഴുവനും ഒന്നു കാണണം. പയറ്റുകാരെയെല്ലാം സംഘടിപ്പി ക്കാനും പുതിയ മുറകൾ അവരെക്കൊണ്ട് അഭ്യസിപ്പിക്കാനും ഉള്ള ഏർപ്പാടുകൾ ചെയ്യിക്കണം.

രാജാവ്: അപ്പന്റെ ഉദ്ദേശം മനസ്സിലായി. പന്തളത്തും തെക്കുംകൂറി ലും ചെയ്തപോലെ ഇവിടെയും അപ്പൻ ഒന്നു പരിഷ്കരിക്കണം. ഇതെ നിക്ക് അങ്ങോട്ടു ചെയ്യാനുള്ള അപേക്ഷയാണ്. അപ്പൻ ഇങ്ങോട്ടു അപേക്ഷിക്കേണ്ടതല്ല.

ഈ സമയത്തു ഒരു ഹരിക്കാരൻ വന്നു രാജാവിനെ താണുതൊ ഴുതു ഇങ്ങിനെ അറിയിച്ചു: "പന്തളം ഇളവരചനെ കാണാൻ ഒരു സന്യാസി വന്നിരിക്കുന്നു. ഒരു രഹസ്യം അറിയിക്കാനുണ്ടുപോലും."

അയ്യപ്പൻ രാജാവിന്റെ അനുമതി വാങ്ങി മന്ത്രശാലയിൽനിന്നു പുറത്തിറങ്ങി. മന്ത്രശാലയുടെ പ്രവേശനദ്വാരത്തിൽ ഒരു യോഗീ ശ്വരൻ അയ്യപ്പന്റെ വരവു കാത്തുനില്ക്കുന്നുണ്ടായിരുന്നു. അയ്യപ്പൻ ചെന്നപാടെ യോഗീശ്വരനെ സാഷ്ടാംഗപ്രണാമം ചെയ്തു. യോഗീശ്വ രനാകട്ടെ അയ്യപ്പനെ പിടിച്ചെഴുന്നേൽപ്പിച്ച് എന്തോ ഒന്നു രഹസ്യ മായി പറഞ്ഞു. അതു കേട്ട ക്ഷണം അയ്യപ്പന്റെ മുഖത്തു കോപതാ പങ്ങൾ ഒരുപോലെയുണ്ടായി. അദ്ദേഹം ഉടനെ മന്ത്രശാലയിൽച്ചെ ന്ന് രാജാവിനോടു "ഇവിടുന്ന് എന്നെയും വാവരെയും തൽക്കാലം സ്ഥലം വിടാൻ അനുവദിക്കണം. രണ്ടു ദിവസത്തിനകം വന്നുകണ്ടു കൊള്ളാം. ഒരത്യാവശ്യ കാര്യമുണ്ട്." എന്നു ഒറ്റശ്വാസത്തിനു പറഞ്ഞ് വിടവാങ്ങി. കേട്ടവർക്കെല്ലാം അത്ഭുതവും പരിഭ്രമവും തോന്നിയെങ്കി ലും അവരാരും എന്താണ് കഥയെന്നു ചോദിക്കാൻ മുതിർന്നില്ല.

കൊട്ടാരത്തിലുള്ളവർ മിഴിച്ചുനിൽക്കേ യോഗീശ്വരനോടൊരുമിച്ചു അയ്യപ്പനും വാവരും ഒരു കുതിരപ്പുറത്തു കയറി മിന്നൽവേഗത്തിൽ പാഞ്ഞുപോയി. അവർ നേരെ പന്തളത്തേക്കാണ് പോയത്. വഴി

ക്കുവെച്ച് ആരുമൊന്നും സംസാരിച്ചില്ല. കുതിരയുടെ ഗതിവേഗമോ അവരുടെ ചിന്തയോ ഏതാണ് ലക്ഷ്യസ്ഥാനത്തു എത്താൻ വെമ്പി യതെന്ന് അറിഞ്ഞുകൂടാ.

പൊതുനിരത്തുകൾ ദുർലഭമായിരുന്നതിനാൽ തൊടിയും തോടും തോട്ടവും വിലങ്ങിയാണ് അവർ യാത്ര ചെയ്തത്. അവർ മാവേലി ക്കര അടുക്കാറായപ്പോൾ ഒരു വലിയ സംഘം ആളുകൾ ആയുധധാ രികളായി അവർക്കെതിരെ വരുന്നതു കണ്ടു. അവരുടെ കൈവശം വാളും പരിചയുമല്ലായിരുന്നു ഉണ്ടായിരുന്നത്. കോടാലി, വാക്കത്തി, അരിവാള്, ഉലക്ക, വടി, തടി തുടങ്ങിയ സാധാരണ ആയുധങ്ങൾ കണ്ടതോടെ യോഗീശ്വരനും അയ്യപ്പനും കുറച്ചൊരു അത്ഭുതമുണ്ടായി. നാട്ടാർ ഇളകിവരികയാണ്; എന്തോ തകരാറുണ്ടായിട്ടുണ്ട്. ഒരു നാട ൻപടയാണിത്. ഒന്നുകിൽ കുടികൾ തമ്മിലുള്ള ബഹളം. അല്ലെങ്കിൽ നാടടക്കം എന്തോ പൊതുവായ ഒരു ഭീതി പിടിപെട്ടിട്ട് ആളുകൾ ഇളകുന്നതാണ്. കുതിരപ്പുറത്ത് മൂന്നു പേർ തങ്ങൾക്കെതിരെ പാഞ്ഞു വരുന്നത് കണ്ടപ്പോൾ ആ നാടൻ പട പെട്ടെന്നു നിന്നു. മദ്ധ്യവയസ്ക നായ ഒരു അരോഗദൃഢഗാത്രൻ തെല്ല് മുന്നോട്ട് വന്ന് ഹസ്തസംജ്ഞ കൊണ്ട് അശ്വാരൂഢന്മാരുടെ ഗതി തടഞ്ഞു.

"നില്ക്കിൻ! നിങ്ങൾ ശത്രുക്കളോ മിത്രങ്ങളോ എന്നറിയണം. എന്നിട്ടേ മുന്നോട്ടുപോകാവൂ." ആ നേതാവു വിളിച്ചുപറഞ്ഞു.

അയ്യപ്പൻ കുതിരപ്പുറത്തുനിന്ന് ചാടിയിറങ്ങി അതിനു മറുപടിയായി "ഞങ്ങൾ രണ്ടുമല്ല, വഴിയാത്രക്കാരാണ്. നിങ്ങളെന്താണിങ്ങനെ കൂട്ട മിളകിയിരിക്കുന്നതെന്നു അറിഞ്ഞാൽ കൊള്ളാം. നിങ്ങൾക്കു വേണ്ടി എന്തും ചെയ്യാൻ തയ്യാറാണ്."

"അപ്പോൾ നിങ്ങൾ ഞങ്ങളുടെ ബന്ധുക്കളാണ്. സഹായത്തിന്നെ ത്തിയവരാണ്. എന്നാൽ പറയാം. കായംകുളത്തു പട വന്നെന്നു കേട്ടു. അയ്യപ്പനും വാവരും ചേർന്നു കായംകുളംനാട് കൊള്ളചെയ്യുന്നുവെ ന്നറിഞ്ഞ് ഞങ്ങൾ കൂട്ടംകൂടി പൊരുതാൻ പുറപ്പെട്ടതാണ്."

ആ നേതാവിന്റെ വാക്കുകൾ കേട്ടപ്പോൾ അയ്യപ്പന് പൊട്ടിച്ചിരി ക്കാനാണു തോന്നിയത്. പക്ഷേ, അദ്ദേഹം സ്വയം നിയന്ത്രിച്ചുകൊ ണ്ട് ഒരു പുഞ്ചിരിതൂകി ഇങ്ങിനെ പറഞ്ഞു:

"അയ്യപ്പനേയും വാവരേയും ഞങ്ങൾ ബന്ധിച്ചുകഴിഞ്ഞു. അവരെ ക്കൊണ്ട് ഇനി ഉപദ്രവമുണ്ടാവില്ല. നിങ്ങൾ കണ്ടില്ലേ, ആ കുതിരപ്പു റത്തിരിക്കുന്ന യോഗീശ്വരനെ, അദ്ദേഹമാണ് അയ്യപ്പനേയും വാവ രേയും മന്ത്രംകൊണ്ടു ബന്ധിച്ചത്. സംശയമുണ്ടെങ്കിൽ ചോദിക്കാം."

അപ്പോഴാണ് അവരെല്ലാവരും യോഗീശ്വരന്റെ മുഖത്തേക്കു

സൂക്ഷിച്ചു നോക്കിയത്. ആ മുഖവും ഭാവവും കണ്ടപ്പോൾ അവർക്കു അദ്ദേഹത്തിൽ ഭക്തിവിശ്വാസങ്ങൾ അങ്കുരിച്ചു. അവരെല്ലാവരും അദ്ദേഹത്തെ വണങ്ങി. അവരുടെ നായകനായി വന്ന മനുഷ്യൻ അദ്ദേഹത്തെ നോക്കി ഇങ്ങനെ പറഞ്ഞു:

"മഹാത്മാവായ അങ്ങ് ഞങ്ങളുടെ നാടിന്റെ മാനം കാത്തു. ആ അയ്യപ്പനേം വാവരേം മന്ത്രംകൊണ്ടല്ലാതെ തോല്പിക്കാൻ പറ്റത്തില്ലെന്നു കേട്ടു. അപ്പോൾ അതു നേരാണ്."

യോഗീശ്വരൻ കുതിരപ്പുറത്തുനിന്നു ഇറങ്ങാതെ ചിരിച്ചുകൊണ്ടു പറഞ്ഞു: "നിങ്ങളെ ആരോ തെറ്റിദ്ധരിപ്പിച്ചിരിക്കുന്നു. പാവങ്ങൾ നാട്ടുകാർ. അയ്യപ്പനും വാവരും നാട്ടു കൊള്ളയടിക്കാൻ വന്നവരല്ല. അവരെ മന്ത്രം കൊണ്ട് ഞാൻ ബന്ധിച്ചുവെന്നു ഈ യുവാവു പറഞ്ഞതു ശരിയാണ്. അവരെന്റെ കൂടെത്തന്നെയുണ്ട്. ഇതാ ഈ നിൽക്കുന്ന യുവാവാണ് അയ്യപ്പൻ. വാവരെക്കാണണോ? എന്റെ പിന്നിൽ കുതിരപ്പുറത്തു ഇരിക്കുന്ന ഈ യുവകേസരിയാണ് വാവർ."

കുതിരപ്പുറത്തുനിന്നു വാവർ ചാടിയിറങ്ങി. അയ്യപ്പനും വാവരും അടുത്തടുത്തുനിന്നു. നാട്ടുകാരെല്ലാവരും അവരുടെ തേജോമയമായ രൂപസൗഭാഗ്യം കണ്ട് വിസ്മയിച്ചുപോയി.

"ക്ഷമിക്കണം സ്വാമികളെ. ഞങ്ങൾ നാടടക്കം വിഷമിച്ചുപോയി. അയ്യപ്പനും വാവരും യോഗ്യന്മാരാണെന്നു കേട്ടിട്ടുണ്ട്. അവരെ ഓരോരുത്തരായി ജയിക്കാൻ വിഷമമാണ്; അവരൊന്നിച്ചു ചേർന്നാൽ പിന്നെ ആർക്കും ഒന്നും ആവുകയുമില്ല. അവർ ചേർന്ന് കായംകുളം മുടിച്ചു കുട്ടിച്ചോറാക്കാൻ പോവുന്നുവെന്ന് കേട്ട് ഞങ്ങൾ ഇറങ്ങിത്തിരിച്ചതേണ്!"

ആ നാടൻപടയുടെ നായകൻ ഉള്ള നേര് തുടർന്നു പറഞ്ഞു. യോഗീശ്വരൻ അദ്ദേഹത്തെ അരികിൽ വിളിച്ച് എന്തോ ഒരു രഹസ്യം ചെവിയിൽ പറഞ്ഞു. അതു കേട്ട ക്ഷണത്തിൽ ആ മനുഷ്യൻ തിരിഞ്ഞുനിന്ന്, തന്റെ കൂടെ വന്ന നാട്ടുകൂട്ടത്തെ നോക്കി ഇങ്ങനെ ആജ്ഞാപിച്ചു:

"പ്രിയപ്പെട്ട നാട്ടുകാരെ, നമ്മൾ ഒരു പടക്കുവേണ്ടി ഇറങ്ങിത്തിരിച്ചവരാണ്. നമ്മൾ അയ്യപ്പനെതിരെ പട പൊരുതാൻ പുറപ്പെട്ടവരാണ്. ഇതാ നമ്മുടെ മുൻപിൽ നിൽക്കുന്ന അയ്യപ്പൻ. അയ്യപ്പനോടൊരുമിച്ച് നമ്മൾ ഇനി അദ്ദേഹത്തിനുവേണ്ടി പടയ്ക്കിറങ്ങണം. പന്തളം നാട്ടിൽ ഉദയനന്റെ പടയെത്തിയെന്നു നമ്മുടെ ഈ യോഗീശ്വരൻ പറയുന്നു. നമുക്കു പന്തളം നാട്ടു രക്ഷിക്കാൻ ഇവരുടെ കൂടെ ഉടൻ പുറപ്പെടണം. എല്ലാവരും പിൻതിരിഞ്ഞു പന്തളത്തേയ്ക്കു തിരിക്കിൻ."

നായകന്റെ ആജ്ഞ കേട്ട ഉടനെ നാടൻപട ഉത്സാഹപൂർവ്വം തിരിഞ്ഞുനടന്നു. യോഗീശ്വരൻ താഴെയിറങ്ങി അയ്യപ്പനോട്ടു കുതിരപ്പുറത്തു കയറി മുമ്പേ പുറപ്പെടാൻ ആജ്ഞാപിച്ചു. ആ നാടൻപടയോടൊപ്പം താൻ വന്നു കൊള്ളാമെന്നും, അതിനകം വാവരുമൊരുമിച്ചു പന്തളത്തെത്തി അവിടത്തുകാരെ രക്ഷിക്കാനുള്ള വഴികൾ നോക്കിക്കൊള്ളണമെന്നും അദ്ദേഹം നിർദ്ദേശം നൽകി. നാടൻപടയുടെ നായകന്റെ സമ്മതം വാങ്ങി അയ്യപ്പനും വാവരും കുതിരപ്പുറത്തുകയറി സ്ഥലം വിട്ടു.

അവർ പന്തളത്തോടടുക്കാറായപ്പോൾ കണ്ട കാഴ്ച എന്തു പറയട്ടെ. കൊച്ചുകടുത്തയുടെ നേതൃത്വത്തിൽ പന്തളത്തെ ചുറ്റുചുറ്റുമുള്ള പടയാളികൾ ഉദയനനോട്ടു നേരിട്ടു കഴിഞ്ഞിരിക്കുന്നു. ഒരു ഭയങ്കരസമരമാണ് അവിടെ നടന്നത്. ഇരുപുറത്തുമുള്ളവർക്കു ധാരാളം നാശംപറ്റിയിട്ടുണ്ട്. എങ്കിലും കൊച്ചുകടുത്തയുടെ അടക്കാനാവാത്ത പരാക്രമം പന്തളം പടയ്ക്കും വേണ്ടുവോളം ആത്മവിശ്വാസവും ധൈര്യവും നൽകിക്കൊണ്ടിരുന്നതിനാൽ ഉദയനനും ശേഷിച്ച പടയും ഏതാണ്ട് പിന്തിരിഞ്ഞുതുടങ്ങിയിരുന്നു. ഈ സമയത്താണ് അയ്യപ്പനും വാവരും അശ്വാരൂഢരായി സമരരംഗത്തു പ്രത്യക്ഷപ്പെട്ടത്. അയ്യപ്പനെ കണ്ടപ്പോൾ പന്തളം പടയ്ക്കുണ്ടായ ഉത്സാഹപ്രകർഷത്തോടൊപ്പം ഉദയനന്റെ സൈന്യത്തിന്നു ഉടവും വന്നു. അരനാഴികയ്ക്കകം ഉദയനനും പടയും ഛിന്നഭിന്നമായി പന്തളം നാട്ടിന്റെ പരിസരം വിട്ട് പാഞ്ഞോടി. ഉദയനൻ അയ്യപ്പനെ നേരിട്ട് കണ്ടത് ആ സമയത്താണ്. കണ്ടപ്പോൾ ഉദയനന്റെ മനസ്സിൽ ഒന്നിനൊന്ന് പല സംശയങ്ങളും ഭയാത്ഭുതങ്ങളോടൊപ്പം പൊന്തിവന്നു. ആരാണീ അയ്യപ്പൻ? എവിടെയോ കണ്ടിട്ടുണ്ടല്ലോ. ശരി ശരി; പെട്ടെന്നു ഉദയനന്റെ ഓർമ്മയിൽ ചേന്നക്കുറുപ്പിന്റെ ഛായ നിഴലിച്ചു. അതോടെ അയാളുടെ ധൈര്യമെല്ലാം അസ്തമിച്ചു. കൊച്ചുകടുത്തയുടെ നേതൃത്വത്തിൽ പന്തളം സൈന്യം കായംകുളത്തുനിന്നു തിരിച്ചുവരുമെന്നും ഉദയനനാകട്ടെ പന്തളത്തുകാരാകട്ടെ കരുതിയതുമില്ല. അത് മറ്റൊരു ആഘാതമായിരുന്നു. ഇതിനെല്ലാം പുറമേ ആണ് അയ്യപ്പന്റെ ആകാരം ഉദയനന്റെ ധൈര്യത്തെ ആക്രമണപരിപാടികളോടൊപ്പം തകർത്തുകളഞ്ഞത്.

ഇതെല്ലാം ഒരു നിമിഷംകൊണ്ടു ഉള്ളിൽച്ചെന്നു തട്ടിയതോടെ ഉദയനൻ യുദ്ധരംഗത്തുനിന്നു മിന്നൽപ്പിണരിന്റെ വേഗത്തിൽ പലായനംചെയ്തു. അതോടെ അയാളുടെ പടയും ചിതറിപ്പിരിഞ്ഞു.

അയ്യപ്പൻ കൊച്ചുകടുത്തയെ കണ്ട ഉടനെ ആ യുവ കേസരിയെ

ദ്ദഢമായി ആലിംഗനം ചെയ്തു. "കൊച്ച കടുത്തേ, നാട്ടിന്റെ അഭിമാനം പുലർത്താൻ കൃത്യസമയത്തു എത്തിയല്ലോ ഇവിടെ. ഗുരുത്വം. ഗുരുത്വംതന്നെ."

"അവിടന്നും വേണ്ട സമയത്തു വന്നല്ലോ. ഇല്ലെങ്കിൽ എന്താകുമായിരുന്ന ഇവിടത്തെ അവസ്ഥ? എല്ലാം ഇവിടത്തെ മാഹാത്മ്യമാണ്. എന്നോട് കായംകുളം വിട്ടുപോരാൻ കല്പിച്ചതും ഇവിടുത്തെ ഗുരുത്വം കൊണ്ടല്ലേ?" കൊച്ചകടുത്ത സവിനയം അറിയിച്ചു.

"അല്ലേ, ഞാൻ ഈ ബഹളത്തിനിടയ്ക്കു മറന്നുപോയി. കൊച്ചകടുത്ത അറിയുമോ ആ നില്ക്കുന്ന മഹാനെ?"

കൊച്ചകടുത്ത അയ്യപ്പൻ നിർദ്ദേശിച്ച സ്ഥലത്തേയ്ക്കു നോക്കി, അല്പം അകലെയായി ഒതുങ്ങിനില്ക്കുന്ന വാവരെക്കണ്ട് കൊച്ചകടുത്ത മിഴിയെടുക്കാതെ സ്തംഭിച്ചുനിന്നു പോയി.

"സംശയിക്കണ്ട. അതേ, അദ്ദേഹംതന്നെയാണ് കൊച്ചകടുത്തേ."

"ആര്? വാവരാണോ? ഞാനെങ്ങനെ വിശ്വസിയ്ക്കും?"

വാവർ കൊച്ചകടുത്തയുടെ സമീപം ചെന്നു അഭിവാദനം ചെയ്ത് ഇങ്ങനെ പറഞ്ഞു:

"ഞാൻ തന്നെയാണ് വാവര്. സംശയിക്കേണ്ട. എന്നെ ഈ ഇളവരചൻ ഒരു മനുഷ്യനാക്കിത്തീർത്തു."

"ഹേയ് അതുമാത്രം കളവാണ്. ഇസ്ലാം മതത്തിലുള്ളവർ കളവു പറയാറില്ലല്ലോ. വാവരെന്തിനു പിന്നെ ഈ ശുദ്ധ നുണ പറയുന്നു?" അയ്യപ്പൻ ചിരിച്ചുകൊണ്ട് പറഞ്ഞു.

"അവിടത്തേയ്ക്കു നുണ പറയാമെങ്കിൽ എനിക്കും പറയാം. നുണപറയാനുള്ള അവകാശം ഒരാൾക്കോ ഒരു മതത്തിനോ ഉള്ളതല്ലല്ലോ." വാവരും ചിരിച്ചുകൊണ്ട് പറഞ്ഞു.

"ഇതാണു ശുദ്ധനുണയെങ്കിൽ ഞാനും ഇനി ഇത്തരം നുണയേ പറയൂ." കൊച്ചകടുത്ത ഇടയ്ക്കു കയറി അവരുടെ തർക്കം അവസാനിപ്പിച്ചു.

പെട്ടെന്നു ഒരാൾ അവിടെ വന്നു "വല്യതമ്പുരാനെ കാണാനില്ല. കൊട്ടാരത്തിലും പുറത്തുമൊക്കെ ആളുവിട്ടന്വേഷിച്ചു. ആരും കണ്ടവരില്ല."

"എന്തു? ആപത്തു പറ്റിയോ? ഹാ! കഷ്ടം! എന്നാൽ നമ്മുടെ ഈ ശ്രമമെല്ലാം..." ഇത്രയും കൊച്ച കടുത്ത പറയുന്നതിനുമുമ്പേ അയ്യപ്പൻ അശ്വാരൂഢനായി സ്ഥലം വിട്ടു. വാവരും കൊച്ചകടുത്തയും ഒരുമിച്ചു മറ്റൊരു ദിക്കിലേക്കു പാഞ്ഞുപോയി. അവിടെയെല്ലാം ബഹളമായി. പടയിൽ വന്ന വമ്പിച്ച നാശത്തേക്കാൾ ഗുരുതരമായ ഒരാപത്താണ്

ഇപ്പോൾ പന്തളത്തുകാർക്കു നേരിട്ടത്. എല്ലാവർക്കും ഒന്നേ പറയാനു ള്ളൂ - വലിയതമ്പുരാനെ കാണാനില്ല. എല്ലാവരും പലയിടത്തും അദ്ദേ ഹത്തെ തിരിഞ്ഞുപോയി.

അശ്വാരൂഢനായ അയ്യപ്പൻ നേരെ ഉദയനൻ അപ്രത്യക്ഷ നായ ദിക്കു നോക്കിയാണു പോയത്. നാലഞ്ചു നാഴിക അങ്ങിനെ പോയപ്പോൾ പെട്ടെന്ന് ഒരാൾക്കൂട്ടം തനിക്കഭിമുഖമായി വരുന്നതു കാണാറായി. മാവേലിക്കരവെച്ചുകണ്ട നാടൻപടയുടെ വരവാണ് അതെന്നു ഒറ്റനോട്ടത്തിൽ അയ്യപ്പനു മനസ്സിലാക്കാൻ കഴിഞ്ഞു. അവരുടെ നേതാവും യോഗീശ്വരനും അക്കൂട്ടത്തിലില്ലെന്ന് അയ്യപ്പനു തോന്നി. നാടൻപടയുടെ അടുത്തുചെന്ന ഉടനെ അയ്യപ്പൻ അവരോട് "യോഗീശ്വരനും മറ്റും എവിടെ?" എന്നു ആരാഞ്ഞു.

"അടുത്തുള്ള ഒരു വഴിയമ്പലത്തിൽ വിശ്രമിയ്ക്കുകയാണ്. എന്തോ ഒരാപത്തിൽപ്പെട്ട ആളെ ശുശ്രൂഷിച്ചുകൊണ്ടിരിയ്ക്കുകയാണ്." ഒരാൾ മറുപടി പറഞ്ഞു. അയാളുടെ സഹായത്തോടുകൂടി അയ്യപ്പൻ ക്ഷണനേരംകൊണ്ട് വഴിയമ്പലത്തിലെത്തി. അവിടെ യോഗീശ്വ രൻ ഒരാളെ മടിയിൽക്കിടത്തിയിരിക്കുന്നു. മറ്റേയാൾ ആ അവശനെ വീശിക്കൊണ്ടും നില്ക്കുന്നു.

"അല്ല, അപ്പനിതാ വന്നിരിയ്ക്കുന്നു." യോഗീശ്വരൻ അയ്യപ്പനെ കണ്ട ഉടനെ പറഞ്ഞു. അവശനിലയിൽക്കിടന്നിരുന്ന ആൾ മെല്ലെ കണ്ണു തുറന്നു: "അപ്പനേ നമ്മുടെ നാടു ആ ദുഷ്ടൻ..."

"നമ്മുടെ നാടിന് ഒരാപത്തും പറ്റിയിട്ടില്ല. ആ ദുഷ്ടനും പടയും നാടുവിട്ടു. തീരുമനസ്സിന്നു ആശ്വസിച്ചാൽ മതി. നാടിന്റെ കഷ്ടത അപ്പോൾ തീരും." അയ്യപ്പൻ സമാശ്വസിപ്പിച്ചു.

"എന്ത്? അവൻ പോയെന്നോ? എന്റെ അപ്പൻതന്നെ അവനെ ഓടിച്ചെന്നോ?"

"അതെ. കൃത്യസമയത്തു ഞാനും എത്തി. കൊച്ചുകടുത്തയും സൈന്യവുംകൂടിയാണ് അക്രമികളെ തുരത്തിയത്."

"ഹാവൂ! എനിയ്ക്കാശ്വാസമായി അപ്പനേ? ആരാണിവർ? ആരാണു ഈ ദിവ്യൻ?"

യോഗീശ്വരൻ അയ്യപ്പനെ നയനസംജ്ഞകൊണ്ട് എന്തോ അറിയിച്ചു.

"ഇദ്ദേഹം ഒരു യോഗീശ്വരനാണ്."

"സാക്ഷാൽ ശബരിമല ശാസ്താവിന്റെ കാരുണ്യം കൊണ്ട് ഇവരെന്നെ രക്ഷിച്ചു. ഈ വീശുന്ന ആളാരാ അപ്പനേ?"

"ഞാൻ ഇന്നേ കണ്ടുള്ളു. മാവേലിക്കരവെച്ചു കണ്ടതാണ്. നമ്മെ

സഹായിയ്ക്കാൻ പട നയിച്ചുകൊണ്ടുവന്ന ഒരു മഹാനാണ്."

"ഈ ആളാണ് എന്നെ രക്ഷിച്ചത്. എല്ലാം നശിച്ചു. നാട്ടും നശിച്ചു എന്നു കണ്ട് ജീവനിൽ കൊതിപോയി. അപ്പനും അടുത്തില്ല. ഞാൻ മരിക്കാൻ ഒരുങ്ങിപ്പുറപ്പെട്ടതാണ്. ഇതാ ഇദ്ദേഹം എന്നെ ആ സമയത്തുവന്നു രക്ഷിച്ചു."

"അങ്ങ് ആരാണെന്ന് ഇനിയും പറഞ്ഞില്ലല്ലോ." അയ്യപ്പൻ ആ നാടൻപടയുടെ നായകനോടു ചോദിച്ചു.

"മാവേലിക്കരക്കാരൻ പോളച്ചിറയ്ക്കൽ കൊച്ചുതൊമ്മനാണേ. ഒരു വ്യാപാരി."

"അ്. എല്ലാ ജാതിയിലുമുണ്ട് നല്ല മനുഷ്യർ. അല്ലാ, തെറ്റി. ജാതിയില്ല. മനുഷ്യരേ ഉള്ളൂ. കൊച്ചുതൊമ്മൻ, എന്റെ വംശമുള്ള കാലം ഇതു മറക്കില്ല കേട്ടോ."

"അടിയനു അവിടന്നു ആശ്വസിച്ചുകണ്ടാൽ മതി."

യോഗീശ്വരന്റെ നിർദ്ദേശപ്രകാരം അയ്യപ്പനും കൊച്ചുതൊമ്മനും കൂടി വലിയതമ്പുരാനെ താങ്ങിപ്പിടിച്ച് കുതിരപ്പുറത്തു കയറ്റി നേരെ കൊട്ടാരത്തിലേക്കു പുറപ്പെട്ടു. യോഗീശ്വരൻ ഒറ്റയ്ക്ക് എവിടെയോ പോയി മറഞ്ഞു.

12

അമ്മച്ചിയും അയ്യപ്പനും

നൈരാശ്യത്തിന്റെ മൂർദ്ധന്യത്തിൽ മറ്റെന്താണ് ചെയ്യുക?

ഓർക്കാപ്പുറത്തുണ്ടായ ഒരടിയായിരുന്നു ഉദയനന്റെ പന്തളം ആക്രമണം. അയ്യപ്പനും കൊച്ചുകടുത്തയും പന്തളത്തുണ്ടായിരുന്ന സേനയോടൊത്തു കായംകുളത്തേക്കു വാവരോടു പൊരുതാൻ പോയി. ആ തക്കം നോക്കിയാണ് ഉദയനന്റെ പടവന്നു പന്തളം ആക്രമിച്ചത്. കൊച്ചുകടുത്തയുടെ നേതൃത്വത്തിൽ പന്തളംപട കായംകുളത്തു നിന്നും പുറപ്പെട്ടതു യാദൃച്ഛികസംഭവമായിരുന്നു. അക്കഥ കൊട്ടാരത്തിൽ എന്നല്ല നാട്ടിൽപ്പോലും ആരും അറിഞ്ഞിരുന്നില്ല. ഉദയനന്റെ പട വന്നെന്നു അറിഞ്ഞ ഉടനെ വലിയതമ്പുരാൻ കൊട്ടാരത്തിൽനിന്നു പുറപ്പെട്ടു. ആത്മാഭിമാനമായിരുന്നു അദ്ദേഹത്തിനു പ്രാണനേക്കാൾ വലുത്. ശത്രുവിന്റെ കയ്യിൽപ്പെടരുതു തന്റെ ജീവനെന്നു കരുതി അദ്ദേഹം കൊട്ടാരം വിട്ടു. പരദേവതയെത്തന്നെ ശരണം വിളിച്ച് വലിയതമ്പുരാൻ എങ്ങോട്ടെന്നില്ലാതെ പുറപ്പെടുകയാണുണ്ടായത്.

തന്റെ നാട്ടുകാർ ഓരോരുത്തരും അവരുടെ ജീവനെ ആ പോരിൽ ആത്മാഹുതി ചെയ്യുന്നുണ്ടെന്നു അദ്ദേഹത്തിനറിയാം. താനോ? പ്രാണരക്ഷയ്ക്കാണോ ഒളിച്ചോടിയത്? ഛെ! ഒരിക്കലുമല്ല. നാട്ടാരുടെ ജീവനേക്കാൾ വലിയതല്ല തൻറേത്. അഭിമാനം; അതു കാത്തുരക്ഷിക്കണം.

ഈ ചുറ്റുപാടിൽ മറ്റെന്താണ് ചെയ്യുക? വലിയതമ്പുരാൻ പ്രാണത്യാഗത്തിനു തീരുമാനിച്ചതു ഇങ്ങനെയാണ്.

ഏതായാലും പരദേവതയുടെ കാരുണ്യം അദ്ദേഹത്തിന്

യഥാകാലം ലഭിച്ചെന്ന ആശ്വാസമാണ് അവശേഷിച്ചത്. കൊട്ടാരത്തിൽ തിരികെ എത്തിയ വലിയതമ്പുരാൻ തന്റെ ജീവൻ മാത്രമല്ലാ, നാടിൻറേയും നാട്ടാരുടേയും പ്രാണാഭിമാനങ്ങളും സുരക്ഷിതമായിക്കണ്ടു. ഇതിനെല്ലാം ഹേതുഭൂതനായ അയ്യപ്പൻ സാക്ഷാൽ ശബരിമല അയ്യപ്പന്റെ അവതാരമെന്ന നിലയ്ക്കാണ് വലിയതമ്പുരാൻ ആ നിമിഷം മുതൽ കരുതിവന്നത്.

"അപ്പനേ, ഞാൻ അപ്പനുവേണ്ടി ഇനി എന്താണ് ചെയ്തുതരേണ്ടത്? അപ്പനാരാണെന്നു എനിയ്ക്കറിയാം. അപ്പനുവേണ്ടി എനിക്കൊന്നും ചെയ്തുതരാൻ ആവില്ലെന്നും എനിക്കറിയാം. എങ്കിലും സന്തോഷംകൊണ്ടു പറഞ്ഞുപോവുകയാണ്. അപ്പന്റെ ഏതാഗ്രഹമാണ് ഞാനിനി സാധിക്കേണ്ടത്?"

അയ്യപ്പന് ഇതുകേട്ട് തെല്ലൊരു അത്ഭുതം തോന്നാതിരുന്നില്ല. വലിയതമ്പുരാൻ പ്രകൃതംവിട്ടു പറയുകയാണോ എന്നുകൂടെ സംശയിച്ചു. എങ്കിലും തൽക്കാലമുണ്ടായ പരിഭ്രമംകൊണ്ടും അതിൽനിന്നു നേടിയ ആശ്വസം കൊണ്ടുമാണ് ഇങ്ങിനെ പറയുന്നതെന്നു സമാധാനിച്ചു.

"അവിടന്നു സുഖമായി ഇരിക്കുന്നതു കാണാനുള്ള ആഗ്രഹമേ അടിയനുള്ളു. ഈ നാടിനേയും നാട്ടാരേയും പറ്റി ഓർത്തു അവിടന്നു മനസ്സു പുണ്ണാക്കരുത്. നമ്മുടെ നാടു നന്നാവാനുള്ള എല്ലാ ലക്ഷണങ്ങളുമുണ്ട്. ഇനി അക്കാര്യംകൂടെ നടത്തണം - അതാണല്ലോ..."

"ഏതുകാര്യം അപ്പനേ? അപ്പനെ നാടുവാഴിക്കാനല്ലേ? അതാ അതിനുവേണ്ട ഏർപ്പാടെല്ലാം ഞാനിന്നുതന്നെ ചെയ്യുന്നുണ്ട് അപ്പനേ..."

അയ്യപ്പൻ ഇതുകേട്ടു ഞെട്ടിപ്പോയി. അപ്പോഴേക്കും മഹിഷിഅമ്മിച്ചി അവിടെ പ്രത്യക്ഷയായി. വലിയതമ്പുരാൻ പറഞ്ഞ വാക്കുകൾ അമ്മച്ചിയുടെ ചെവിയിലും പെട്ടിരിക്കുന്നു! അയ്യപ്പൻ അമ്മച്ചിയെ വണങ്ങി; അമ്മച്ചിയുടെ മുഖത്തുണ്ടായ ഭാവവ്യത്യാസം കഴിയുന്നതും അവർ മറയ്ക്കാൻ ശ്രമിച്ചു; ക്ലേശിച്ചു വരുത്തിയ മന്ദസ്മിതത്തിന്റെ നിലാവൊളിയിൽ കരിനിഴൽ വീശാൻ പോരുന്നതായിരുന്നു ആ കറുത്തിരുണ്ട കടമിഴിയിൽ തെരുത്തുകയറിയ അമർഷധൂളിക. അയ്യപ്പന്റെ സൂക്ഷ്മദൃഷ്ടികൾക്ക് അതു കാണാൻ കഴിഞ്ഞു.

"അല്ലാ, മായിയും വന്നല്ലോ തക്കസമയത്ത്. ഞാൻ പറയായിരുന്നു അപ്പനോട് ഇനി അപ്പനെ വാഴിച്ചിട്ട് എനിയ്ക്ക് വല്ല ഈശ്വരസേവേം ചെയ്തു സ്വസ്ഥായിക്കൂടണമെന്ന്. മായീടേം അഭിപ്രായം അങ്ങനെയല്ലേ? അപ്പനെന്താ ഒന്നും മിണ്ടാത്തത്?"

"അടിയൻ പറയാൻ വന്നത് അവിടന്ന തെറ്റിദ്ധരിച്ചു. ഇനി ഒരാശ ഉള്ളുന്ന പറഞ്ഞതു ശബരിമലപ്രതിഷ്ഠ നടത്തുന്നതിനെ സംബന്ധിച്ചാണ്..."

മഹിഷിഅമ്മച്ചിയുടെ മുഖഭാവം തെളിയുന്നതു അയ്യപ്പൻ നിരീക്ഷിക്കാതിരുന്നില്ല.

"അതിനുവേണ്ടി അപ്പന് എന്തും ഇവിടെനിന്നു എടുക്കാനും നടത്താനുമുള്ള സൗകര്യോണ്ടല്ലോ. അതു പിന്നെ എന്നോടു ചോദിക്കണോ? എന്റെ ഒരാശ അപ്പൻ നാടുവാണു കാണണമെന്നാണ്. എന്താ മായി ഒന്നും മിണ്ടാത്തത്?"

"ഇവിടുന്നു നിശ്ചയിക്കുന്നതിന് ആരെങ്കിലും എതിരു പറയോ? അതങ്ങനെതന്ന്യാ നടക്കണ്ടെ."

"എന്നാൽ അപ്പനേ വരുന്ന തൈയ്യാസത്തിൽ മകരസ്സംക്രാന്തിയോടൊപ്പം അഭിഷേകോം നടത്താന്നു ഞാൻ നിരീക്ക്യാ. എന്താ?"

"തിരുവുള്ളക്കേടുണ്ടാകരുത്. മകരസംക്രമത്തിന് ശബരിമലപ്രതിഷ്ഠ നടത്തിക്കഴിഞ്ഞേ പിന്നെയുള്ള കഥകൾ..."

"അപ്പോഴേയ്ക്കും പ്രതിഷ്ഠയ്ക്കുള്ള ഒരുക്കങ്ങൾ കൂട്ടാനാവ്വോ? അമ്പലം പുതുക്കിപ്പണിയണ്ടേ? പിന്നെ പ്രതിഷ്ഠയ്ക്കുവേണ്ടി ഒരുങ്ങിച്ചെന്നാൽ അതുമല്ലാ, ആ ഉദയനനും കൊള്ളക്കാരും ഉള്ള കാലം അവിടെ എന്തുചെയ്താലും നിലനില്ക്കാവോ?"

"അതുതന്നെയാണ് അടിയനും ആലോചിക്കുന്നത്. ഉദയനനേം കൂട്ടരേം അമർച്ചചെയ്യണം. പിന്നെ അമ്പലം പുതുക്കിപ്പണിയണം. അതിനുശേഷം പ്രതിഷ്ഠ. ഈ മകരസംക്രമത്തിനായില്ലെങ്കിൽ അടുത്തതിനാവണം. അതുവരെ മറ്റൊരു കാര്യത്തിലും അടിയന് മനസ്സു വെയ്ക്കാൻ സാധിച്ചെന്നു വരില്ല."

"അപ്പോൾ പിന്നെ അതിനെന്താവേണ്ടെന്നു വെച്ചാൽ ഒരുക്കിക്കൂട്ടിക്കോളു. ഭണ്ഡാരത്തിൽ എന്താ ഉള്ളേന്നു നോക്കണം."

"ഇവിടത്തെ മുതല്വകൊണ്ട് ഒന്നുമാവില്ല. ചേരനാട്ടിലേം പാണ്ടിനാട്ടിലേം അരചന്മാരുടെ സഹായം വേണം. അതിനുവേണ്ടിയാണ് ഇനിയത്തെ ശ്രമം."

"പാണ്ടിനാട്ടിലെ കാര്യങ്ങൾ എങ്ങനെയാണപ്പനേ സാധിയ്ക്കുക?"

"പൂഞ്ഞാറ്റിലെ പുതിയ അരചൻ ജയസിംഹൻ തിരുമനസ്സുകൊണ്ട് അവിടുന്ന് കല്പിച്ചാൽ വേണ്ടതെല്ലാം ഏർപ്പാടുചെയ്യും."

"ഓ, അക്കാര്യം ഞാൻ ഓർത്തില്ല. തെക്കുംകൂറിന്നു ആ സ്ഥലമെല്ലാം ജയസിംഹൻ ആനച്ചുവടിന് ഒരു പൊന്നുവെച്ച് എടുത്തെന്നും മറ്റുമുള്ള കഥകേട്ടു. ജയസിംഹൻ നമ്മുടെ വംശമാണ്; സ്വന്തം ആളാണ്.

നേരിട്ടൊന്നു കാണാൻ തരപ്പെട്ടിട്ടില്ല. ഏതായാലും അപ്പൻ അദ്ദേഹത്തെക്കണ്ട് അക്കാര്യവും നേരെയാക്കണം."

"ഇവിടത്തെ അനുവാദമുണ്ടെങ്കിൽ എല്ലാം നേരെയാക്കിക്കൊള്ളാം."

"അപ്പൻ ഇനി കുറച്ചുനാൾ ഇവിടെത്തന്നെ ഉണ്ടായിരിക്കണം കേട്ടോ. എത്രനാളായി ഇങ്ങനെ ഓരോന്നിന് ഓടിനടക്കുന്നു."

"കല്പനപോലെ" അപ്പൻ വലിയതമ്പുരാനേയും അമ്മച്ചിയേയും വണങ്ങിപ്പോകാൻ ഭാവിക്കെ "അല്ലാ, അപ്പനേ, നമ്മുടെ വാവരും കൊച്ചുതൊമ്മനും ഇനി എന്നാ വരിക ഇങ്ങോട്ടെന്നു പറഞ്ഞില്ലല്ലോ. നമുക്ക് അവരെ എങ്ങനെയാണ് ഒന്ന് ബഹുമാനിക്കേണ്ടത്?"

"കൊച്ചുതൊമ്മൻ അപ്പോൾത്തന്നെ മാവേലിക്കരയ്ക്കുപോയി. വാവരും കൊച്ചുകടുത്തയും കൂടി കായംകുളത്തേയ്ക്കും പോയിരിക്കുകയാണ്. അവരെ നമുക്ക് എപ്പോൾ വേണമെങ്കിലും വരുത്താം. നമ്മുടെ ആവശ്യത്തിനു വേണ്ടിത്തന്നെയാണ് അവർ ഉടൻതന്നെ സ്ഥലംവിട്ടത്."

"ആരേം ഒന്നും വിശ്വസിക്കാൻവയ്യാത്ത കാലമാണ്. ഇതൊന്നും ഞാൻ അപ്പനോട് പ്രത്യേകിച്ചു പറയേണ്ടല്ലോ. എങ്കിലും ഒന്നു പറഞ്ഞുവെന്നു മാത്രം. എങ്ങനെയാണ് ആ വാവരും കൊച്ചുതൊമ്മനും? അല്ല, കണ്ടേടംകൊണ്ട് നമ്മുടെ ബന്ധുക്കളുതന്നെയാണ്."

"വാവരേം കൊച്ചുതൊമ്മനേംപറ്റി ഇവിടുന്ന് സംശയിയ്ക്കേണ്ട. നമ്മുടെ ശത്രുക്കൾ, അധികവും പുറത്തല്ല അകത്തുതന്നെയാണെന്നാണ് എനിയ്ക്കു തോന്നണത്."

"ആരെ ഉദ്ദേശിച്ചാണ് അപ്പൻ പറുന്നതെന്ന് മനസ്സിലാകുന്നില്ല."

അയ്യപ്പൻ മൗനം ദീക്ഷിക്കുന്നതുകണ്ട് വലിയതമ്പുരാൻ പന്നീടൊന്നും അതിനെപ്പറ്റി ചോദിച്ചില്ല. അദ്ദേഹം പറഞ്ഞു: "ആകട്ടെ, ഇനി ധാരാളം സൗകര്യമുണ്ടല്ലോ. അപ്പോൾ പറയാം കാര്യമെല്ലാം. അപ്പൻ ഇനി പോയി വിശ്രമിക്കൂ."

അയ്യപ്പൻ വലിയതമ്പുരാനേയും അമ്മച്ചിയേയും വീണ്ടും വണങ്ങി അവിടെനിന്നും പോയി.

"എന്താ മായിക്കിങ്ങനെ ഒരു മൗനം? ചികിത്സയെല്ലാം മുറയ്ക്കു നടക്കുന്നില്ലേ? അതോ ഈ ബഹളങ്ങളും കുഴപ്പങ്ങളും കണ്ട് ഭയപ്പെട്ടുപോയോ?"

വലിയതമ്പുരാന് അമ്മച്ചിയുടെ മുഖത്തു കണ്ട വിളർച്ചയുടെ ശരിയായ കാരണം മനസ്സിലായിരുന്നില്ല. എന്തോ ചില അരുതായ്മകൾ ഉണ്ടായിരുന്നെന്നേ അദ്ദേഹം മനസ്സിലാക്കിയിരുന്നുള്ളു.

“വൈദ്യർ പറയുന്നത് വേറെ രോഗമൊന്നുമില്ലെന്നാണ്.”

“പിന്നെ എന്താണീ വിളർച്ചയും ആലസ്യവും?”

അമ്മച്ചിയുടെ മുഖം ലജ്ജാവനതമായിക്കണ്ട് തമ്പുരാൻ ആ രോഗമില്ലാത്ത രോഗത്തിന്റെ സാക്ഷാൽ സ്വഭാവം ഊഹിച്ചറിഞ്ഞു. അദ്ദേഹത്തിന് എന്തെന്നില്ലാത്ത ആനന്ദമുണ്ടായി.

“അല്ലേ, മായീ, എന്താണീക്കഥ എന്നോടു നേരത്തേ പറയാതിരുന്നത്? ഞാൻ നേരറിയാതെ കലശലായി പരിഭ്രമിച്ചു.”

“ഇതെല്ലാം അവിടുത്തോട് തുറന്നുപറയുന്നതെങ്ങനെയാണ്?”

“അതും ശരിയാണ്. ഊഹിച്ചറിയേണ്ടത് ഊഹിച്ചുതന്നെ അറിയണം. തുറന്നുപറഞ്ഞാൽ അതിന്റെ രസികത്തം പോയ്പ്പോകും.”

“അതുകൊണ്ടാണല്ലേ, നമ്മുടെ അപ്പനെപ്പറ്റിയുള്ള രഹസ്യം അവിടന്ന് എപ്പോഴും മറച്ചുവെയ്ക്കുണത്?”

“അത് ഇനീം പറയാറായിട്ടില്ല മായി. പറഞ്ഞാൽ പല കുഴപ്പവുമുണ്ടാകും.””

“ഞാൻ കുഴപ്പമുണ്ടാക്കുന്നോ? അപ്പോൾ എന്നെ അത്രേ വിശ്വാസോള്ളൂ അല്ലേ?”

“മായിയേ അവിശ്വസിച്ചിട്ടല്ല. ഓരോ കാര്യവും ഓരോ തരത്തിൽ ഭദ്രമായി വെച്ചെങ്കിലേ രാജ്യകാര്യങ്ങൾ മുറയ്ക്കു നടക്കൂ. അതെല്ലാം ഭരണം സംബന്ധിച്ച കാര്യങ്ങളാണ്.”

“ഞാൻ തർക്കിക്കാണെന്നു വിചാരിക്കരുത്. എന്നെ എല്ലാവരും മഹിഷിയമ്മച്ചീ മഹിഷിഅമ്മച്ചീ എന്നാണിവിടെ വിളിക്കുന്നത്. ഇവിടത്തെ രാജ്യകാര്യത്തിൽ എനിയ്ക്കൊട്ടും തലയിടാൻ പാടില്ലെന്ന് അവിടന്നു പറയുകയും ചെയ്യുന്നു. അതുകൊണ്ട് ചോദിക്കുന്നെന്നേ ഉള്ളൂ...”

“അല്ലാ, മായിക്കു രാജ്യകാര്യങ്ങളിൽ തലയിടണമെന്നുണ്ടോ? അതു ഞാൻ ഇതുവരേയായും അറിഞ്ഞിരുന്നില്ലേ. അങ്ങനെ വേണമെന്നുണ്ടെങ്കിൽ അതിനൊട്ടും പ്രയാസോമില്ല. ഇതാ, അപ്പനെ വിളിച്ച് ഞാൻ പറയായി, എല്ലാം ഇനി മായിയോടുംകൂടി ആലോചിച്ച് ചെയ്യണന്ന്. എനിയ്ക്കു അത്രേം ഭാരം കുറഞ്ഞുകിട്ടുമല്ലോ. വളരെ സന്തോഷായി മായി, എനിക്കിത്. ഇതു കുറച്ചുനേർത്തെ പറഞ്ഞിരുന്നെങ്കിൽ ഞാൻ അന്നേ സമ്മതിക്കുമായിരുന്നല്ലോ.”

തമ്പുരാൻ ഇത്ര ക്ഷണത്തിൽ തന്റെ ഇംഗിതത്തിന് വഴിപ്പെട്ടുമെന്നു അമ്മച്ചിയും കരുതിയിരുന്നില്ല. അതുകൊണ്ടു ഇനി വേണ്ടുന്ന കാര്യങ്ങൾ എല്ലാം പതുക്കെ ഓരോന്നായി നിറവേറ്റാമല്ലോ എന്നു കരുതി അമ്മച്ചി കൂടുതൽ സന്തോഷമോ അത്ഭുതമോ നടിക്കാതെ,

തെല്ല് വിനയത്തോടെ പറഞ്ഞു.

“ഞാൻ പറഞ്ഞതൊന്നും ഇവിടുന്ന് തെറ്റിദ്ധരിക്കരുത്. വേണ്ടാത്ത കാര്യങ്ങളിൽ തലയിടണമെന്ന മോഹംകൊണ്ടല്ലാ ഇത്രയും പറഞ്ഞത്. അപ്പനെപ്പറ്റി അങ്ങിങ്ങ് പലരും പലതും പറഞ്ഞുകേൾക്കന്നുണ്ട്. അതു കേൾക്കുമ്പോൾ മനസ്സിന്നുള്ള ‘അസ്കിത’ കൊണ്ട്, സത്യമെന്തെന്നു ഞാനെങ്കിലും അറിയട്ടെ എന്നു നിരീച്ച് ചോദിച്ചതാണ്. ഭരണകാര്യത്തിൽ എന്നല്ല ഏതിലും അവിടന്ന് കല്പിക്കുന്നപോലെ അവിടത്തെ ആവുംവണ്ണം സഹായിക്കാനാണല്ലോ ഈയുള്ളോൾ.”

“അതെ; മായി. പറയുന്നത് എനിക്കു മനസ്സിലാവുന്നുണ്ട്, അപ്പനെപ്പറ്റി പലർക്കും സംശയം തോന്നാം. ആ സംശയമെല്ലാം കുറേനാൾകൂടി കഴിയുമ്പോൾ അസ്ഥാനത്താവുമെന്ന് എല്ലാർക്കും മനസ്സിലാവും. അതുവരെ എല്ലാവരും ക്ഷമിച്ചിരിക്കട്ടെ.”

അമ്മച്ചി മൗനം പൂണ്ടു. വലിയതമ്പുരാനും ഏതോ ചിന്തയിലാണ്ടു. അല്പം കഴിഞ്ഞപ്പോൾ അമ്മച്ചിതന്നെ മൗനം ഭഞ്ജിച്ചു:

“മറ്റൊന്നും മനസ്സിൽ തോന്നരുത് ഇവിടത്തേയ്ക്ക്. കേട്ടത് പറയുന്നുവെന്നേ ഉള്ളൂ. കണ്ടതും കേട്ടതും പറയരുതെന്നുണ്ട്. എങ്കിലും... അല്ലെങ്കിൽ വേണ്ട.” ഇടയ്ക്കുവെച്ചു നിർത്തിയതെന്താണെന്ന മട്ടിൽ വലിയതമ്പുരാൻ അമ്മച്ചിയുടെ മുഖത്തേക്കു സാകൂതം വീക്ഷിച്ചു.

“ഉം. പറഞ്ഞോളൂ മായി. ഇവിടെ മായിയെപ്പറ്റി ആരുമൊന്നും സംശയിയ്ക്കാൻ പോകുന്നില്ല. തെളിച്ചു പറഞ്ഞോളൂ.”

“വേണ്ട. അവിടത്തെ മനസ്സിൽ വല്ലായ്മ ഉണ്ടാകും. വിശേഷിച്ചു ഇപ്പോൾ ആലസ്യം മാറീതേ ഉള്ളല്ലോ.”

“ഹേയ്, അതൊന്നും സാരമില്ലെന്നേ. എന്താണ് കേട്ടത് എന്താണ് കണ്ടതു എന്നുവെച്ചാൽ മായി തുറന്നങ്ങു പറയൂ. എന്താണ് എന്നോടു പറയാൻ ഇത്ര മടി?”

അമ്മച്ചി പിന്നേയും മൗനം പൂണ്ടു. തമ്പുരാൻ അതോടെ അക്ഷമനായി, “മായിയ്ക്കു ഇത്ര മനക്കരുത്തില്ലെന്നോ? എന്താ അപ്പനെപ്പറ്റിയാണോ? ഉം പറയൂ.”

“അപ്പനെപ്പറ്റി തന്നെ. മുമ്പൊരിക്കൽ നമ്മുടെ നമ്പൂരി പറഞ്ഞില്ലേ,... വേണ്ട പറയാൻ ഭയമുണ്ട്.”

“മായി എന്റെ ക്ഷമയെ പരീക്ഷിയ്ക്കയാണ്. ഞാൻ പറഞ്ഞില്ലേ മായി എന്തു പറഞ്ഞാലും ഞാൻ മറ്റു തരത്തിൽ ധരിക്കില്ലെന്ന്. പറഞ്ഞോളൂ; മടിക്കണ്ട.”

“അപ്പന്റെ ജാതിയെപ്പറ്റിയാണ്.”

“ജാതിയെപ്പറ്റിയോ? എന്താ കേട്ടത്?”

“കുറവനാണെന്ന്!”

“അത്രേ ഉള്ളോ?” തമ്പുരാന് ചിരിവന്നു. “ഇതാണോ ഇത്രവലിയ കാര്യമായി മായി മറച്ചുവെച്ചത്?”

താൻ അത്രമാത്രം കാര്യമായി പറഞ്ഞ ഈ രഹസ്യം വലിയ തമ്പുരാൻ നിസ്സാരമായി ഗണിച്ചതു കണ്ടപ്പോൾ മഹിഷിഅമ്മച്ചിയ്ക്ക് കലശലായ വല്ലായ്മയുണ്ടായി. ഉള്ളിൽക്കിടന്നു കത്തിജ്ജ്വലിച്ച കോപാമർഷങ്ങൾ മുഖത്തു തെല്ല് പ്രകാശിച്ചെങ്കിലും സ്വയം ഒതുക്കിവെച്ച്, തനിക്കു പറ്റിയ ആ അമളി ഇങ്ങനെ പുറത്തു കാണിച്ചു:

“അതേയ്, ആളുകളങ്ങനെ അസൂയ ഓരോന്നു പറഞ്ഞുണ്ടാക്കുകയാണ്. അതെല്ലാം ഞാനെന്തിനാ വെട്ടിവെളിച്ച് പറയുന്നതെന്നു കരുതി ഇത്രയും നാൾ മിണ്ടിയില്ലെന്നേ ഉള്ളൂ.”

“ആളുകൾ എന്തും പറയട്ടെ മായി. നമ്മളതു കേട്ടില്ലെന്നുവെച്ചാൽ മതി. ഇനി ഒന്നു ചെയ്യൂ. ആരു ചോദിച്ചാലും അപ്പൻ കുറവനാണെന്നു കേട്ട കഥ നേരുതന്നെയാണെന്ന് പറഞ്ഞോളൂ. അതുകൊണ്ട് തല്ക്കാലം ഒരാപത്തും വരാനില്ല; ഗുണമേ വരൂ. വേണമെങ്കിൽ മായി നേരെ അപ്പനോടുതന്നെ ചോദിച്ചോളൂ. അപ്പന് മായിയെപ്പറ്റി വലിയ ഭക്തിയും കൂറുമാണല്ലോ.”

“ഞാനെന്തു ചോദിച്ചാലും അപ്പൻ പറയുമെന്നു എനിയ്ക്കറിയാം. ഇവിടന്നു തെറ്റിദ്ധരിയ്ക്കുമെന്നോർത്താണ് അപ്പനോട് ഈ വിഷയങ്ങളെപ്പറ്റി ഇതുവരെ ഒന്നും ഞാൻ സംസാരിയ്ക്കാതിരുന്നത്.”

“ഞാൻ അനുവാദം തന്നിരിക്കുന്നു. നമുക്കറിയാമല്ലോ അപ്പൻ മായിയോടു എന്താ പറയുന്നതെന്നു. ഇതാ ഇന്നുതന്നെ സൗകര്യംപോലെ ചോദിച്ചോളൂ.”

അതുതന്നെയാണ് മഹിഷിഅമ്മച്ചിയും ഇച്ഛിച്ചത്. അപ്പനോട് സ്വൈരമായി പലതും പറയാനും ചോദിക്കാനും ഒരവസരം കാത്തിരിക്കയായിരുന്നു അമ്മച്ചി. അതിനിപ്പോൾ വലിയതമ്പുരാൻതന്നെ അനുവാദവും അവസരവും നൽകിയിരിക്കുന്നു.

അന്ന് രാത്രി എല്ലാവരും അത്താഴവും കഴിഞ്ഞ് വിശ്രമിച്ചുകൊണ്ടിരിക്കെ അമ്മച്ചിയുടെ തോഴി അയ്യപ്പനെ സമീപിച്ചു ആ സന്ദേശം അറിയിച്ചു. എന്തോ അത്യാവശ്യകാര്യം പ്രമാണിച്ചു അമ്മച്ചിയുടെ വിശ്രമമുറിയിലേയ്ക്കു ചെല്ലാൻ കല്പനയായിരിക്കുന്നുവെന്നു കേട്ടപ്പോൾ അയ്യപ്പന് ഒരു ശങ്കയും കുറച്ചു അത്ഭുതവും തോന്നാതിരുന്നില്ല. എങ്കിലും ആ ക്ഷണം സാദരം സ്വീകരിച്ച് അദ്ദേഹം നേരെ വിശ്രമമുറിയിലേയ്ക്ക് ചെന്നു.

കുറച്ചു നാൾ മുൻപുണ്ടായ ആ രംഗം അയ്യപ്പന്റെ സ്മൃതിപഥത്തിലെ

ത്തി. ധീരധീരനായ ആ കുമാരൻ ഒന്നു നടുങ്ങി.

സുസ്മേരവദനനായി, വിനയാദരങ്ങൾ സ്ഫുരിക്കുന്നതും എന്നാൽ ഗാംഭീര്യത്തിന് തെല്ലും ചാഞ്ചല്യമുളവാക്കാത്തതും ആയ മുഖഭാവ ത്തോടെ കുമാരൻ അമ്മച്ചിയുടെ അറയിലേയ്ക്കു കടന്നു.

അയ്യപ്പൻ അകത്തു കടന്ന ഉടനെ, പൂമെത്തയിൽ അർദ്ധശ യനം ചെയ്തിരുന്ന അമ്മച്ചി ഒന്നു പിടഞ്ഞെഴുന്നേല്ക്കുന്ന മട്ടു കാണിച്ചു. അതോടെ മാറിൽ കിടന്നിരുന്ന ഉത്തരീയം തെല്ലൊന്നു വഴുതി; ആ പരിഭ്രമത്തിൽ അതു നേരെയാക്കലെന്ന മട്ടിൽ വീണ്ടും അതെടുത്തു കൈയ്ക്കുണ്ടയിൽ ചേർത്തു. പെട്ടെന്നു അയ്യപ്പനെ കണ്ടെന്ന് നടിച്ച് ആകർഷകമായൊന്നു പുഞ്ചിരി തൂകി. “അല്ലാ, അപ്പനിത്ര ക്ഷണം വരുമെന്നു നിരീച്ചില്ലാട്ടോ” എന്നു ആ യുവകോമളനെ സ്വാഗതം ചെയ്തു.

അയ്യപ്പന് ആ അഭിനയം അശേഷം ഇഷ്ടമായി തോന്നിയില്ല. അദ്ദേഹം പെട്ടെന്നു മുഖംതിരിച്ച്, കതകിലേക്കു നോക്കി ഇങ്ങിനെ പറഞ്ഞു: “ക്ഷമിക്കണം അമ്മായി. ഞാൻ കുറച്ചുകഴിഞ്ഞു വന്നു കണ്ടു കൊള്ളാം.”

ഇത്രയും പറഞ്ഞു അദ്ദേഹം ഞൊടിയിടകൊണ്ട് ആ മുറി വിട്ടു പുറ ത്തിറങ്ങി.

മഹിഷി അമ്മച്ചി ഇതി കർത്തവ്യമൂഢയായി ആ പോക്കു കണ്ട് മിഴിച്ചു നിന്നു!

13

കൊട്ടങ്കാട്ടിലെ ഭക്തന്മാർ

ശബരിമലയിൽനിന്ന് കരിമലക്കോട്ടയ്ക്കുള്ള കാട്ടുപാത ഇന്നത്തേക്കാൾ തെളിഞ്ഞും ജനസഞ്ചാരയോഗ്യമായുമാണ് അക്കാലത്ത് കിടന്നിരുന്നത്. ആ പാത വണ്ടിപ്പെരിയാർവഴി പാണ്ടിനാട്ടിലേയ്ക്കു നീണ്ടു കിടന്നിരുന്നു. പാണ്ടിനാട്ടും ചേരനാട്ടുമായി അഭേദ്യബന്ധം പുലർത്തിയിരുന്ന ആ പാതയുടെ അവശിഷ്ടങ്ങൾ ഇന്നും അവിടവിടെ തെളിഞ്ഞും പലിയടത്തും കാട്ടുകേറി മറഞ്ഞും കാണാം.

ഒരുദിവസം മദ്ധ്യാഹ്നത്തോടടുത്ത് രണ്ടു പാന്ഥന്മാർ ആ പാതവഴി കരിമലക്കോട്ട ലക്ഷ്യമാക്കി നടക്കുകയായിരുന്നു. അവർക്ക് ആ വഴി നല്ല നിശ്ചയമില്ലായിരുന്നെന്ന് അവരുടെ സംശയിച്ചുള്ള നടപ്പും നോക്കുംകൊണ്ടു ആർക്കും മനസ്സിലാവും. കള്ളന്മാരെയും കൊള്ളക്കാരെയും അവർക്ക് പേടിയില്ലായിരുന്നെന്ന് തീർച്ച; കൈവശം കാര്യമായെന്തെങ്കിലും ഉള്ളവർക്കല്ലാതെ ആ പേടി ഉണ്ടാവില്ലല്ലോ. ഒരാൾ കണ്ടാൽ കുറെ യോഗ്യനും ഗൃഹസ്ഥന്റെ മട്ടുകാരനുമാണ്; കൂട്ടുകാരൻ അദ്ദേഹത്തിന്റെ ദാസനല്ലെങ്കിലും ആജ്ഞാകാരനെപ്പോലെയാണ് പെരുമാറിയിരുന്നത്.

കുറേ വഴി അവരങ്ങനെ ശങ്കിച്ചുശങ്കിച്ചു നടന്നു. അതാ പെട്ടെന്ന് വഴി നാലായി തിരിയുന്ന ഒരു കവലയായി മാറിക്കണ്ട് യാത്രക്കാർ ആകെയൊന്ന് പരുങ്ങി നില്പായി.

“ഇനിയെന്താ ചെയ്ക? ഇവിടെ ആരോട് ചോദിയ്ക്കാനാ വഴി?” ഗൃഹസ്ഥനെപ്പോലെ ഉള്ളയാൾ കയ്യിലുണ്ടായിരുന്ന ഭാണ്ഡം താഴെയിറക്കി അതിന്റെ മേലെ കുത്തിയിരുന്ന് കൂട്ടുകാരന്റെ മുഖത്തേയ്ക്കു നോക്കി.

നീണ്ട കാലുകൾ പിണച്ചുവെച്ച് ആ നാൽക്കവല വഴിയുടെ എലുക

തിട്ടപ്പെടുത്തുന്ന മട്ടിൽ കൂട്ടുകാരൻ കഴുത്തു നീട്ടി ചുറ്റുമൊന്നു കണ്ണോടിച്ചു.

“അങ്ങനെവരട്ടെ! മനസ്സിലായി, ഇപ്പോൾ മനസ്സിലായി.”

“എന്തു മനസ്സിലായെന്നാ ഇപ്പറയുന്നത്? പോന്നവഴിയെല്ലാം താനിതുവരെ പറഞ്ഞു. ഒന്നുമൊട്ടു മനസ്സിലായുമില്ല!”

“നില്ക്കണേ, ഞാൻ പറയാം. ഇപ്പോൾ പറയാമേ. അരക്ഷണം നില്ക്കണം.”

ഇത്രയും പറഞ്ഞുകൊണ്ട് കൂട്ടുകാരൻ പതുക്കെ വലത്തോട്ടു പിരിയുന്ന വഴിയിലൂടെ കുറച്ചു ദൂരം നടന്നു. അവിടെ ചമ്രം പടിഞ്ഞ് ധ്യാനനിശ്ചലനായി ഇരിക്കുന്ന ഒരു സന്യാസിവര്യനെ കണ്ട് അയാൾ ഭക്തിപൂർവ്വം അദ്ദേഹത്തിന്റെ മുൻപിൽ തൊഴുകയ്യോടെ നിന്നു. സന്യാസി ഉണരുന്ന മട്ടേ കണ്ടില്ല. ഭക്തനാകട്ടെ തൊഴുകൈ വിടർത്താനും ഭാവമില്ല. നേരം കുറെ അങ്ങിനെ കടന്നുപോയി.

നാൽക്കവലയ്ക്കൽ ഭാണ്ഡത്തിന്റെ മുകളിൽ ഇളകൊണ്ടിരുന്ന അദ്ദേഹം അക്ഷമനായി. അദ്ദേഹവും കൂട്ടുകാരൻ പോയവഴി നടന്നു ചെന്നു. ധ്യാനം പൂണ്ടിരിക്കുന്ന സന്യാസിവര്യനേയും തൊഴുകയ്യോടെ നില്ക്കുന്ന തന്റെ കൂട്ടുകാരനേയും മാറിമാറി നോക്കിയ ആ പാന്ഥൻ കഥയെന്തെന്നറിയാതെ ആദ്യമൊന്നു പരുങ്ങി. ഉത്തരക്ഷണത്തിൽ അദ്ദേഹം കൂട്ടുകാരന്റെ സ്വാർത്ഥോദ്ദേശ്യം മനസ്സിലാക്കി എന്ന മട്ടിൽ ഇങ്ങിനെ പറഞ്ഞു:

“കൊള്ളാം താനെന്നെപ്പറ്റിച്ച് വരംവാങ്ങി യോഗ്യനാവാൻ ഒറ്റയ്ക്കിങ്ങു പോന്നതാണല്ലേ?”

ഭക്തനാവട്ടെ തൊഴുകൈയ്യോണ്ടുതന്നെ മിണ്ടരുതെന്ന ആംഗ്യം കാട്ടി അവിടെത്തന്നെ ഉറച്ചുനില്ക്കുകയാണുണ്ടായത്. കാര്യം ഗൗരവമുള്ളതാണെന്നു മനസ്സിലാക്കിയ അപരൻ കൂട്ടുകാരനെപ്പോലെ ഭക്തിപാരവശ്യത്തിൽ മുഴുകി നില്പായി.

അങ്ങനെ കുറച്ചുസമയം കഴിഞ്ഞപ്പോൾ യോഗിവര്യൻ തിരുമിഴികൾ തുറന്നു. ഭക്തന്മാരായ പാന്ഥന്മാർ ഒന്നുകൂടി ഒതുങ്ങി നിന്നു; അതും പോരെന്ന് കണ്ട് അവർ യോഗീശ്വരന്റെ പാദങ്ങളിൽ സാഷ്ടാംഗപ്രണാമം ചെയ്തു.

“ഭക്തന്മാരേ, നിങ്ങളിരുവരു ഏതു കാര്യത്തിനാണോ പോകുന്നത് അതു നിറവേറും. മടക്കത്തിലും ഇതിലെ വരിൻ. ഇനിയൊന്നും സംശയിക്കാതെ നേരെ നാല്ക്കവലയിൽ വടക്കോട്ടുള്ള വഴി നടന്നു പോവിൻ.”

ആ പാന്ഥന്മാർ ഒന്നും സസാരിക്കാൻ ശക്തരല്ലാതെ വീണ്ടും

യോഗീശ്വരന്റെ മുൻപിൽ പരുങ്ങിനിന്നു. യോഗീശ്വരൻ ഒന്നുകൂടെ ഉറച്ചസ്വരത്തിൽ ആജ്ഞാപിച്ചു: "ഒന്നും ചോദിക്കണ്ട. പറയണ്ട. എല്ലാം തിരിച്ചുവരുമ്പോൾ ആവാം. ഒട്ടും താമസിയാതെ ആ വഴി നടന്നു പോവിൻ; കാര്യം നേടും."

അവരിരുവരും ഒന്നുകൂടെ സാഷ്ടാംഗപ്രണാമം ചെയ്ത് യോഗീശ്വരനെ മൂന്നരു വലംവെച്ച് പിന്നാക്കം നടന്ന് കവലയ്ക്കലെത്തി. അനന്തരം നേരേ വടക്കോട്ട് കമ്പി നീട്ടി.

* * *

കരിമലക്കോട്ടയിലുള്ള മന്ത്രശാലയിൽ ഉദയനനും ആ വഴിയാത്രക്കാരായ ഭക്തശിരോമണികളും ഒന്നിച്ചിരുന്ന് എന്തോ ഗൂഢാലോചന നടത്തുകയാണ്. വളരെ അടക്കിയ ശബ്ദത്തിലാണ് അവരുടെ സംഭാഷണം. ഒരീച്ചപോലും അവിടെ വിലങ്ങുന്നില്ല. സംഭാഷണം ഏതാണ്ട നാലഞ്ചു നാഴിക നീണ്ടുനിന്നിരിക്കണം. ഒടുവിൽ ഉദയനൻ ആ ഭക്തന്മാരെ യഥോചിതം സല്ക്കരിച്ച് യാത്രയാക്കുകയും ചെയ്തു.

ഭക്തന്മാരുടെ തിരിച്ചുവരവും കാത്തെന്നപോലെ യോഗീശ്വരൻ അവിടെത്തന്നെ ഇരന്നരുളുകയായിരുന്നു. യോഗീശ്വരന്റെ മുൻപിൽ അവർ വീണ്ടും സാഷ്ടാംഗപ്രണാമം ചെയ്തു. അദ്ദേഹം തിരുമിഴികൾ തുറക്കാതെ ഇങ്ങിനെ അരുളിച്ചെയ്തു: "ഉണ്ണികളേ, എല്ലാം നാമറിഞ്ഞിരിക്കുന്നു. എല്ലാം ശുഭമായിത്തന്നെ വരും. എങ്കിലും..."

ഭക്തന്മാരുടെ മുഖത്ത് ഭയാശങ്കകളുണ്ടായി. എന്താണിനി അരുളപ്പാടുണ്ടാവാൻ പോകുന്നതറിയാതെ അവർ വിഷമിച്ച് മൗനം പൂണ്ടുനിന്നു. യോഗീശ്വരൻ പിന്നീടൊന്നും പറയുന്നില്ലെന്ന് കണ്ട് അവരിലൊരാൾ കഷ്ടിച്ച് ഇത്രയും പറഞ്ഞു: "സ്വാമീ, എല്ലാം അവിടത്തെ അനുഗ്രഹംപോലെ. അവിടുന്ന് അരുളിച്ചെയ്ത പോലെ ഞങ്ങൾ നടത്തിക്കൊക്കാളളാം."

"ഉണ്ണികളേ, എല്ലാം നാം അറിഞ്ഞിരിക്കുന്നു. എങ്കിലും..."

"അവിടന്ന് ദയവായി അരുളിച്ചെയ്യണേ. അടിയങ്ങൾക്കൊന്നും മനസ്സിലാവുന്നില്ല."

"എങ്കിലും... അതിലൊരു വൈഷമ്യം കാണുന്നുണ്ട്. അവൻ ചതിക്കും. അതാണ് വിഷമം. ഉം. സാരമില്ല."

"സ്വാമികളേ, ഒന്നും മനസ്സിലാവുന്നില്ലല്ലോ. ആരാണവൻ സ്വാമികളേ? ആര് ചതിക്കുമെന്നാണ് അവിടന്ന് അരുളിച്ചെയ്യുന്നത്?"

"അതെ; അവൻതന്നെ. ഉം. എങ്കിലും സാരമില്ല. നാം നോക്കിക്കോളാം. ഉണ്ണികൾ ഒന്നു ചെയ്താൽ മതി. എല്ലാം നമ്മോട് ആലോചിച്ച

ചെയ്താൽ മതി. എന്നാൽ പിന്നെ ഒന്നിനും ഒരു വിഷമവും വരില്ല."

"എല്ലാം ഇവിടന്ന് അറിയുന്നുണ്ട്. ഇവിടത്തെ അറിയിക്കാതെ ഒന്നും ആർക്കും ചെയ്യാനും നിവൃത്തിയില്ല."

"ശരി ഉണ്ണികളിരുവരും ഇന്നു രാത്രി നമ്മുടെ ആശ്രമത്തിൽ വിശ്രമിച്ചിട്ടു പോയാൽ മതി. ഇന്ന് നമുക്കൊരു ഹോമം ചെയ്യേണ്ട തുണ്ട്. ഉണ്ണികൾക്കും അതിൽ പങ്കുകൊള്ളാം. എല്ലാം അഭീഷ്ടങ്ങളും സാധിക്കും."

യോഗീശ്വരൻ അവിടെനിന്നു മെല്ലെ എഴുന്നേറ്റു. ഭക്തന്മാർ അദ്ദേഹത്തെ പിന്തുടർന്നു. കാട്ടിലൂടെ അവർ മൂന്നാലു നാഴിക നടന്നുകാണണം. അവരാരുംതന്നെ ആ സമയത്ത് ഒന്നും മിണ്ടിയില്ല. ഒടുവിൽ അവർ ഒരു ഗുഹാഭവനത്തിൽച്ചെന്നു. യോഗിവര്യൻ അവരെ ഇരുവരേയും മുൻവശത്തിരുത്തി അകത്തേക്കു പോയി. അരനാഴിക കഴിഞ്ഞ് അദ്ദേഹം തിരികെ വന്നു. ഹോമത്തിനുള്ള ഒരുക്കങ്ങളെല്ലാം തെയ്യാറായെന്നും ഇനി ശുദ്ധമനസ്കരായി അകത്തേക്ക് കടക്കാമെന്നും യോഗിവര്യൻ അവരെ അറിയിച്ചു.

ഹോമാഗ്നി ആളിക്കത്തുന്നു. പൂജാദ്രവ്യങ്ങൾ ഒരുക്കിവെച്ചിട്ടുണ്ട്. യോഗീശ്വരൻ പൂജാവിധാനങ്ങൾ അനുഷ്ഠിച്ചു കഴിയാറായപ്പോഴേക്കും തന്നെത്താൻ വിറ തുടങ്ങി. ഭക്തന്മാർ അദ്ദേഹത്തിന്റെ ഭാവം കണ്ട് ഭയപരവശരായി ഉറക്കെ നാമജപം തുടങ്ങി. "രക്ഷിക്കണേ! സ്വാമി. രക്ഷിക്കണേ! ശരണം സ്വാമി! ശരണം!" എന്ന് ഭക്തന്മാർ നിർത്താതെ ഉരുവിട്ടു തുടങ്ങി. യോഗീശ്വരൻ ചാടി എഴുന്നേറ്റ് വാളും പരിചയുമെടുത്തു തുള്ളി. ഭക്തന്മാർ ശരണംവിളി നിർത്തിയില്ല. കലി കയറിത്തുള്ളുന്ന യോഗീശ്വരൻ വാൾമുന അവരുടെ നേർക്ക് ചൂണ്ടിക്കൊണ്ട് ഇങ്ങിനെ കല്പനയരുളി:

"ഹെന്റെ... ഹെന്റെ... ഉണ്ണികൾ... ഭയപ്പെടാതെ, ഹെല്ലാം നോം നോക്കിക്കോളാം... ഹയി... ഹെന്റെ ഉണ്ണികൾ കരിമലക്കോട്ടയിൽ വെച്ചു ചെയ്ത സത്യം... ഇവിടെയും ചെയ്യണം. ഹെന്നാൽ ഉണ്ണികളുടെ ആഗ്രഹങ്ങൾ നാം സാധിപ്പിക്കുന്നതാണ്. ഹയി... ഹയി..."

ഭക്തന്മാർ ഓരോരുത്തരായി സത്യവാചകം ഉരുവിടാൻ തുടങ്ങി. യോഗീശ്വരൻ അവരെ വാളുകൊണ്ട് ഉഴിഞ്ഞു. അല്പം കഴിഞ്ഞ് യോഗീശ്വരന്റെ കലിയടങ്ങി. അദ്ദേഹം നിലത്തു വീണു. സംതൃപ്തിയും സന്തോഷവും കലർന്ന ഭക്തന്മാർ അദ്ദേഹം ഉണരുന്നതുവരെ നോക്കിക്കൊണ്ടുനിന്നു. അനന്തരം യോഗീശ്വരന്റെ സൽക്കാരമെല്ലാം സ്വീകരിച്ച് ആ ഭക്തന്മാർ ഗുഹാതലത്തിൽനിന്ന് യാത്രതിരിച്ചു.

14

അഴിക്കാൻ മേലാത്ത കെട്ട്

കരപ്പുറത്തെ ചുട്ടുപഴുത്ത മണൽപ്പുറത്തുകൂടി ഒറ്റയ്ക്ക് ഒരു യുവാവ് നടക്കുകയായിരുന്നു. കണ്ടാൽ ഒരു ക്ഷത്രിയവംശ്യനാണെന്ന് തോന്നുന്ന ആ യുവാവ് ഇങ്ങനെ കേവലം പാദചാരിയായി കഷ്ടപ്പെട്ടു ന്നതെന്തിനാണാവോ? പൊരിയുന്ന ഉച്ചവെയിലത്ത് തണലിലിരുക്കാൻ പോലും കൂട്ടാക്കാതെ നടക്കുകയാണ് അദ്ദേഹം.

അതാ ഒരു വഴിയമ്പലത്തിനടുത്ത് അദ്ദേഹം എത്തുന്നു: ചുറ്റുമൊ ന്നു നോക്കി. കലശലായ ദാഹമുണ്ടെന്നു തീർച്ച. അങ്ങിങ്ങു നിൽക്കു ന്ന തൈത്തെങ്ങുകൾ ഇളന്നീർകുടങ്ങൾ കാണിച്ചു അദ്ദേഹത്തെ കൊതിപ്പിക്കുന്നുണ്ട്. പക്ഷേ, വല്ലവരുടേയും വകയിൽ കൈവെ ക്കാനുള്ള വൈമനസ്യംകൊണ്ടാവാം അദ്ദേഹം ആ വഴിയമ്പലത്തി ന്റെ തിണ്ണയിൽ കയറി ഇതികർത്തവ്യമൂഢനായി ഇരുന്നു. കഷ്ടിച്ച് അരനാഴിക അങ്ങനെ കഴിഞ്ഞു. ഏതാണ്ട് അതേ പ്രായം വരുന്ന മറ്റൊരു യുവാവ് ആ വഴിയമ്പലത്തിൽ വന്നെത്തി.

"മനസ്സിലായില്ലല്ലോ." രണ്ടാമതു വന്നയാൾ ചോദിച്ചു.

"ഈ നാട്ടുകാരനല്ല."

"കണ്ടപ്പോൾ മനസ്സിലായി. അതാണ് ചോദിച്ചത്."

"തണ്ണീർമുക്കംവരെ പോകണം."

"ചീരപ്പഞ്ചിറയ്ക്കോ?"

"അതെ എങ്ങനെ ഊഹിച്ചു?"

"കണ്ടാലറിയാം പയറ്റുപഠിക്കുന്ന ആളാണെന്ന്. പിന്നെ മറുനാ ട്ടുകാരൻ ഇവിടെ വരുന്നത്, അതും തണ്ണീർമുക്കത്തേക്ക് പോണത്, ചീരപ്പഞ്ചിറമൂപ്പനെ കാണാനായിരിക്കുമെന്ന് തീർച്ചയുമാണ്. പയറ്റ

പഠിത്തം മുഖിയാക്കാനായിരിക്കും, ഇല്ലേ?"

"അ്. ഏതാണ്ട അങ്ങനെ തന്നെയാ."

"അപ്പോൾ നിങ്ങളുടെ നാടേതാണെന്ന് പറഞ്ഞില്ലല്ലോ."

"കുറെ കിഴക്കാണ്, പന്തളത്ത്. വല്ലാത്ത ദാഹം, നല്ല വെള്ളം കിട്ടുമോ അടുത്ത്?"

"നല്ല കഥയായി, ഈ കരപ്പുറത്തല്ലേ നല്ല വെള്ളം? ദൈവംതമ്പുരാൻ ഇവിടെ ഇളന്നീര് നിറയെ തന്നിരിക്കുന്നത് കാണുന്നില്ലേ?"

ഇത്രയും പറഞ്ഞ്, നാട്ടുകാരനായ ആ ചെറുപ്പക്കാരൻ ഒരു കുട്ടിക്കരണം മറിഞ്ഞ് അടുത്തുനിൽക്കുന്ന തെങ്ങിൻ തലപ്പത്തു കയറി മൂന്നാലഞ്ചു കരിക്കുകളുമായി താഴെ ചാടിയിറങ്ങി. മറുനാട്ടുകാരനായ യുവാവിന്റെ മുമ്പിൽ അതെല്ലാം സമർപ്പിച്ചു.

"ഇതാ ഓരോന്നായി ചെത്തിത്തരാം. കൈയിൽ ആയുധം വല്ലതും കാണുമല്ലോ. പയറ്റുപഠിച്ച ആളല്ലേ?"

മറുനാട്ടുകാരൻ ഒന്നും മിണ്ടിയില്ല.

"ഇല്ലായിരിക്കും അല്ലേ. സാരമില്ല. ഞാൻതന്നെ ചെത്തിത്തരാം."

അരയിൽ തിരുകിയിരുന്ന ഒരു പിച്ചാത്തി കയ്യിൽ എടുത്ത് ആ നാട്ടുകാരൻ ചെറുപ്പക്കാരൻ കരിക്കുചെത്തി അതിഥിക്ക് കൊടുത്തു. ദാഹവും സാദവും തീർന്നപ്പോൾ ആ അതിഥി ആതിഥേയനെനോക്കി ഇങ്ങനെ ചോദിച്ചു:

"ആരെന്ന് എന്നോട് പറഞ്ഞില്ലല്ലോ."

"ആരെന്ന് എന്നോടും പറഞ്ഞില്ലല്ലോ."

"പറഞ്ഞല്ലോ, ഞാൻ പന്തളത്തുകാരനാണെന്ന്. പയറ്റു പഠിക്കാൻ ചീരപ്പഞ്ചിറയ്ക്ക് പോവുകയാണ്."

"പന്തളത്തുകാരെ ചീരപ്പഞ്ചിറമൂപ്പൻ പയറ്റു പഠിപ്പിക്കില്ലാ എന്നറിഞ്ഞുകൂടേ?"

"അറിഞ്ഞുകൂടല്ലോ."

"എന്നാൽ അറിഞ്ഞോളൂ, ഈ കരപ്പുറത്തുള്ള ചെറുപ്പക്കാരെ മാത്രമേ മൂപ്പൻ കളരിയിൽ കയറ്റൂ."

"നിങ്ങളെ കണ്ടിട്ട് പയറ്റുപഠിച്ചിട്ടുണ്ടെന്ന് തോന്നുന്നല്ലോ. നിങ്ങൾ മൂപ്പന്റെ കളരിയിലുള്ള ആളാണോ?"

"ഞാൻ ഏതാണ്ടൊന്ന് പഠിച്ചിട്ടുണ്ട്. മൂപ്പന്റെ കളരീന്നുതന്നെയാണതാനും."

"പേരെന്താണ്?"

"വെളുത്തോനെന്ന്."

"നിങ്ങളുടെ പേരു പറഞ്ഞില്ലല്ലോ."

"അയ്യപ്പനെന്ന്."

"എന്ത്? പന്തളത്തെ ഇളവരചൻ അയ്യപ്പനൊ? പറഞ്ഞുകേട്ടിട്ടേ ഉള്ളൂ."

"എനിക്കൊരു സഹായം ചെയ്യണം വെളുത്തോനെ. ഞാനാരാണെന്ന് തൽക്കാലം ഇപ്പോൾ ആരേം അറീക്കരുത്. വെളുത്തോനോട് നേരുപറഞ്ഞത് വെളുത്തോനെ കണ്ടപ്പോൾ എന്റെ ഒരനിയനെപ്പോലെ തോന്നീട്ടുകൊണ്ടാണ്. ഞാൻ മറുനാട്ടുകാരനാണെന്നറിഞ്ഞാൽ മൂപ്പൻ എന്നെ കളരീൽ കയറ്റൂല്ല."

"അത് നേരാണ്. നിങ്ങളെ കണ്ടപ്പോൾത്തന്നെ തോന്നി നിങ്ങളൊരു സാമാന്യക്കാരനല്ലെന്ന്. ആട്ടെ, ഇന്നുമുതൽ നമ്മൾ ചേട്ടാനിയന്മാര്. ഞാൻ ചേട്ടനെന്നേ വിളിക്കൂ."

"അങ്ങനെത്തന്നെ അനിയാ. അതാണെനിക്ക് ഇഷ്ടം."

"പക്ഷേങ്കിൽ വേറൊരു വൈഷമ്യമുണ്ട്. ചേട്ടനൊരു ഹിന്ദുവല്ലേ. ഞാൻ നസ്രാണിയാണ്."

അയ്യപ്പൻ ഇതുകേട്ട് ഉറക്കെച്ചിരിച്ചു.

"അനിയാ ഈ അജ്ഞാനം നമ്മുടെ നാട്ടീന്ന് പോവാനാണ് ഞാൻ പയറ്റു പഠിയ്ക്കുന്നത്. മറ്റൊരുകാര്യസാദ്ധ്യോം എനിക്കില്ല. മതം മനുഷ്യനെക്കാൾ വലുതല്ല അനിയാ."

"അങ്ങ് എന്റെ സ്വന്തം ചേട്ടൻതന്നെയാണ്. ഇങ്ങനെ വിശ്വസിക്കുന്ന ഒരാളെയാണ് ഞാനും അന്വേഷിച്ചുനടന്നത്. ആട്ടെ, ഇനി നമുക്ക് കാര്യം എളുപ്പമാണ്."

"എന്താ ഞാനിനി ചെയ്യേണ്ടത്? മൂപ്പന്റെ കളരീൽ ചെന്നുപറ്റാൻ എന്താണ് വഴി?"

"നല്ലകാര്യത്തിനു കളവ് പറയാമൊ ചേട്ടാ? എന്നാൽ എളുപ്പമുണ്ട്."

"സത്യം ബ്രൂയാത് - സത്യം പറയണം; പ്രിയം ബ്രൂയാത് - ഇഷ്ടപ്പെടുന്ന സത്യമേ പറയാവൂ - നബ്രൂയാത് സത്യമപ്രിയം - ഇഷ്ടപ്പെടാത്ത സത്യം പറയുകേ അരുത്. അതായത് ഇഷ്ടകാര്യത്തിന്ന് സത്യം മറച്ചുവെയ്ക്കണം. അത് കളവാവില്ല. ഇങ്ങനെയാണ് എന്നെ അച്ഛൻ പഠിപ്പിച്ചിരിയ്ക്കുന്നത്."

"എന്നാൽ എന്റെ ചേട്ടനാണ് - വകയിലൊരു ചേട്ടനാണ് എന്നു പറഞ്ഞ് മൂപ്പന്റെ കളരിയിൽ കയറിക്കൂടാം. നേരുതെളിഞ്ഞാൽ തകരാറാകും. അത് സൂക്ഷിക്കാനുണ്ട്."

"അതെല്ലാം ഞാൻ സൂക്ഷിച്ചോളാം. എന്നാൽ നമുക്കിനി അങ്ങോട്ടു പോവാം."

"എന്റെ വീട്ടിലൊന്ന് പോയിട്ട പോരെ?"

"വിരോധമൊന്നുമില്ല. പക്ഷേ വീട്ടിൽ ചെന്നുകഴിഞ്ഞാൽ ഈ കളവ് ആവശ്യമില്ലാതെ അനേകം ആളുകളോട് പറയേണ്ടിവരില്ലേ എന്നാണ് ശങ്ക."

"എന്നാൽ ശരി. നേരിട്ട് തണ്ണീർമുക്കത്തേക്കു തന്നെ പോവാം."

അയ്യപ്പനും വെളുത്തോനും നേരെ ചീരപ്പൻചിറയ്ക്ക് നടന്നു. ആ വഴിയമ്പലത്തിൽ നിന്ന് കഷ്ടിച്ച് ഒരു മൂന്നുനാഴികയേ ഉള്ളൂ ചീരപ്പഞ്ചിറയ്ക്ക്. പോകുന്ന വഴി അവർ തമ്മിൽ ഇങ്ങനെ ഒരു സംഭാഷണം നടന്നു:

"ചേട്ടനൊരു കാര്യം ചെയ്യണം. ഞങ്ങളുടെ മാർഗ്ഗത്തിലുള്ള കാര്യങ്ങളെല്ലാം മനസ്സിലാക്കിയാൽ കാര്യത്തിന് എളുപ്പമുണ്ട്. പേരുമൊന്ന് മാറ്റണം."

"ക്രിസ്തുധർമ്മത്തെപ്പറ്റി അച്ചൻ എന്നെ പഠിപ്പിച്ചിട്ടുണ്ട്. ആചാരങ്ങളും മനസ്സിലാക്കിവെച്ചിട്ടുണ്ട്. ഇനി പേരിന്റെ കാര്യമാണ്. അതിനും വിഷമമില്ല. ഞാൻ പിറന്നത് ശബരിമലയ്ക്കടുത്താണ്. ശബരിയാർ എന്ന പേര് ഒരു പുണ്യവാളൻറേതാണല്ലോ? എന്താ പോരെ?"

"ഒന്നാതരമായി. ആ മലയ്ക്ക് ശബരിയാര് പുണ്യവാളന്റെ പേരു വന്നതാണെന്നും ഒരൈതിഹ്യം കേട്ടിട്ടുണ്ട്."

"ഏത് ഐതിഹ്യത്തിലും കുറച്ചൊരു സത്യം കാണും. നിലയ്ക്കൽ ഗ്രാമമെന്നു കേട്ടിട്ടില്ലേ? അവിടെ വലിയൊരു പള്ളിയുണ്ടായിരുന്നു. അതിപ്പോൾ നശിച്ചുപോയി. ഒരു കാലത്ത് ക്രിസ്തുധർമ്മവും ഹിന്ദുധർമ്മവും ബുദ്ധമതവും ഒരുപോലെ തഴച്ചുവളർന്ന സ്ഥലമായിരുന്നു ശബരിമലയും ചുറ്റുപാടും. ഇപ്പോൾ അവിടെ കൊള്ളക്കാരും കൊള്ളരുതാത്തവരും മാത്രമായിരിയ്ക്കയാണ്. ആ നിലയൊന്നു മാറ്റി തിരികെ അവിടമെല്ലാം ശുദ്ധമാക്കി എടുക്കാൻ മാത്രമാണ് ഞാൻ ഈ പാടുപെടുന്നത്."

അയ്യപ്പൻ പിന്നേയും ഈ വിഷയത്തെപ്പറ്റി സവിസ്തരം വെളുത്തേനോട് പലതും പറഞ്ഞു. അവർ അങ്ങിനെ വഴി നടന്നത് അറിഞ്ഞേയില്ല. മൂന്നു നാലു നാഴിക പകലുള്ളപ്പോഴാണ് അവർ ഇരുവരും ഭവനത്തിനടുത്ത് എത്തിയത്.

സ്വതേ മൂപ്പന്റെ ഭവനത്തിൽ നാട്ടുകാർക്ക് ഏതുസമയത്തും പ്രവേശനമുണ്ടായിരുന്നു. വിശേഷിച്ചും അവിടെ അഭ്യാസംകഴിഞ്ഞു പോയവർക്ക് ആരുടെയും അനുവാദമില്ലാതെ കളരിയിൽ പ്രവേശിക്കാനുള്ള അധികാരമുണ്ട്. പക്ഷേ, അന്ന് വെളുത്തോൻ ചേട്ടനുമായി ചെന്നപ്പോൾ കണ്ട കാഴ്ച അദ്ദേഹത്തെ അത്ഭുതപ്പെടുത്തി. ഭവനദ്വാരത്തിൽ ഒരായുധധാരി കാവൽനില്ക്കുന്നു. വെളുത്തോൻ കാവല്ക്കാരനെ

സമീപിച്ചു:

"മൂപ്പനെ ഒന്ന് കാണണമല്ലൊ. എന്താണ് പതിവില്ലാത്ത കാവൽ?"

"മൂപ്പന്റെ അനുവാദമില്ലാതെ ആരേം അകത്തു കടത്തിക്കൂടാ എന്നാണ് ഉത്തരവ്."

"വെളുത്തോൻ വന്നിരിക്കുന്നു. ഒന്ന് കാണാനാണ് എന്ന് അറിയിക്കു."

"കുറച്ചു താമസമുണ്ട്. ഇപ്പോൾ ഏതോ കാര്യാലോചനയിലാണ്. കുറച്ചുകഴിഞ്ഞ് ഒരാളെ വിട്ട് അനുവാദം ചോദിയ്ക്കാം."

വെളുത്തോന് ആകെ അതത്ര പിടിച്ചില്ല. അദ്ദേഹം അയ്യപ്പന്റെ മുഖത്തേയ്ക്കു നോക്കി. "നിയമം അതാണെങ്കിൽ നമുക്ക് അനുസരിയ്ക്കു തന്നെ." അയ്യപ്പൻ അനിയനെ സമാശ്വസിപ്പിച്ചു. വെളുത്തോൻ ഒന്നും മിണ്ടിയില്ല. അവരിരുവരും അവിടെത്തന്നെ കാത്തുനിന്നു.

നാഴിക ഒന്നു കഴിഞ്ഞു; രണ്ടായി; മൂന്നായി. നേരം ഇരുട്ടിത്തുടങ്ങി. ഈ പാട്ടുരാശിക്കു മൂപ്പനെ കാണുക ശുഭമല്ലെന്ന് ഇരുവർക്കും തോന്നിത്തുടങ്ങി. കാവല്ക്കാരൻ തന്റെ നിസ്സഹായത ഏറ്റുപറഞ്ഞു. വെളുത്തോൻ അക്ഷമനായി. മൂപ്പന്റെ ഇടമായതുകൊണ്ട് വെളുത്തോന് ഒന്നും ചെയ്യാൻ കഴിയുന്നില്ല. ഇല്ലെങ്കിൽ ഒരു കൈയ് നോക്കുമായിരുന്നു.

"ആട്ടെ. നമുക്ക് നാളെ രാവിലെ മതി." അയ്യപ്പൻ വെളുത്തോനോടു പറഞ്ഞു.

"ഈ രാത്രി നമ്മൾ ഇവിടെത്തന്നെ കഴിയണൊ?"

"അതുവേണ്ട വരുത്തർക്കുവേണ്ടി അതാ അക്കാണുന്ന വീട് ഒഴിച്ചിട്ടിരിയ്ക്കയാണ്. അവിടെച്ചെന്നാൽ വേണ്ട സൗകര്യങ്ങൾ ചെയ്തുതരും." കാവല്ക്കാരൻ മറുപടി നൽകി.

വെളുത്തോൻ അയ്യപ്പനേയുംകൊണ്ട് അതിഥിമന്ദിരത്തിലേയ്ക്കു പോയി. അവിടെ ആര് എപ്പോൾ ചെന്നാലും അവർക്കുവേണ്ട സൗകര്യങ്ങൾ ചെയ്തുകൊടുക്കുവാനുള്ള ഏർപ്പാടുകൾ ചെയ്തിട്ടുണ്ട്.

കുളിയും ഊണും കഴിഞ്ഞ് ഇരുവരും അതിഥിമന്ദിരത്തിൽ ഒരിടത്തു വിശ്രമിച്ചു. ആ സമയം വേറെയും മൂന്നുനാലുപേർ അങ്ങോട്ടു വരുന്നതു അവരുടെ ദൃഷ്ടിയിൽപ്പെട്ടു. മൂപ്പന്റെ ആൾക്കാരായിരുന്നു ചിലർ, രണ്ടുപേർ മറുനാട്ടുകാരാണ്. അവർ അതിഥികളാണെന്നു തീർച്ച. അതിഥിമന്ദിരത്തിൽ അവർക്കുവേണ്ടി ഒരു പ്രത്യേക സ്ഥലം മൂപ്പന്റെ ആൾക്കാർ ഒരുക്കിക്കൊടുക്കുന്നത് അയ്യപ്പനും അനിയനും കണ്ടു.

പുതിയ അതിഥികളുടെ മുറിയിൽനിന്നു രാത്രി പാതിരാപ്പുറം കഴിവോളം ചില ആലോചനകളും തർക്കങ്ങളും നടക്കുന്നുണ്ടായിരുന്നു. അയ്യപ്പനും വെളുത്തോനും അതിൽ ആദ്യം കൗതുകമൊന്നും നടിച്ചില്ല. വെളുത്തോൻ കുറെക്കഴിഞ്ഞപ്പോൾ ഉറക്കം പിടിച്ചു. അയ്യപ്പൻ ആ തക്കം നോക്കി പുതിയ അതിഥികളുടെ മുറിക്കടുക്കലുള്ള വരാന്തയിലേക്ക് പതുങ്ങിനീങ്ങി. അവരുടെ മുറിയിൽനിന്ന് പാതി ചാരിയിരുന്ന കതകുകളുടെ ഇടയിലൂടെ വരാന്തയിലേക്ക് വെളിച്ചം വീണിരുന്നു.. അയ്യപ്പൻ ആ കതകിൻ പാളി വഴി ശ്വാസമടക്കി ഒന്നെത്തിനോക്കി. സ്വതേ ധീരധീരനായിരുന്ന അയ്യപ്പൻ ആ മുറിക്കുള്ളിലിരുന്ന ആളുകളെ കണ്ട്, അറിയാതെ ഒരു ഞെട്ടൽ ഞെട്ടി. നമ്മുടെ അഗ്നിശർമ്മൻ നമ്പൂതിരിപ്പാട്ടും ഒട്ടകനാരും!

എങ്ങനെ വന്നു അവരിവിടെ? അത്ഭുതംതന്നെ. പന്തളത്തുനിന്ന് ആരുമറിയാതെയാണ് താൻ രണ്ടുദിവസം മുമ്പ് പുറപ്പെട്ടുപോന്നത്. ആ സമയത്ത് നമ്പൂതിരിയും ഒട്ടകനാരും പന്തളത്തുണ്ടായിരുന്നല്ലോ. അതോ, തന്റെ ഓർമ്മപ്പിശകാണോ? അല്ല; പുറപ്പെട്ടുപോന്നത് നമ്പൂതിരിയുടെ ആശ്രമത്തിന്നരികിലൂടെയാണ്. അപ്പോൾ നമ്പൂതിരി ആ ആശ്രമത്തിന്റെ പടിക്കൽനിന്ന് തന്റെ പോക്ക് എത്തിനോക്കി ഗൃദ്ധ്റദൃഷ്ടി വിക്ഷേപിക്കുന്നതു കണ്ടതുമാണ്. പിന്നെ ഇത്രക്ഷണം അവർ എങ്ങനെ ഇവിടെ എത്തി?

അയ്യപ്പന്റെ ആലോചന ഇത്രയുമായപ്പോഴേയ്ക്കും ആ മുറിയിൽനിന്ന് ചില വാക്കുകളുടെ കഷണങ്ങൾ ആ കതകിൻപാളിവഴി അല്പാല്പമായി വെളിക്കുവന്ന് അദ്ദേഹത്തിന്റെ കാതുകളിൽ വീഴുന്നുണ്ടെന്നു തോന്നി. അയ്യപ്പൻ ചെവി വട്ടംപിടിച്ചു. ഒന്നും മനസ്സിലാവുന്നില്ല. ഒരു പ്രകൃതവുമില്ല.

ഇനി എന്താചെയ്യു? ജിജ്ഞാസ ആളിക്കത്തുന്നുണ്ട്. ഒരു തുള്ളിയോ പത്തുതുള്ളിയോ രഹസ്യം അതിൽ വന്നുപതിച്ചാൽ ഒന്നുകൂടി ആളിക്കത്താനേ വഴിയുള്ളു. അതങ്ങനെ സംഭവിക്കുകയും ചെയ്തു 'മഹിഷി അമ്മച്ചി... ഉദയനൻ... പൂങ്കൊടി... വലിയതമ്പുരാൻ... കരിമലക്കോട്ട... പന്തളം രാജ്യം...' ഇങ്ങനെ ചില വാക്കുകൾ അയ്യപ്പന്റെ കർണ്ണങ്ങളിൽ പതിച്ചു. അദ്ദേഹത്തിന് അവിടെ നിൽക്കക്കള്ളിയില്ലാതെവന്നു. ആ ഇരുട്ടത്തുകൂടെ പതുങ്ങി മുറിയുടെ മറ്റൊരു വശത്തുള്ള ഭിത്തിയിൽ തുറന്നുകിടക്കുന്ന കിളിവാതിലിന്നരികെ അദ്ദേഹം ഇഴഞ്ഞുചെന്നു. അവിടെ നിന്നാൽ ശരിക്കും കാര്യങ്ങൾ കേൾക്കാമെന്നുതോന്നുന്നു. പക്ഷേ ഒരു വിഷമം. ഭിത്തിയുടെ കുറച്ചു മുകളിലായിട്ടാണ് ആ കിളിവാതിൽ. എത്തിവലിഞ്ഞു നിന്നാലേ ആളെ കാണാൻ പറ്റൂ.

ആളെക്കണ്ട് ചെവിയോർത്തുനിന്നാൽ പക്ഷേ പറയുന്ന കാര്യങ്ങൾ മുഴുവൻ കേൾക്കാൻ ഒക്കും. ശരി ആ ഇരുട്ടത്ത് തപ്പിത്തടഞ്ഞ് വല്ലതും വലിച്ചിട്ട് കയറിനിൽക്കാമോ എന്നു നോക്കാം.

അയ്യപ്പൻ ഇരുട്ടിൽ തടഞ്ഞു തടഞ്ഞ് കുറച്ചു നടന്നു നോക്കി. പെട്ടെന്ന് അദ്ദേഹത്തിന്റെ ഗതി തടയപ്പെട്ടു. ആരോ ഒരാൾ അദ്ദേഹത്തിന്റെ മുഖം ഒരു തുണികൊണ്ട് മൂടിക്കെട്ടി. "ജീവരക്ഷ വേണോ? എന്നാൽ ഒരക്ഷരം മിണ്ടരുത്. എതിർക്കയുമരുത്?" അദ്ദേഹത്തിന്റെ ചെവിയിൽ ആരോ മന്ത്രിക്കുന്നതുപോലെ തൊന്നി. സന്ദർഭത്തിന്റെ ഗൗരവംകൊണ്ടോ, ഏതോ അദൃശ്യശക്തികൊണ്ടോ, എന്താണെന്ന് തീർത്തറിഞ്ഞുകൂടാ. ആ പരാക്രമിയായ യോദ്ധാവ് എത്രയും ദുർബ്ബലമാണെന്നുപോലും ബോദ്ധ്യപ്പെട്ട ആ അജ്ഞാതശക്തിക്ക് തല്ക്കാലം അടിമയായിത്തീർന്നു!

"വന്നോളൂ. എന്റെ പിന്നാലെ വന്നോളൂ" ഒരു സ്ത്രീയുടെ സ്വരമാണതെന്ന് അയ്യപ്പൻ അപ്പോഴാണ് മനസ്സിലാക്കിയത്. അദ്ദേഹം ആകെ വിഷണ്ണനായി. എന്തിണിതിന്റെയൊക്കെ അർത്ഥം? ഏതായാലും കരുതലോടെയാണ് അയ്യപ്പൻ ഓരോ ചുവടും മുന്നോട്ട് വെച്ചത്. ഇതുവരെ ഇങ്ങനെ ഒരനുഭവം ആ വീരകുമാരനുണ്ടായിട്ടില്ല; മറ്റൊരാളുടെയും ആജ്ഞാകരനായി വർത്തിച്ചിട്ടുമില്ല; ഇന്നിതാ ഏതോ ഒരു സ്ത്രീയുടെ താക്കീതിൽ അടിമപ്പെട്ട് അവൾ കാണിക്കുന്ന വഴിയിലൂടെ ആ കുറ്റാക്കുറ്റിരുട്ടത്ത് എങ്ങോട്ടോ പോകുന്നു.

ഒരു തോട്ടം തൊടിയും കടന്നു ഏതോ ഗൂഢമാർഗ്ഗത്തിലൂടെ അവരിരുവരും ഒരു വലിയ എട്ടുകെട്ടിന്റെ പിൻവശത്തെത്തി. ആ സ്ത്രീ ഒരു തിണ്ണയിൽ കയറി ഒരു കതക് തുറന്ന് അദ്ദേഹത്തെ അകത്തേക്ക് നയിച്ചു. അദ്ദേഹം അകത്ത് കടന്ന ഉടനെ ആ സ്ത്രീ കതകുകൾ ബന്ധിച്ചു. അകത്തു മങ്ങിക്കത്തിക്കൊണ്ടിരുന്ന നിലവിളക്കിന്റെ തിരി തെളിച്ചപ്പോൾ മാത്രമാണ് അയ്യപ്പൻ ആ സ്ത്രീരൂപം ശരിക്കും കണ്ടത്.

വാളും പരിചയും എടുത്ത് സാക്ഷാൽ ശക്തിസ്വരൂപിണി നിൽക്കുകയാണോ തന്റെ മുന്നിലെന്നു അദ്ദേഹത്തിന് തോന്നി. സ്ത്രീസൗന്ദര്യത്തെ ഇതിനു മുൻപ് അയ്യപ്പൻ ഒരിക്കലും ഉറ്റുനോക്കിയിരുന്നില്ല. ആ നിത്യബ്രഹ്മചാരിയായ സത്യവ്രതന്റെ കൺമുന്നിൽ ഇപ്പോൾ നിൽക്കുന്നത് മാദകസൗന്ദര്യം തിങ്ങിത്തുളുമ്പുന്ന ഒരു കോമളാംഗിയാണെങ്കിലും ആ സൗന്ദര്യത്തിന്റെ പരിവേഷമായി ഒരദ്ധ്യാത്മപ്രകാശം വിലസുന്നതേ അയ്യപ്പന്റെ ദൃഷ്ടിയിൽപെട്ടുള്ളൂ.

അല്പം പരിഹാസ കലർന്ന പുഞ്ചിരി തൂകിക്കൊണ്ട് ആ സൗന്ദര്യധാമം അയ്യപ്പനെ നോക്കി ഇങ്ങനെ പറഞ്ഞു:

“ചീരപ്പഞ്ചിറ മൂപ്പന്റെ ഭവനത്തിൽ ഒളിച്ചുകളി നടത്താനാണ് വന്ന തല്ലേ? കൊള്ളാം. ഇനി ഇങ്ങനെ നിന്ന് വിഷമിക്കേണ്ട. വേണ്ടുവോളം സംസാരിക്കാം. കെട്ടഴിക്കാം.”

അവൾ അയ്യപ്പന്റെ കെട്ടഴിക്കാൻ മുന്നോട്ടാഞ്ഞു. അയ്യപ്പനാകട്ടെ സ്വയം ആ കെട്ടഴിച്ചു ഇങ്ങനെ പറഞ്ഞു:

“അഴിക്കാൻ മേലാത്ത കെട്ടാണ് കെട്ടിയത് എന്ന ഗർവ്വം വേണ്ട. ഇതെനിക്ക് താനേ അഴിക്കാവുന്നതേയുള്ളു. മനസ്സിലായില്ലേ?”

“ഓ മനസ്സിലായി. മനസ്സിലാക്കിക്കൊണ്ടുതന്നെയാണ് കെട്ടിയത്. ഉറങ്ങിക്കിടന്നിടത്തുനിന്ന് പതുങ്ങിപ്പതുങ്ങി തിണ്ണവഴി വന്നപ്പോൾ മൂന്നാലഞ്ചുപേർ ഊരിയ വാളുമായി പിന്നാലെ വന്നതും, അവിടെനിന്ന് ഇരുട്ടത്തു തപ്പിത്തടയാൻ പോയതും, ആ വാൾക്കാരെ വഞ്ചിച്ച് ആളെ രക്ഷിച്ച് ഇങ്ങോട്ടു കൊണ്ടുപോന്നതും കൂടി ഒന്നു മനസ്സിലാക്കിയാലേ കെട്ടിയ കെട്ടിന്റെ ഉറപ്പ് മനസ്സിലാകൂ.”

അയ്യപ്പൻ ഇനി എന്താണ് പറയേണ്ടതെന്നറിയാതെ കുഴങ്ങി. അദ്ദേഹം അല്പമൊന്നാലോചിച്ച് ഇങ്ങനെ കഷ്ടിച്ചുപറഞ്ഞു:

“പ്രാണരക്ഷ ചെയ്തതിന് പ്രത്യുപകാരമില്ല.”

“ആരും പ്രത്യുപകാരം ആവശ്യപ്പെട്ടില്ലല്ലോ.”

“ആവശ്യപ്പെടാതെ രക്ഷിക്കാൻ വന്നതോ?”

“അനാവശ്യമായി അന്യരുടെ വർത്തമാനം ഒളിച്ചുനിന്ന് കേട്ടതു കൊണ്ടാണ്.”

അതിന് പെട്ടെന്നൊരു ഉത്തരം പറയാൻ അയ്യപ്പന് തോന്നിയില്ല. അദ്ദേഹം പരുങ്ങുന്നതു കണ്ട് വീണ്ടും പരിഹാസസ്വരത്തിൽ ആ ധീരകന്യക ചോദിച്ചു:

“ആകട്ടെ എന്തിനാണ് പകലേ പടിവാതിൽക്കൽ നിന്ന് പരുങ്ങിയത്? ചാരനോ, ചോരനോ?”

“രണ്ടുമല്ല. പയറ്റു പഠിക്കാൻ വന്ന ഒരു പയ്യനാണ്?”

“പഠിക്കാൻ വന്നയാൾ ഇരുട്ടത്ത് ചാരന്റെ തൊഴിൽ ചെയ്തതോ?”

“ഇതെല്ലാം നിങ്ങൾക്കറിഞ്ഞിട്ടാവശ്യം? നിങ്ങളാരാണ് ഇതൊക്കെ എന്നോട് കുത്തിച്ചു ചോദിക്കാൻ?”

“ചീരപ്പഞ്ചിറ മൂപ്പന്റെ മകളാണ് ഞാൻ. പേര് പൂങ്കൊടി എന്ന്. പയറ്റു നല്ലപോലെ പഠിച്ചിട്ടുണ്ട്. ഈ തറവാട്ടിൽ അച്ഛൻ കഴിഞ്ഞാൽ അധികാരി ഞാനാണ്. ചാരനേയും ചോരനേയും പിടിച്ചു ശിക്ഷിക്കാൻ എനിക്കധികാരമുണ്ട്. എന്താ മതിയോ?”

“മതി. എല്ലാം മനസ്സിലായി. ഇനി ഒരു കാര്യം കൂടി ചോദിക്കാനുണ്ട്.”

"ചോദിക്കാം."

"എന്റെ കണ്ണുകെട്ടി എന്നെ ഇങ്ങോട്ടു കൊണ്ടുവന്നത്?"

"അതിനുത്തരം ഇരുട്ടത്ത് തപ്പിനടന്ന ആളാണ് ആദ്യംപറയേണ്ടത്. ആരാണങ്ങ്? എവിടത്തുകാരൻ?"

"അർത്തുങ്കൽ വെളുത്തോന്റെ ബന്ധുവാണ്."

"പച്ചക്കള്ളം. വെളുത്തോൻക ്രിസ്തുമാർഗ്ഗക്കാരനാണ്. അങ്ങ് അതല്ലെന്നു കണ്ടപ്പോൾ മനസ്സിലായി."

"ബന്ധുക്കൾ രണ്ടുമാർഗ്ഗക്കാരാവാൻ പാടില്ലെന്നോ? പയറ്റുമാത്രമേ പഠിച്ചുള്ളു അല്ലേ?"

"പയറ്റുമാത്രമല്ല പലതും പഠിച്ചു. സാമുദ്രികവും അറിയാം. ലക്ഷണം കൊണ്ടാണ് പറഞ്ഞത്. എന്നെ ഇനി മറയ്ക്കണ്ട. മറയ്ക്കാതിരുന്നാൽ വന്ന കാര്യം നേടിപ്പോകാം."

അയ്യപ്പൻ ആലോചനയിലാണ്ടു. ഇത്രമാത്രം തുറന്നു പറയുന്ന ആ ധീരകന്യകയോട് സത്യം വെളിപ്പെടുത്തുന്നതാണ് നല്ലതെന്ന് അദ്ദേഹം തീർച്ചപ്പെടുത്തി.

"ശരി: നേരുപറയാം. ഒരു സത്യം ചെയ്യണം. എന്നെപ്പറ്റിയുള്ള രഹസ്യം മറ്റാരോടും പറയില്ലെന്ന് സത്യം ചെയ്യണം."

"സത്യം പറഞ്ഞാൽ സത്യം ചെയ്യാം."

"ഞാൻ പൂങ്കൊടിയെ വിശ്വസിക്കുന്നു. പന്തളത്തെ ഇളവരചനായ അയ്യപ്പനാണ് പൂങ്കൊടിയുടെ മുമ്പിൽ നില്ക്കുന്നത്."

ആ ധീരകന്യക ഞെട്ടിപ്പോയി. വാളും പരിചയും താഴെ വെച്ചു പൂങ്കൊടി തൊഴുകയ്യോടെ ഇങ്ങിനെ പറഞ്ഞു: "അടിയൻ ചെയ്ത തെറ്റ് പൊറുക്കണം. ഇളവരചനെ അടിയൻ അപമാനിച്ചു. അറിയാതെ ചെയ്ത തെറ്റാണ്."

"ഇപ്പോഴാണ് പൂങ്കൊടി തെറ്റു ചെയ്തത്. എന്നോട് അടിയനെന്നും മറ്റും ഒരു ധീരകന്യക പറയുന്നതു തെറ്റാണ്."

"ഞാൻ അങ്ങയെപ്പറ്റി ധാരാളം കേട്ടിരിക്കുന്നു. ഞാൻ അങ്ങയെ മനസാ ആരാധിച്ചുകൊണ്ടിരിക്കുന്ന ഒരു ഭക്തയാണ്. പകലേ പടിവാതില്ക്കൽവെച്ചു കണ്ടപ്പോഴേ അങ്ങ് ഒരസാമാന്യനാണെന്ന് എനിക്ക് തോന്നിയിരുന്നു. അപ്പോൾ മുതൽ ഞാൻ അങ്ങയുടെ പെരുമാറ്റം സൂക്ഷിച്ചുകൊണ്ടിരിക്കുകയായിരുന്നു. അതുകൊണ്ട് അങ്ങയെ അത്യാപത്തിൽനിന്ന് രക്ഷിക്കാനും കഴിഞ്ഞു."

"പൂങ്കൊടി. ഇപ്പോഴും എനിക്ക് മനസ്സിലായില്ല, അത്യാപത്ത് എന്തായിരുന്നെന്ന്."

"അച്ഛൻ ഈയ്യിടെയായി വലിയ കരുതലിലാണ്. അന്യനാട്ടു

കാരെ ഇതിനകത്തോ പരിസരത്തിലോ കണ്ടുപോയാൽ ബന്ധിച്ചോ കൊന്നോ മുമ്പിൽ ഹാജരാക്കണമെന്നാണ് കല്പന. അങ്ങനെ അങ്ങയുടെ പെരുമാറ്റം സൂക്ഷിച്ചുനിന്നിരുന്ന ഞങ്ങളുടെ കാവല്ക്കാർ അങ്ങ് അസമയത്ത് സംശയസ്ഥാനത്ത് പെരുമാറുന്നതുകണ്ട്, പിന്നാലെ കൂടി. ഞാൻ എല്ലാം സൂക്ഷിക്കുന്നുണ്ടായിരുന്നു. അങ്ങയെ കണ്ടനിമിഷം അങ്ങ് വെറുമൊരു ചാരനല്ലെന്നും ഏതോ അടിയന്തിരാവശ്യത്തിന്ന് അച്ഛനെ കാണാൻ വന്ന ആളാണെന്നും മനസ്സിലാക്കി. പോരാത്തതിന് വെളുത്തോനും കൂടെ ഉണ്ടായിരുന്നല്ലോ. അതുകൊണ്ട് എനിക്കങ്ങയെപ്പറ്റി ഒരു സംശയവും തോന്നിയില്ല."

"അപ്പോൾ, ഒന്നു ചോദിക്കട്ടെ. വെളുത്തോൻ ഉണർന്നുനോക്കുന്ന സമയത്ത് എന്നെ കണ്ടില്ലെങ്കിൽ വിഷമിക്കില്ലേ? ഞാനിനി എന്താണു വേണ്ടത്?"

"അങ്ങ് തിരികെ പോയി, വെളുത്തോനെ കാണണം. ഇരുവരും രാത്രിതന്നെ ഈ സ്ഥലം വിടണം. നാളെ വൈകുന്നേരം ഇങ്ങോട്ടു വന്നാൽ മതി. അതിനകം ഞാൻ അച്ഛനെ കണ്ടു സമ്മതിപ്പിക്കാം."

"ഞാൻ ആരാണെന്നു പറയണം, അച്ഛനോട്!"

"വെളുത്തോന്റെ ബന്ധുവെന്ന നിലയ്ക്കേ പെരുമാറാവൂ. ഇല്ലെങ്കിൽ അച്ഛൻ കളരിയിൽ കയറ്റുകയില്ല."

"എന്നാൽ ഇനി വൈകിക്കണ്ട. ഞാൻ വെളുത്തോന്റെ അടുക്കൽ പോകട്ടെ."

"ശരി പൊയ്ക്കോളൂ. നിങ്ങളിരുവരും സ്ഥലം വിടുന്നതുവരെ ഞാൻ കാര്യങ്ങൾ നോക്കിക്കോളാം."

അയ്യപ്പനെ വന്നവഴിയേത്തന്നെ പൂങ്കൊടി അതിഥിമന്ദിരത്തിലേക്ക് കൊണ്ടുപോയി. ഇതിനകം അതിഥി മന്ദിരത്തിലുള്ളവർ എല്ലാവരും ഉറങ്ങിക്കഴിഞ്ഞിരുന്നു. വെറുത്തോനെ ഉണർത്തി ഉടൻതന്നെ അയ്യപ്പൻ ആ സ്ഥലം വിട്ടു. നടന്ന കാര്യങ്ങളെല്ലാം അയ്യപ്പൻ വെളുത്തോനോട് പറഞ്ഞു.

15

രാജാവും റാണിയും

പിറ്റേന്ന് പകലേ പതിറ്റടി തിരിഞ്ഞപ്പോൾ വെളുത്തോനും ശബരിയാരും മൂപ്പന്റെ പടിക്കലെത്തി. കാവൽക്കാർ അവരെ ബഹുമാനപൂർവ്വം അകത്തേക്കു കൂട്ടിക്കൊണ്ടുപോയി.

മൂപ്പന്റെ കളരി കണ്ടപ്പോൾ ശബരിയാർക്ക് എന്തെന്നില്ലാത്ത ബഹുമാനാദരങ്ങൾ അങ്കുരിച്ചു. കേരളത്തിലൊരിടത്തും ഇത്ര വലിയ കളരി അദ്ദേഹം കണ്ടിട്ടില്ല. വെറുതെയല്ലാ പയറ്റിത്തെളിഞ്ഞവരും 'ഈഴോത്തു സമ്പ്രദായം' പഠിക്കാൻ തണ്ണീർമുക്കത്തു മൂപ്പന്റെ ശിഷ്യത്വം വരിക്കുന്നതെന്ന് അദ്ദേഹത്തിനു തോന്നി. വെളുത്തോൻ ശബരിയാരുചേട്ടനെ കളരി മുഴുവൻ കാണിച്ചുകൊടുത്തു. അല്പം കഴിഞ്ഞപ്പോൾ പൂങ്കൊടി കളരിയിൽ വന്ന് വെളുത്തോനെയും ശബരിയാരേയും യഥാവിധി സൽക്കരിച്ചിരുത്തി.

"അച്ഛൻ ഇപ്പോൾ വരും. കാര്യങ്ങളെല്ലാം ഞാൻ പറഞ്ഞിട്ടുണ്ട്. അപ്പോൾ വെളുത്തോന്റെ ജ്യേഷ്ഠനാണല്ലേ, ഇദ്ദേഹം?"

വെളുത്തോൻ: ജ്യേഷ്ഠനെന്നുവെച്ചാൽ നേരെ ജ്യേഷ്ഠനല്ല. ഒരു വല്ല്യപ്പന്റെ മകനാണ്.

പൂങ്കൊടി: അതെ; ഞാൻ അച്ഛനോടും അങ്ങനെ തന്നെയാണ് പറഞ്ഞിരിക്കുന്നത്.

ശബരിയാർ: ഇക്കഥ എങ്ങനെയെങ്കിലും അറിഞ്ഞാലോ?

പൂങ്കൊടി: അതെല്ലാം ഞാൻ കരുതിക്കൊള്ളാം.

ചീരപ്പഞ്ചിറമൂപ്പൻ കളരിയിലേയ്ക്ക് വരുന്നസമയം ഏതാണ്ട് അതായിരുന്നു. അതുകൊണ്ട് പൂങ്കൊടി അവിടെനിന്ന് ഇത്രയും പറഞ്ഞ് വേഗം മറ്റൊരു ഭാഗത്തേക്ക് മറഞ്ഞു. ശബരിയാർ ഇതുകണ്ടു കാര്യം

മനസ്സിലാവാതെ വെളുത്തോനെ സാകൂതമൊന്നു നോക്കി.

"പരിഭ്രമിക്കേണ്ട. ഒരു പുരുഷനില്ലാ ഇത്ര തൻറേടം. പൂങ്കൊടി പണിക്കരാശാനെ പറഞ്ഞു മയക്കിക്കാണും. ചേട്ടൻ നേരെ ചൊവ്വേ നിന്നോണം."

പണിക്കർ അകലെനിന്ന് വരുന്നുണ്ടെന്ന് മനസ്സിലാക്കി വെളുത്തോൻ ആദരപൂർവ്വം എഴുന്നേറ്റുനിന്നു. ശബരിയാർ അനുജനെ അനുകരിച്ചു.

"പൂങ്കൊടി എല്ലാം പറഞ്ഞിരിക്കുന്നു. വെളുത്തോന്റെ ചേട്ടനാണ ല്ലേ? ഇത്രനാളും എവിടെയാണ് അഭ്യസിച്ചത്?"

"വടക്ക് കടത്തനാട്ടായിരുന്നു."

"ഓഹോ. അതാണല്ലേ ഈ നാട്ടിലെങ്ങും കാണാതിരുന്നത്. ശരി, വെളുത്തോൻ നമുക്കു വേണ്ടപ്പെട്ട ഒരു പയ്യനാണ്. എന്താ പേര്? ഓ, മറന്നു. പൂങ്കൊടി പറഞ്ഞുതന്നതാണ്. ശബരി... അതെ ശബരിയാര്."

"ഒരപേക്ഷയെ ഉള്ളൂ. ഇവിടെത്തന്നെ പാർത്ത് അഭ്യസിക്കണമെ ന്നുണ്ട്. അതിനുള്ള അനുവാദം തരണം." ശബരിയാർ അപേക്ഷിച്ചു.

"അതിന് എനിക്ക് വിരോധമില്ല. പൂങ്കൊടിയോടും കൂടി ചോദിച്ചി ട്ടേ ഇങ്ങനെയുള്ള കാര്യങ്ങൾ ഞാൻ തീർച്ചപ്പെടുത്താറുള്ളൂ. ആരാ അവിടെ? പൂങ്കൊടിയെ ഇങ്ങു വിളിച്ചുകൊണ്ടുവാ."

അടുത്തുനിന്നിരുന്ന കണ്ണപ്പൻ പൂങ്കൊടിയെ വിളിക്കാൻ പോയി. കളരിയുടെ ഒരു വശത്തുനിന്നും പൂങ്കൊടി അവിടെ പ്രത്യക്ഷപ്പെട്ടു. കണ്ണപ്പൻ പൂങ്കൊടിയെ കണ്ടുമില്ല. അയാൾ എട്ടുകെട്ടിലേക്ക് കമ്പി നീട്ടുകയും ചെയ്തു.

"അല്ലാ, നീ ഇവിടെത്തന്നെ ഉണ്ടായിരുന്നോ?" പണിക്കർ മകളോട് ചോദിച്ചു.

"അച്ഛൻ പറഞ്ഞിട്ടില്ലേ എന്നോട് എപ്പോഴും കരുതലോടെ നടന്നു കൊള്ളണമെന്ന്. ഞാനതുകൊണ്ട് ഏതു നേരവും ഇവിടെ ചുറ്റിപ്പറ്റി നടക്കുന്നുണ്ടാവും."

"കൊള്ളാം മോളെ, കൊള്ളാം. നിന്നോട് ഒരു പ്രധാനകാര്യം ചോദിക്കാനുണ്ട്. മോളാണല്ലോ വെളുത്തോന്റെ ഈ ചേട്ടനെ കളരി യിലേക്ക് ശുപാർശ ചെയ്തത്. ഒന്ന് ചോദിക്കട്ടെ. ശബരിയാർക്ക് ഇവിടത്തെന്നെ താമസിച്ച് അഭ്യാസം നടത്തണമെന്നുണ്ട്. എന്താ അഭിപ്രായം തുറന്നുപറയാം?"

പൂങ്കൊടിയുടെ പുരികങ്ങൾ തെല്ലൊന്നു വളഞ്ഞു. അച്ഛൻ കാണാതെ ഒരു കള്ളക്കടാക്ഷം ശബരിയാരുടെ നേർക്കു തൊടുത്തു കൊണ്ട് തെല്ല് പരിഹാസം കലർന്ന സ്വരത്തിൽ ഇങ്ങിനെ പറഞ്ഞു.

"കാര്യമെല്ലാം ശരിയാണ്. വെളുത്തോനെ വിശ്വസിച്ചാണ് ഇദ്ദേഹത്തെ ഇവിടെ പ്രവേശിപ്പിക്കുന്നതു തന്നെ. ഞാൻ അതിനുപോലും സമ്മതം മൂളിയത് വെളുത്തോനിലുള്ള വിശ്വാസം കൊണ്ടാണ്..."

"അതായത്, നിനക്ക് ശബരിയാരെ ഇവിടെ പാർപ്പിക്കാൻ സ്വതേ സമ്മതമില്ലെന്നല്ലേ? എന്നാൽ അതങ്ങു തുറന്നു പറഞ്ഞേയ്ക്കു് മോളെ."

"സമ്മതമില്ലെന്ന് ഞാൻ പറഞ്ഞില്ല. പക്ഷേ..." പൂങ്കൊടി വീണ്ടും ശബരിയാരെ നോക്കി.

"ഉം. പറഞ്ഞോ. നിനക്ക് മനസ്സിൽ തോന്നുണതു പറഞ്ഞോ. നീ ആരെ ഭയപ്പെടണം? നീയല്ലേ ഇവിടത്തെ മഹാറാണി?"

"ഭയമുണ്ടായിട്ടല്ല. ഞാൻ സമ്മതം നല്കിയെന്നിരിക്കട്ടെ. പിന്നെ എന്തെങ്കിലുമൊരു തകരാറുവന്നാൽ - വരില്ലെന്ന് ഉറപ്പുണ്ട് - വന്നാൽപ്പിന്നെ അച്ഛൻ എന്നെ ഒന്നും പറയരുത്."

"ഇപ്പോൾ മനസ്സിലായി: നിനക്കതിൽ സമ്മതമില്ല. എങ്കിൽ, ശബരിയാര് പുറമേ താമസിച്ച് പഠിക്കയാണ് നല്ലത്. എന്താ?"

"എനിക്ക് സമ്മതമില്ലെന്ന് ഞാൻ പറഞ്ഞില്ല. ഞാൻ സമ്മതിച്ചിരിക്കുന്നു. അച്ഛന്റെ സമ്മതമാണ് ഇതിൽ പ്രധാനം."

"നിനക്ക് സമ്മതമാണെങ്കിൽ എനിക്ക് മറിച്ചില്ലെന്ന് ഞാൻ പറഞ്ഞല്ലോ."

"നിങ്ങൾ തമ്മിൽ ഈ വിഷയത്തെപ്പറ്റി ഇങ്ങനെ തർക്കമാണെങ്കിൽ ഞാൻ സ്വയം ഒഴിഞ്ഞേക്കാം. എന്താ അനിയാ?' ശബരിയാർ ഇടയ്ക്കുകയറിപ്പറഞ്ഞു.

"ആശാന്റെ മനസ്സറിയാനാണ് പൂങ്കൊടി ഇങ്ങനെ തർക്കിക്കുന്നത്. ആശാൻ സമ്മതിച്ചാൽ പിന്നെയെല്ലാം എളുപ്പമാണ്."

"അങ്ങനെയല്ല. ഇന്നിനി ഇതിനെപ്പറ്റി ഒന്നും പറയാനില്ല. നാളെത്തീർച്ചയാക്കാം അത്. നിങ്ങൾ നാളെ വരിൻ. നാളെ പത്തുനാഴിക പുലരുമ്പോൾ ഏതായാലും അഭ്യാസം തുടങ്ങാം. എന്നിട്ട് താമസക്കാര്യവും തീർച്ചപ്പെടുത്തി പറയാം."

വെളുത്തോനും ശബരിയാരും യാത്രപറഞ്ഞു പിരിഞ്ഞു. പണിക്കർ അല്പം കഴിഞ്ഞ് പൂങ്കൊടിയോട് ചോദിച്ചു:

"എന്താ പൂങ്കൊടി നിനക്കെന്താ ഇതിലൊരു വിസമ്മതം പോലെ?"

"എനിക്ക് ഇപ്പോൾ എല്ലാം സംശയമാണ്. ഏതായാലും നാളെ തീർച്ചയാക്കാം. എനിക്ക് ഇവരെ ഒന്നുകൂടി പരീക്ഷിക്കണമെന്നുണ്ട്."

"അതെ. എന്നാൽ അതങ്ങനെതന്നെ മതി."

പൂങ്കൊടി അച്ഛന്റെ അനുവാദത്തോടെ അവർ പോയ വഴിക്ക

നടന്നു. പണിക്കർക്ക് കാര്യം മനസ്സിലായി. ബുദ്ധിമതിയായ മകൾ ആ അഭ്യാസികളുടെ ഉള്ളുകള്ളി അറിയാനാണ് പിന്നാലെ പോകുന്നതെന്ന് അദ്ദേഹം ഊഹിച്ചു.

പണിക്കർ അങ്ങനെ പലതും ആലോചിച്ച് അവിടെ നില്ക്കുമ്പോൾ പൂങ്കൊടിയെ അന്വേഷിക്കാൻ പോയ കണ്ണപ്പൻ ഓടിവന്ന് ഇങ്ങനെ പറഞ്ഞു:

"എന്റെ പൊന്നമ്മാവാ, ഞാൻ ഇവളെ നോക്കാത്ത ഇടമില്ല. ഇങ്ങനെയാണെന്നെ അവൾ ഇയ്യിടെ എല്ലാം. ഒരേടത്തും നോക്കിയാൽ കാണില്ല. കൊളത്തി മുങ്ങിയാ കെണറ്റിലാ പൊങ്ങുന്നത്."

"ശരി. നീ ഒന്നുകൂടി എല്ലാടവും നോക്കിവാ. നിനക്ക് പിന്നെന്താ ജോലി കണ്ണപ്പാ?' പണിക്കർ ചിരിച്ചുകൊണ്ടു ചോദിച്ചു.

"അമ്മാവാ ഞാനവളെ നോക്കി നടന്നോളാ. പക്ഷേ അമ്മാവനൊന്നു ഗുണദോഷിക്കണം അവളോട്."

"ഞാനെന്തു ഗുണദോഷിക്കണമെന്നാണ് കണ്ണപ്പൻ പറയുന്നത്?"

"പൂങ്കൊടി പ്രായം വന്നിരിക്കുന്ന ഒരു പെൺകുട്ടിയാണ്. അവളിങ്ങനെ ഒറ്റയ്ക്ക് അലഞ്ഞുനടക്കരുതെന്ന്."

"അതിനല്ലേ കണ്ണപ്പാ നിന്നെ ഞാൻ നോക്കാനേല്പിച്ചിരിക്കുന്നത്. നീയുള്ളപ്പോൾ അവളെപ്പറ്റി എനിക്ക് പരിഭ്രമിക്കാനൊന്നുമില്ല."

"അമ്മാവൻ അങ്ങനെയാണ് പറയണെങ്കിൽ ഞാനേറ്റു. ഇതാ ഞാൻ ഒന്നുകൂടെ തിരഞ്ഞുപിടിച്ചുകൊണ്ടുവരാം."

കണ്ണപ്പൻ വീണ്ടും പൂങ്കൊടിയെ അന്വേഷിക്കാൻ ഓട്ടം തുടങ്ങി.

വെളുത്തോനും ശബരിയാരും നേരെ അതിഥിമന്ദിരത്തിലേയ്ക്കാണ് പോയത്. പൂങ്കൊടി അവർക്ക് അവിടെ വേണ്ട സൗകര്യങ്ങളെല്ലാം ഏർപ്പാടുചെയ്തു. വെളുത്തോന്ന് ഉടൻതന്നെ വീട്ടിലേയ്ക്കു പോകേണ്ട അത്യാവശ്യമുണ്ടായിരുന്നതിനാൽ പിറ്റേന്നു വന്ന് കണ്ടുകൊള്ളാമെന്നു പറഞ്ഞ് അദ്ദേഹം യാത്രതിരിച്ചു. ശബരിയാരും പൂങ്കൊടിയും തനിച്ചായി. ശബരിയാർ പൂങ്കൊടിയെ നോക്കി കൃതജ്ഞതാവിവശനായി ഇങ്ങനെ പറഞ്ഞു:

"എനിക്കുവേണ്ടി പൂങ്കൊടി വളരെ വിഷമിക്കുന്നുണ്ട്. അച്ഛനെ കബളിപ്പിക്കാനെടുത്ത അടവുകളും ഞാൻ മനസ്സിലാക്കി."

"അപ്പോൾ അങ്ങനെ ഒരടവുംകൂടി അങ്ങു പഠിച്ചു, ഇല്ലേ? ഇനി അച്ഛന്റെ കളരിയിൽനിന്ന് പഠിക്കാൻ എന്താണ് ഒരടവുള്ളത്?"

"ഇനി ഉള്ളതു പറയാം പൂങ്കൊടി. എനിക്ക് പൂഴിയങ്കം പഠിക്കണമെന്ന് ഒരാശയേ ഉള്ളൂ; അതെങ്ങനെയെങ്കിലും പൂങ്കൊടി സാധിച്ചുതരണം."

"അല്ലാ, നടക്കാത്ത കാര്യമാണല്ലോ അവിടന്ന് പറയുന്നത്. അച്ഛൻ അതും ആരെയും പഠിപ്പിച്ചിട്ടില്ല, ആരേയും പഠിപ്പിക്കുമെന്നും തോന്നുന്നില്ല."

"അതെനിക്കറിയാം, അതുകൊണ്ടല്ലേ ഞാൻ ഇത്രയും വിഷമിച്ച് ഇവിടെ വന്നത്. പൂങ്കൊടി പറഞ്ഞാൽ അച്ഛൻ കേൾക്കാതിരിക്കില്ല."

"ശരി: എന്നിട്ട്?"

"എന്നിട്ടെന്നോ? എനിക്കു മനസ്സിലാവുന്നില്ല."

"ഞാൻ നിർബന്ധിച്ചു പറഞ്ഞിട്ട് ആ അടവും അങ്ങു പഠിച്ചു. എന്നിട്ടോ?"

"അതുകൂടി പഠിച്ചാലേ എന്റെ ലക്ഷ്യം ശരിക്കും സാധിക്കുകയുള്ളൂ."

"എന്താണ് അങ്ങയുടെ ലക്ഷ്യം? എന്നോട് പറഞ്ഞില്ലല്ലോ."

"പൂങ്കൊടിയെ ഞാൻ മറയ്ക്കുന്നില്ല. ഞാനെല്ലാം പറയാം. അതിനുമുൻപ് ഞാനൊരു കാര്യം ചോദിച്ചാൽ എന്നോടും പറയുമോ?"

"എന്താണ് ആ രഹസ്യം? കേൾക്കട്ടെ. പറയാവുന്നതാണെങ്കിൽ പറയാം."

"പറയാൻ വിഷമമൊന്നുമില്ല. പക്ഷേ പൂങ്കൊടിയ്ക്ക് അത് അറിയുമോ എന്നേ എനിയ്ക്ക് സംശയമുള്ളൂ."

"എന്താണ്? കേൾക്കട്ടെ. എന്നിട്ട് പറയാം."

"ഇന്നലെ രണ്ടുപേർ ഈ അതിഥിമന്ദിരത്തിലുണ്ടായിരുന്നല്ലോ. അവരെ ഇന്ന് കാണാനുമില്ല. അവരാരാണ്? എന്തിനാണവർ അച്ഛനെ കാണാൻ വന്നത്?"

"എന്താണ് അങ്ങേയ്ക്ക് അങ്ങനെ ഒരു സംശയം തോന്നാൻ കാരണം?"

"അത് ഞാൻ പറയാം. അവരെ ഞാൻ നല്ലതു പോലെ അറിയും. എന്റെ നാട്ടുകാരാണ് അവർ."

"എന്ത്? പന്തളത്തുകാരോ? ഓ, അതാണല്ലേ, അങ്ങ് ഇന്നലെ ഇവിടെ പാർത്തും പതുങ്ങിയും നടന്നത്?"

"അതെ പൂങ്കൊടി. അവർ വലിയ കൃത്രിമക്കാരാണ്. അവർ ഇവിടെ വന്നത് എന്തോ തകരാറുണ്ടാക്കാനാണെന്നു തീർച്ച. അതു കൊണ്ടാണ് ഞാൻ അങ്ങനെ ഒരബദ്ധം പൂങ്കൊടിയുടെ വീട്ടിൽവെച്ചു പ്രവർത്തിച്ചത്."

"അങ്ങ് പ്രവർത്തിച്ച അബദ്ധം എനിക്ക് സുബദ്ധമായി. എനിക്ക് അങ്ങയെ രക്ഷിക്കാൻ കഴിഞ്ഞു. ഇനി അങ്ങേയ്ക്ക് എന്നെ രക്ഷിയ്ക്കാനും കഴിയും."

"അതെങ്ങനെ? എനിക്കൊന്നും മനസ്സിലാവുന്നില്ലല്ലോ."

"ചുരുക്കിപ്പറയാം. എന്റെ അച്ചൻ ധീരനും വീരനുമാണെങ്കിലും ഒരു ശുദ്ധഗതിക്കാരനാണ്, അച്ഛന് ഞാനെന്നുവെച്ചാൽ പ്രാണനാണ്. ഒരാശയേ അച്ചനുള്ളൂ. എന്നെ ഒരു റാണിയായി കണ്ടു മരിക്കാൻ!"

"അതൊരു നല്ല ആശയാണല്ലോ. അച്ഛൻ വിചാരിച്ചാൽ അതിന് വഴിയുണ്ടല്ലോ."

"ഞാൻ അങ്ങയോട് തുറന്നു പറയാം. അച്ഛൻ വിചാരിക്കുന്ന വഴിയെല്ലാം തകരാറുപിടിച്ചതാണ്. എന്നെ ഉദയനന്റെ പട്ടമഹിഷിയാക്കാനാണ് അച്ഛൻ ഉദ്ദേശിക്കുന്നത്."

അയ്യപ്പൻ ഒന്ന് ഞെട്ടി. അദ്ദേഹത്തിന്റെ കൺമുന്നിൽ എല്ലാം തെളിഞ്ഞുവിളങ്ങി. അഗ്നിശർമ്മനും ഒട്ടകനാരും ഉദയന്റെ ദൂതന്മാരോ? അവരെങ്ങനെ ഈ ദൗത്യം വഹിച്ചു? അവർ ഇതിനാണോ തണ്ണീർമുക്കത്തു വന്നത്? എന്തിനാണ് അവർ മഹിഷിഅമ്മച്ചിയുടെ പേരു പറഞ്ഞത്?"

"എന്താണ് അങ്ങ് ആലോചിക്കുന്നത്? അങ്ങയ്ക്കു ഉദയനനെ നേരിട്ടറിയാമോ?"

"പൂങ്കൊടി, ഞാൻ അറിയേണ്ടത് അറിഞ്ഞു, വലിയ കുഴപ്പത്തിലാണല്ലോ പണിക്കരാശാൻ ചെന്നു ചാടിയിരിക്കുന്നത്!"

"അങ്ങു വിചാരിക്കുന്നതുപോലെ കുഴപ്പമൊന്നുമില്ല. ഞാൻ പറയുന്നതിനു എതിര് അച്ഛൻ പറയില്ല. എങ്കിലും ഞാനൊരു റാണിയായി നാടു ഭരിച്ചുകാണണമെന്ന ആശയാണ് അച്ഛനെ അവരുടെ വലയിൽ കുടുക്കിയത്."

"പൂങ്കൊടി സങ്കടപ്പെടേണ്ട. പൂങ്കൊടിയെ ഒരു റാണിയായി വാഴിക്കാൻ എനിക്കും കഴിയും."

"ഒരു രാജകുമാരനായ അങ്ങ് പറയുന്നത് ഞാൻ വിശ്വസിക്കുന്നു!"

അത്രയും പറഞ്ഞു കഴിഞ്ഞപ്പോഴാണ് കണ്ണപ്പൻ വായും പിളർന്നു അവിടെ നിൽക്കുന്നതു ഇരുവരും കണ്ടത്.

"അടി ബലേ! അങ്ങനെ വരട്ടെ. എങ്ങാണ്ടുനിന്നു വന്ന ഒരുവനുമായി രാശാവും റാണീം കളിക്കാനാണോ നീയെന്നെ ഒളിച്ച് ഇവിടെ വന്നത്? ദേ, അമ്മാവൻ എത്ര നേരായി അന്വേഷിക്കുന്നു. വേഗം ചെല്ല്. അല്ലെങ്കിൽ ഞാൻ ചെന്നു പറയട്ടെ. ഇവിടെ രണ്ടുപേരും കൂടി രാശാവും റാണിയും കളിക്കയാണെന്ന്."

കണ്ണപ്പൻ ഒരൊറ്റശ്വാസത്തിന്ന് ഇതെല്ലാം പറഞ്ഞു.

അയ്യപ്പനും പൂങ്കൊടിയും അറിയാതെ ഞെട്ടിപ്പോയി.

"എന്താ കണ്ണപ്പൻചേട്ടാ ഈ വിഡ്ഢിത്തം പറയണത്? ഞങ്ങള് പുരാണം പറയുകയായിരുന്നു. ഇന്നാളൊരിക്കൽ ഞാൻ വായിച്ചകേ

ൾപ്പിച്ച ആ കഥ പറയുകയായിരുന്നു. അയ്യോ ചേട്ടനിത്ര ശ്രദ്ധനായി പ്പോയല്ലോ!"

"ഏതു കഥയാടീ പൂങ്കൊടി? ഞാനതു അന്നേ മറന്നല്ലോ."

"ചേട്ടാ, കചൻ കചൻ എന്നൊരു രാജകുമാരനെപ്പറ്റി കേട്ടിട്ടി ല്ലേ?"

"അന്നു നീ പറഞ്ഞപ്പോൾ കേട്ടു. ഞാനതു അപ്പോഴേ മറന്നു പോയി. എന്നാൽ അവിടെ ഇരുന്നു ബാക്കീം പറ."

"ആ രാജകുമാരന്നേ, ഒരു റാണിയുണ്ടായിരുന്നു."

"എന്താണവരുടെ പേര്?"

"പൂങ്കൊടീ" - മൂപ്പനായിരുന്നു വിളിച്ചത്.

"അല്ലാ അച്ഛൻ ഇങ്ങോട്ടുതന്നെ വന്നല്ലോ. എന്താണച്ഛാ."

"ഒ കണ്ണപ്പനുമുണ്ടോ? നിന്നെ കണ്ടില്ലെന്നു പറഞ്ഞു അവൻ ഇവി ടെയെല്ലാം ഓടിനടക്കുകയായിരുന്നു. എടാ, കണ്ണപ്പാ, നീയിനി വീട്ടി ലേക്കു ചെല്ല്." കണ്ണപ്പൻ തലയുടെ പിൻഭാഗം ചൊറിഞ്ഞു വായും പിളർന്നു അവിടെ നിന്നു.

"എടാ പോവാനല്ലേ പറഞ്ഞത്. പിന്നേം വായും പിളർന്നു നിൽക്ക യാണോ അവിടെ?"

"അല്ല, അമ്മാവാ. ഈ കഥയൊന്നു മുഴുവൻ കേട്ടിട്ട് പോവാമെന്നു കരുതി നിൽക്കയാ."

"ഏത് കഥയാണെടാ, പമ്പരവിഡ്ഢി?"

"ആ രാജകുമാരൻറേം റാണീടേം കഥ. റാണീടെ പേരൊന്നു കേട്ടാൽ മതി. ഞാൻ പൊക്കോളാം."

"ഏതു കഥയാണ് പൂങ്കൊടി ഇവൻ പറയുന്നത്? ഏതു രാജകുമാ രൻ ഏതു റാണി?"

"കണ്ണപ്പൻ ചേട്ടന് ചിലപ്പോൾ ഞാൻ പുരാണം പറഞ്ഞുകൊടു ക്കാറുണ്ട്. അതാണ് ചോദിക്കുന്നത്."

"എടാ, പുരാണം കേൾക്കാൻ ഒരവസരം. ഇവനിങ്ങനെ ഒരു വിഡ്ഢിയായിപ്പോയല്ലോ. ഉം. അതൊക്കെ പിന്നെ കേൾക്കാം. നീ പൊയ്ക്കോ."

കണ്ണപ്പൻ സ്ഥലംവിട്ടു.

"ശബരിയാരേ നിങ്ങളോട് ഒരു കാര്യം ചോദിക്കാൻ വിട്ടുപോയി. നിങ്ങളെ ഇവിടത്തെ കളരിയിൽ പ്രവേശിക്കുന്നതിനു മുൻപ് നിങ്ങൾ പഠിച്ച അടവുകളെല്ലാം ഒന്നു കാണിക്കണം. കടത്തനാടൻ സമ്പ്രദാ യമെല്ലാം പഠിച്ചെന്നു പറഞ്ഞല്ലോ."

"അതിനു വിഷമമില്ല ആശാനെ. ഒറ്റയ്ക്കു കാണിക്കണോ? മറ്റാരോ

ടെങ്കിലും നിന്നു പൊരുതി കാണിക്കണോ?"

"രണ്ടും വേണം."

"അങ്ങു പറയുന്ന ആരോടും പൊരുതാം. ഇവിടെ ശിഷ്യന്മാരുണ്ടെങ്കിൽ ഇപ്പോൾത്തന്നെ ആവാം."

"എന്താ പൂങ്കൊടി? എന്തു പറയുന്നു? ശബരിയാർ ആരോടാണു പൊരുതേണ്ടത്?"

"അച്ഛൻതന്നെ പറയൂ."

"ശബരിയാരെ, ഇവളെ ഞാൻ ഏതാണ്ടെല്ലാം അഭ്യസിപ്പിച്ചിട്ടുണ്ട്. ഇവളോടു തന്നെ ഒരു കൈയ് നോക്കാമൊ?"

"അച്ഛനെന്നെ പരിഹസിക്കുകയാണ്." പൂങ്കൊടി ഇടയ്ക്കുകയറിപ്പറഞ്ഞു.

ശബരിയാർ വിനയപൂർവ്വം അറിയിച്ചു:

"അതാണ് എനിക്കുവെച്ച മത്സരപ്പരീക്ഷയെങ്കിൽ, അതിനു തെയ്യാറാണ്."

"എന്നാൽ നാളെക്കാലത്തുതന്നെ നടത്താം അത്. നിങ്ങളെ യാത്രയാക്കിയശേഷം എനിക്കു തോന്നിയ അഭിപ്രായമാണ്. അതുകൊണ്ടാണ് ഞാൻതന്നെ ഇങ്ങോട്ടുപോന്നത്."

ശബരിയാരും പൂങ്കൊടിയും പരസ്പരം നോക്കി. പൂങ്കൊടിയുടെ മുഖത്ത് പൗരുഷവും സ്ത്രീസഹജമായ ശാലീനതയും മാറിമാറി കളിയാടുന്നത് ശബരിയാർ കണ്ടു...

പണിക്കാരുടെ നിർദ്ദേശപ്രകാരം കളരിയിൽ പയറ്റിനുവേണ്ട ഒരുക്കങ്ങൾ ചെയ്തു. അഭ്യാസപ്പരീക്ഷ മറ്റാരും കാണാതെ പണിക്കരുടേയും ചുരുക്കം ചില സിൽബന്തികളുടേയും സാന്നിദ്ധ്യത്തിൽ മതിയെന്നു നിശ്ചയിച്ചു.

പിറ്റേന്ന് നേരംപുലർന്നു ശബരിയാർ അങ്കത്തിനൊരുങ്ങി. ഒരുക്കം പൂർത്തിയായതോടെ വെളുത്തോനും അവിടെ എത്തിച്ചേർന്നിരുന്നു. പണിക്കരുടെ അനുമതിവാങ്ങി വെളുത്തോൻ ശബരിയാർക്കു അങ്കപ്പറ്റായി നിന്നു.

ശബരിയാർ ആദ്യം ഒറ്റയ്ക്കു നിന്നു പയറ്റുമുറകൾ കാണിക്കട്ടെ എന്നായിരുന്നു പണിക്കരുടെ കല്പന. അതനുസരിച്ച് ശബരിയാർ ഓരോന്നു പ്രകടിപ്പിച്ചുതുടങ്ങി. ഓരോ അടവുമുറയും കാണുന്തോറും പണിക്കരും പൂങ്കൊടിയും വെളുത്തോനും മറ്റു സിൽബന്തികളും അത്ഭുതാദരങ്ങളിൽ മുഴുകിത്തുടങ്ങി. അവരെല്ലാം കടത്തനാടൻമുറ പലവുരു കണ്ടു പരിചയിച്ചിട്ടുള്ളതാണ്; എങ്കിലും അതിലെല്ലാം ഉപരിയായി എന്തോ സിദ്ധികൾ ശബരിയാർക്കു കൈവന്നിട്ടുണ്ടെന്നു കാഴ്ചക്കാ

ർക്കു ബോദ്ധ്യമായി. നാലഞ്ചടവുകൾ കണ്ടുകഴിഞ്ഞപ്പോൾ പൂങ്കൊടി അർത്ഥഗർഭമായി അച്ഛനെ ഒന്നു നോക്കി. അവർതമ്മിൽ എന്തോ ഒന്നു മന്ത്രിച്ചു.

പണിക്കർ ഹസ്തസംജ്ഞകൊണ്ട് ശബരിയാരുടെ പ്രകടനം നിർത്തി ഇങ്ങിനെ പറഞ്ഞു:

"ഇനി അടവുകൾ മതിയാക്കാം. ഞങ്ങൾക്കെല്ലാവർക്കും ബോദ്ധ്യപ്പെട്ടു ശബരിയാരുടെ മാഹാത്മ്യം. ഇവിടെനിന്നു ശബരിയാർക്കു ഇനിയൊന്നും പഠിക്കാനില്ലല്ലോ. പിന്നെ എന്തിനാണ് ഈ കളരിയിലേക്കു പോന്നത്?"

"ആശാന് വിസമ്മതമില്ലെങ്കിൽ പൂഴിയങ്കംകൂടി പഠിച്ചാൽ കൊള്ളാമെന്നുണ്ട്." ശബരിയാർ അറിയിച്ചു.

"അതിന് ഞാൻ സമ്മതിക്കണമെങ്കിൽ ചില കരാറുകളെല്ലാം വേണം. ഞാനാരേയും അതു പെട്ടെന്നങ്ങു അഭ്യസിപ്പിക്കില്ല. പെട്ടെന്ന് അഭ്യസിക്കാനുള്ള ഒരു 'വഹ'യല്ലാ അത്."

"കരാറുകൾ എന്തെല്ലാമാണെന്നു, വിരോധമില്ലെങ്കിൽ, അറിഞ്ഞാൽ കൊള്ളാമെന്നുണ്ട്." ശബരിയാർ വിനയപൂർവ്വം പറഞ്ഞു.

"അതെല്ലാം സാവധാനത്തിലേ അറിയിക്കാൻ പറ്റൂ. ഏതായാലും എനിക്കു വളരെ സന്തോഷമായി. ശബരിയാർ കുറേ നാൾ ഈ കളരിയിൽ കൂടണം. എന്നിട്ട് ഇവിടെ കുറെ കുട്ടികളെ ഈ സമ്പ്രദായങ്ങൾ അഭ്യസിപ്പിക്കണം. എന്താ മോളെ?"

"അച്ഛാ എനിക്കും ഇതെല്ലാം കുറെ അഭ്യസിക്കണമെന്നുണ്ട്."

"ശബരിയാർക്കു മനസ്സിലായോ പൂങ്കൊടി പറഞ്ഞതിന്റെ പൊരുള്? തണ്ണീർമുക്കം കളരി പേരുകേട്ട ഒന്നാണെന്നാണ് വെപ്പ്. ഇവിടെ ശരിക്കും പയറ്റിത്തെളിഞ്ഞ ഒരാൾക്ക് പുറമേപോയി ഒന്നും അഭ്യസിക്കാനില്ലെന്നുമാണ് ധാരണ. ഇപ്പോൾ ശബരിയാരുടെ അടവുകൾ കണ്ടതോടെ പൂങ്കൊടിക്ക് ആ അഭിമാനമെല്ലാം നഷ്ടപ്പെട്ടിരിക്കുന്നു!"

"ആശാന്റെ മുഖത്തുനിന്നു ഇതു കേൾക്കാൻ സന്തോഷമുണ്ട്! എങ്കിലും ഈ കളരിയിൽനിന്നു ഇനിയും പലതും പഠിക്കാനുണ്ടെന്നാണ് എന്റെ വിശ്വാസം. അതുകൊണ്ട് ആശാൻ ദയവുണ്ടായി എന്നെ ഇതിനനുവദിക്കണം - എനിക്കു വശമില്ലാത്തതു പറഞ്ഞുതരണം." ശബരിയാർ അർത്ഥിച്ചു.

"അല്ല, അതു മനസ്സിലായി. ശബരിയാർ പറയുന്ന കാര്യം മനസ്സിലായി. പൂഴിയങ്കത്തിന്റെ ചടങ്ങ് പഠിക്കണമെന്നല്ലേ? അതേ ഇനി

ശബരിയാർക്കു പഠിക്കാനുള്ളതാനും. ഏതായാലും ഈ കളരിയിലെ ആശായ്യയായി കുറേ നാൾ ഇരിക്ക. എന്നിട്ടു ഞാൻ നിശ്ചയിക്കാം അക്കാര്യം. എന്താ വെളുത്തോൻ ഒന്നും മിണ്ടാത്തത്?"

"ആശാന്റെ അഭിപ്രായം അങ്ങനെയാണെങ്കിൽ ചേട്ടൻ കുറേനാൾ ഇവിടെ കഴിയട്ടെ. എനിക്കും ചേട്ടന്റെ അടുക്കൽ കുറെ അഭ്യാസം നടത്തണമെന്നുണ്ട്."

"അതു കൊള്ളാം. വെളുത്തോനും ഇവിടെത്തന്നെ കൂടാം. ഞാനിപ്പോൾ നാട്ടുകാരെ ഒരായിരം പേരെ പയറ്റ് പഠിപ്പിക്കാമെന്നു വെച്ചിട്ടുണ്ട്. അതിനെല്ലാം ഇവിടെ പഠിപ്പിക്കാനും ആളുവേണം. പൂങ്കൊടിയും ശബരിയാരും വെളുത്തോനും അക്കാര്യം എന്റെ മേൽനോട്ടത്തിൽ നടത്തണം. എന്താ മോളെ?"

"അച്ചൻ പറയുന്നപോലെ."

"എന്നാൽ ശരി. ഞാൻ അതിനുവേണ്ട ഏർപ്പാടുകൾ ചെയ്യുന്നുണ്ട്. ശബരിയാർ ഇന്നുമുതൽ ഇവിടത്തെ കൊച്ചാശാനാണ്."

16

അമ്മച്ചിയുടെ ആലസ്യം

"ഇയാളൊരു മായാവിയാണല്ലോ തിരുമേനി."

"സംശയോണ്ടോ? തനി മായാവി. മന്ത്രവാദി - കൊറവനല്ലേ ജാതീല്. കൊറവൻ! ഒട്ടകനാരു കൊട്ടാരത്തിൽ ആരോടും ചോദിക്ക ഉണ്ടായില്യേ അയാളെപ്പറ്റി?"

മിക്ക ആളുകളോടും ചോദിച്ചുനോക്കി. അറിഞ്ഞുകൂടാ പോലും. വലിയതമ്പുരാനുമാത്രമേ അറിയാവൂ. അദ്ദേഹത്തോടു ആരു ചോദിക്കാൻ?"

"അമ്മച്ചി കൈയ്യിലുള്ളപ്പോൾ പിന്നെ ഒട്ടകനാർക്കു ഇക്കഥ അറിയാൻ വല്ല വിഷമോം ഉണ്ടോ?"

"അതല്ലേ തിരുമേനി പറ്റിപ്പോയത്. അമ്മച്ചിക്കും നിശ്ചയമില്ല. അമ്മച്ചി വലിയതമ്പുരാനോട് ചോദിച്ചിട്ട് അതെല്ലാം രാജ്യകാര്യമാണ്, രഹസ്യമാണ് എന്നു പറഞ്ഞു ഒഴിയാണുപോലും."

പന്തളത്തു കൊട്ടാരത്തിൽ അയ്യപ്പനുണ്ട് എന്ന ധാരണയിലാണ് ഒട്ടകനാരും അഗ്നിശർമ്മനും കഴിഞ്ഞിരുന്നത്. അവരുടെ ഉപജാപങ്ങൾക്കു ശരവ്യമായിരുന്ന ആ മായാവി ഒളിച്ചും മാറിയും നടന്നിരുന്നു. തന്ത്രങ്ങളും ഉപായങ്ങളും ഫലിക്കുന്നുമില്ല. അവർ ആകെക്കുഴങ്ങി. ഇരുവരും കുറേനേരം ആലോചനയിൽ മുഴുകിയിരുന്നു. ഒടുവിൽ അഗ്നിശർമ്മന്റെ കണ്ണുകളിൽ ഒരു തിളക്കം വന്നു? അതെ, ഒരുപായത്തിന്റെ ഉൽപ്പത്തിയെ കുറിക്കുന്ന അടയാളമായിരുന്നു അത്.

"അ: കിട്ടിപ്പോയി. ഒട്ടകനാരേ! കിട്ടിപ്പോയി."

"ആരെയാണു തിരുമേനി? ആ ഇന്ദ്രജാലക്കാരനെയോ? എവിടെ?" ഒട്ടകനാർ ഞെട്ടിക്കൊണ്ടു ആരാഞ്ഞു.

“അവനെയല്ലെടോ. അവനെ കണ്ടുകിട്ടാനുള്ള ഒരുപായം കിട്ടി, താൻ തന്നെയാണിതിനുപറ്റിയ ആളും.”

“നൂറായിരം വലകൾ നമ്മൾ വച്ചു. എല്ലാം പൊട്ടിച്ച് അവൻ ചാടി രക്ഷപ്പെട്ടു. നമ്മൾ വയ്ക്കുന്ന വലയിൽ നമ്മൾ തന്നെ കുടുങ്ങുന്നതു എപ്പോഴാണെന്നു കണ്ടറിയണം.” ഒട്ടകനാരുടെ ബുദ്ധിയും ശക്തിയും ഒട്ടേറെ ക്ഷയിച്ചമട്ടായി.

“ഇതുകൊണ്ടൊന്നും നമ്മളു കുലുങ്ങരുതു ഒട്ടകനാരേ. ഞാൻ പറയുന്ന ബുദ്ധിയൊന്നു പ്രയോഗിച്ചു നോക്കുക, ആളെ ഞാൻ ഒരു നിമിഷത്തിനകം ഇവിടെ വരുത്തിത്തരാം.”

“തിരുമേനീ, മന്ത്രവാദംകൊണ്ടൊന്നും അവിടെ രക്ഷയില്ല. പിശാചിനെ മന്ത്രവാദി കെട്ടും; മന്ത്രവാദിയെ കെട്ടുന്ന പിശാചുണ്ടോ?”

“എടോ മന്ത്രമൊന്നുമല്ല ഇവിടെ വേണ്ടത്. അതിലൊന്നും എനിക്കു വിശ്വാസമില്ലാണ്ടായി. തന്ത്രം! തന്ത്രംകൊണ്ടേ വല്ലതും സാധിക്കൂ.”

“എന്നാൽ അതുംകൂടി നോക്കാം. കേൾക്കട്ടെ.”

നമ്പൂരിയും ഒട്ടകനാരും കൂടി വളരെനേരം രഹസ്യ സംഭാഷണത്തിലേർപ്പെട്ടു. സംതൃപ്തമായ മുഖഭാവത്തോടെ ഒട്ടകനാർ നേരേ കൊട്ടാരത്തിലേക്കു നടന്നു.

നേരം ഉച്ചതിരിഞ്ഞുകാണും. കൊട്ടാരത്തിലുള്ള പാറാവുകാർ ഉച്ചച്ചൂടിൽ തണലിലിരിക്കുന്ന സമയമാണത്. കൊട്ടാരം വൈദ്യൻ ബദ്ധപ്പെട്ടു നടന്നുവരുന്നത് കണ്ടപ്പോൾ എല്ലാവരുമൊന്നു പരുങ്ങി. ആർക്കായിരിക്കാം കൊട്ടാരത്തിൽ ആലസ്യമെന്നായി ഓരോരുത്തരുടേയും സംശയം. അത്രമാത്രം പരിഭ്രാന്തിയും വല്ലായ്മയും ഒട്ടകനാരുടെ മുഖത്തുണ്ടായിരുന്നു.

ഒട്ടകനാർ അന്തഃപുരത്തിലേക്കാണ് ചെന്നത്. തവണ നില്ക്കുന്ന പാറാവുകാരോട് ഒരു കൂസലുമില്ലാതെ അദ്ദേഹം പറഞ്ഞു. അമ്മച്ചിക്കു എന്തോ അരുതായ്മ കലശലായുണ്ടെന്നറിഞ്ഞാണ് താൻ വരുന്നതെന്ന്. വൈദ്യനു ആളുപോയ കഥയൊന്നും ഒരുപക്ഷേ ആ പാറാവുകാർ അറിഞ്ഞിരുന്നില്ല.

ഒട്ടകനാർ അന്തഃപുരത്തിനകത്തു കടന്നു. അമ്മച്ചിയുടെ വിശ്രമമുറിക്കടുത്തു ചെന്നു തവണക്കാരിയെ സ്വകാര്യമായി വിളിച്ച് അദ്ദേഹം എന്തോ പറഞ്ഞു. അധികം താമസിയാതെ ഒട്ടകനാരെ അവർ അകത്തേക്കു കൂട്ടിക്കൊണ്ടുപോയി.

ഏതാണ്ട് ഒന്നൊന്നര നാഴിക കഴിഞ്ഞാണ് ഒട്ടകനാർ അന്തഃപുരം വിട്ടു തിരികെപ്പോയത്. ആർക്കുമൊന്നും മനസ്സിലായില്ല. അമ്മച്ചിയുടെ ആലസ്യത്തിന്റെ കഥകൾ ഒട്ടകനാർ ഒന്നും പറയാൻ കൂട്ടാക്കാ

ഞ്ഞതിനാൽ ആരുമൊന്നും അങ്ങോട്ടു ചോദിക്കാൻ ധൈര്യപ്പെട്ടുമില്ല.

നേരം സന്ധ്യ കഴിഞ്ഞതോടെ അന്തഃപുരത്തിലെങ്ങും പരിഭ്രമം പരന്നു. ചെവിക്കുചെവിയായി ഓരോരുത്തർ കേട്ടറിഞ്ഞു മഹിഷി അമ്മച്ചിക്ക് എന്തോ കലശലായ ആലസ്യമുണ്ടെന്ന്. ഒട്ടകനാർ വന്നുപോയ വിവരവും ഈ വാർത്തയുംകൂടി ചേർത്തുനോക്കിയപ്പോൾ ആളുകൾ അതു വിശ്വസിക്കുകയും ചെയ്തു. പക്ഷേ എന്താണ് കഥയെന്നു ആർക്കും ശരിയായി മനസ്സിലായുമില്ല.

തവണക്കാർ ആരോ പറഞ്ഞാണ് ഇക്കഥ വലിയതമ്പുരാൻ മനസ്സിലാക്കിയത്. "ഏയ്, ഇന്നുച്ചവരെ ഒന്നുമുണ്ടായിരുന്നില്ല, ഇത്ര പെട്ടെന്നു മായിക്കു അരുതായ്ക വന്നെന്നോ? വേഗം ഒട്ടകനാർക്കു ആളു പോട്ടെ. വേഗം വരുത്തുക വൈദ്യരെ." വലിയതമ്പുരാന്റെ കല്പന കേട്ടപ്പോൾ കൊട്ടാരത്തിലുള്ളവർക്കു വീണ്ടും ചില സംശയങ്ങളുണ്ടായി. ഒട്ടകനാർ ഉച്ചതിരിഞ്ഞു വന്ന കഥ വലിയതമ്പുരാൻ അറിഞ്ഞില്ലെന്നോ? അമ്മച്ചിയുടെ രോഗവിവരം പിന്നെ ആരു പറഞ്ഞാണ് ഒട്ടകനാർ ആദ്യം അറിഞ്ഞത്?

വലിയതമ്പുരാൻ അമ്മച്ചിയുടെ മുറിയിലേക്കു കടന്നുചെന്നു. അവിടെ കണ്ട കാഴ്ച അദ്ദേഹത്തെ വല്ലാതെ പരിഭ്രമിപ്പിച്ചു. അമ്മച്ചി ഒറ്റയ്ക്കു മെത്തയിൽ കമഴ്ന്നു കിടന്നു കരയുന്നു; ഇടയ്ക്കിടയ്ക്ക് അങ്ങോട്ടുമിങ്ങോട്ടും ഉരുളുന്നു: മറിയുന്നു. മറ്റുള്ളവർ അടുത്തു ചെല്ലാതെ വിഷമിച്ചു നോക്കി നില്ക്കുന്നേ ഉള്ളൂ.

"ഇതെന്തു കഥയാണ്? എന്താ മായിക്ക്? എന്താണു എല്ലാവരും മിഴിച്ചുനോക്കി നില്ക്കുന്നത്?"

ആർക്കുമൊന്നും പറയാനുണ്ടായിരുന്നില്ല. അവരെല്ലാം ഒന്നുമറിയാതെ പാവകളെപ്പോലെ മിഴിച്ചു നിന്നേയുള്ളൂ.

തമ്പുരാൻ മെത്തയ്ക്കരികെ ചെന്നു അമ്മച്ചിയുടെ അടുത്തിരുന്നു മെല്ലെ "മായീ മായീ" എന്നു വിളിച്ചുനോക്കി. മിണ്ടാട്ടമില്ല. ഞരങ്ങലും മൂളലും മാത്രം.

സ്നേഹനിധിയായ വലിയതമ്പുരാൻ ആകെ വിഷണ്ണനായി. ചുറ്റും നില്ക്കുന്നവരുടെ മുഖത്തേയ്ക്ക് അദ്ദേഹം നോക്കി. എല്ലാവരും ഒന്നും പറയാനാവാതെ വിഷമിച്ചു നില്ക്കുന്നതായി അദ്ദേഹം മനസ്സിലാക്കി.

"വേഗം ഒട്ടകനാർക്ക് ആളു പോകട്ടെ. ഇതെന്താ കഥയെന്ന് ആരും പറയുന്നില്ലല്ലോ." ഒട്ടകനാരെ വിളിക്കാൻ ഇതിനകം ആളു പോയിരുന്നു. ഈ സമയത്തെല്ലാം അമ്മച്ചി മെത്തയിൽക്കിടന്ന് ഉരുളുകയായിരുന്നു. ഒന്നുരണ്ടുതവണ തമ്പുരാന്റെ മുഖത്തു ദയനീയമായി നോക്കി. "നോവു വയറ്റിൽ" എന്നു മാത്രം കഷ്ടിച്ചു പറഞ്ഞു. തമ്പുരാനു

പരിഭ്രമം കലശലായി. നിമിഷങ്ങൾ അദ്ദേഹം ഉന്തിനീക്കി. അതാ ഒട്ടകനാർ വന്നല്ലോ.

"വൈദ്യരേ, ഇങ്ങനെയുണ്ടോ ഒരു സുഖക്കേട് ദാ, നോക്കു. എന്തെങ്കിലുമൊന്നു ഉടൻ ചെയ്യു. വയറ്റിൽ നോവാണെന്നു മാത്രം കഷ്ടിച്ചു പറക ഉണ്ടായി."

ഒട്ടകനാർ ഗുളികച്ചെപ്പു തുറന്നു ഒരു ഗുളിക എടുത്തു തമ്പുരാന്റെ കയ്യിലേയ്ക്കു കൊടുത്തു. "ഈ ഗുളിക അവിടന്ന് എങ്ങനെയെങ്കിലും കഴിപ്പിക്കണം. എന്നിട്ടു ബാക്കി നോക്കാം." വലിയതമ്പുരാൻ ഗുളിക വാങ്ങി അമ്മച്ചിയുടെ വായിലിട്ടുകൊടുത്തു. "കടിച്ചു ചവച്ചു ഇറക്കാം, ഇല്ലേ വൈദ്യരേ?" തമ്പുരാൻ കല്പിച്ചു ചോദിച്ചു. "ഓ. സൗകര്യം പോലെ എങ്ങനെയെങ്കിലും അകത്തു ചെന്നു കിട്ടിയാൽ മതിയേ" ഒട്ടകനാർ ആദരപൂർവ്വം അറിയിച്ചു.

എന്തൊരത്ഭുതം. ഒരു മാന്ത്രികശക്തിയെന്നപോലെ അമ്മച്ചിയുടെ നോവു പെട്ടെന്നു ശമിച്ചു. അമ്മേച്ചി കണ്ണുതുറന്നു തമ്പുരാനേയും വൈദ്യരേയും ചുറ്റുമുള്ളവരേയും മാറി മാറി നോക്കി. എല്ലാവരുടേയും മുഖത്ത് ആശ്വാസത്തിന്റെയും സന്തോഷത്തിന്റെയും കിരണകന്ദളങ്ങൾ അങ്കുരിച്ചു.

"ഇനി എല്ലാറ്റിനും ഒരു സാവകാശമുണ്ട്, ഇല്ലേ വൈദ്യരേ?" തമ്പുരാൻ കല്പിച്ചു ചോദിച്ചു.

"എന്നു തീർത്തുമങ്ങു പറഞ്ഞുകൂടാ. ഒന്നു പരീക്ഷിച്ചു നോക്കിയെന്നേ, ഉള്ളൂ. ഇതൊരു..." ഇത്രയും പറഞ്ഞുകൊണ്ട് ഒട്ടകനാർ വലിയതമ്പുരാനെ മുറിയുടെ ഒരു ഭാഗത്തേയ്ക്കു ക്ഷണിച്ചു പതിഞ്ഞ സ്വരത്തിൽ ഇങ്ങനെ തുടർന്നു: "ഇതൊരു... അവിടന്നു പരിഭ്രമിക്കരുത്... ഇതൊരു വല്ലാത്ത രോഗമാണ്... ശൂലനോവെന്നു പറയും. അതിന്റെ ലക്ഷണം തന്നെ ഇങ്ങനെയാണ്. ചിലപ്പോൾ ഒരു ഗുളികപ്രയോഗം കൊണ്ട് തീരെയങ്ങു പോയെന്ന മട്ടാകും. പിന്നെ മുൻപുണ്ടായിരുന്നതിലും കലശലായി പുറപ്പെടും. കുറേ നേരം നില്ക്കും. ഇങ്ങനെയൊരു വകയാണിത്."

"എന്താ വൈദ്യരേ, ഇതിനു മറുകൈയ്യൊന്നുമില്ലെന്നുണ്ടോ?"

"ഇല്ലെന്നുതന്നെ പറയാം. മാറാത്ത രോഗത്തിനു കിട്ടാത്ത ഔഷധം എന്നു കേട്ടിട്ടില്ലേ?"

വലിയതമ്പുരാൻ ഞെട്ടിപ്പോയി.

"വൈദ്യരേ, ഇതെന്താണിപ്പറയുന്നത്? മായീടെ ഈ രോഗം മാറില്ലെന്നോ? അതിനു ഔഷധമില്ലെന്നോ? അതെങ്ങനെ ഇത്രക്ഷണം വൈദ്യർ നിശ്ചയിച്ചു? അല്ല, ഞാൻ അറിയാഞ്ഞിട്ടു ചോദിക്കയാണ്."

ഒടുവിൽ പറഞ്ഞ വാചകം ഒരു രാജാവിന്റെ അധികാരസ്വരത്തിൽ പൊതിഞ്ഞാണ് വലിയതമ്പുരാന്റെ മുഖത്തുനിന്നു വിനിർഗളിച്ചത്. അതു കേട്ടപ്പോൾ ഒട്ടകനാർക്കും ഒരുൾക്കിടിലമുണ്ടായി.

“അല്ലേ, അങ്ങനെയങ്ങു തീർത്തുപറഞ്ഞില്ലല്ലോ. അവിടന്നു തെറ്റിദ്ധരിക്കരുത്. ഈ ശൂലനോവ് ചുരുക്കമായേ ഇങ്ങനെ വരാറുള്ളു. അതു പരീക്ഷിച്ചറിയാനാണ് ആ ഗുളിക കൊടുത്തുനോക്കിയത്. ഇതാ ഇപ്പോൾ ഒരു കുഴപ്പവുമില്ലാതെ കിടക്കുന്നതു കണ്ടില്ലേ? ഇനി സ്വല്പമങ്ങു കഴിയട്ടെ. അവിടത്തേക്കുതന്നെ കാണാം. സഹിക്കവയ്യാത്ത നോവായിരിക്കും...”

ഇത്രയും പറഞ്ഞ് ഒന്നുരണ്ടു വിനാഴിക കഴിഞ്ഞില്ല, അതാ മഹിഷിഅമ്മച്ചിയുടെ മട്ടു മാറി. ഇരു കൈയ്ക്കളും അടിവയറ്റിൽ അമർത്തിവച്ചു കരഞ്ഞുതുടങ്ങി.

“വൈദ്യരേ, ചെല്ലൂ. ഒരു ഗുളികകൂടി കൊടുക്കു വൈദ്യരേ. ഇതിങ്ങനെ കണ്ടുകൊണ്ടു നില്ക്കാനാവില്ല.” തമ്പുരാൻ കല്പിച്ചു.

വൈദ്യർ മറ്റൊരു ഗുളികകൂടി എടുത്ത് തമ്പുരാന്റെ കൈയിൽ കൊടുത്തു. തമ്പുരാൻ ഇത്തവണ വളരെ പ്രയാസപ്പെട്ടാണ് അമ്മച്ചിയെക്കൊണ്ടു ആ ഗുളിക സേവിപ്പിച്ചത്. ഗുളിക അകത്തുചെന്ന നിമിഷം അമ്മച്ചിയുടെ നോവടങ്ങി. മാത്രവുമല്ല, സുഖമായ ഉറക്കവും തുടങ്ങി.

“ഇനി അധികം ഭയപ്പെടാനില്ല. ഉറക്കമാണെങ്കിൽ ഒരുപക്ഷേ നാലഞ്ചുനാഴിക തുടർന്നു ഉറങ്ങിയേക്കും. അങ്ങനെയായാൽ നോവ് അത്രയും നേരത്തേക്കു ഉണ്ടായെന്നു വരില്ല.” വൈദ്യൻ അഭിപ്രായപ്പെട്ടു.

തമ്പുരാൻ അമ്മച്ചിയുടെ മുഖത്തേക്കു സൂക്ഷിച്ചു നോക്കി. സുഖമായി കിടന്നുറങ്ങുന്നു. മുഖം കണ്ടാൽ രോഗമുണ്ടെന്നേ തോന്നുകയില്ല!

“എന്നാൽ ഇനി ഇവരെല്ലാം പുറത്തുനില്ക്കട്ടെ. ഒന്നു രണ്ടു തവണയ്ക്കുള്ള ഗുളിക അവിടത്തെ കയ്യിൽ തന്നു പൊയ്ക്കളയാം. അടിയന് ഉടനെതന്നെ ആ ഔഷധം തേടിപ്പോകണം. പോയാൽത്തന്നെ കിട്ടുമോ ആവോ? കിട്ടുമെങ്കിൽത്തന്നെ എത്രദിവസം വേണ്ടിവരുമോ എന്തോ?”

“വൈദ്യര് മരുന്നിന്റെ പേര് പറഞ്ഞില്ലല്ലോ. അതുമല്ലാ, വൈദ്യര് പോകുന്നത്ര ഭംഗിയുമല്ല. ഇവിടെത്തന്നെ ഇരിക്കണം. വേറെ ആരെയെങ്കിലും അയച്ചാൽ മതിയെങ്കിൽ വൈദ്യര് ഇവിടെത്തന്നെ ഇരിക്കയായിരിക്കും നല്ലത്.”

“വേറെ ആരെ അയയ്ക്കാനാണ്? ആരു പോയാൽ കിട്ടുമത്?”

"മരുന്നിന്റെ പേരു പറഞ്ഞില്ലല്ലോ."

"പേരു പറഞ്ഞാൽ ഇവിടത്തേക്കു പരിഭ്രമം കലശലാവുമെന്നു കരുതിയാണ്. അതുകൊണ്ടാണ് അടിയൻ തന്നെ പോയി ഒന്നു ശ്രമിക്കാമെന്നുവെച്ചത്."

"പേടിക്കില്ല വൈദ്യരേ, പറഞ്ഞോളൂ. എന്തു ചെലവുവന്നാലും. എവിടെച്ചെന്നു കൊണ്ടുവരണമെന്നുണ്ടെങ്കിലും അതിനു പ്രയാസമില്ല എന്നു അറിഞ്ഞുകൂടേ?"

"ഈറ്റപ്പുലിയുടെ പാലാണു വേണ്ടത്. നാഴിപ്പാലുവേണം, കറന്ന ചൂടോടെ വേണം. അതിൽ ഈ ഗുളിക കലക്കിക്കൊടുത്താൽ പിടിച്ചുകെട്ടിയപോലെ ഈ സുഖക്കേടു നില്ക്കും."

വലിയതമ്പുരാന്റെ മുഖം വാടി. എന്താണുപറയേണ്ടതെന്നറിയാതെ അദ്ദേഹം കുഴങ്ങി.

"ഇതാണടിയൻ നേരത്തെ പറഞ്ഞത്, മരുന്നിന്റെ പേരു പറഞ്ഞാൽ ഇവിടന്നു വിഷമിക്കുമെന്ന്. അടിയൻ ആ വിഷമവും കണ്ടു സഹിക്കണം!"

"ഒട്ടകനാരേ, എന്താ ഇതിനു നിവൃത്തി? വല്ല ഉള്ളാടന്മാരേം ഏല്പിച്ചിൽ കിട്ടില്ലേ?"

"ആർക്കാണു ധൈര്യം തിരുമേനീ ഈറ്റപ്പുലിയെ അടുക്കാൻ? അടുത്തു ചെന്നാൽത്തന്നെ പാലു കറന്നെടുക്കാൻ? അതു പോരാ. പുലിയെ ഇവിടെ വരുത്തുകയോ മഹിഷി അമ്മച്ചിയെ പുലിയുടെ അടുക്കൽ കൊണ്ടുപോവുകയോ ചെയ്യണ്ടേ? കറന്ന ചൂടോടെ ഉള്ള പാലു തന്നെ വേണ്ടേ?"

തമ്പുരാൻ വീണ്ടും ആലോചനയിലായി.

"ആട്ടെ. ആ കൊച്ചുകടുത്തയെ ഒന്നു വരുത്തിക്കളയാം. അയാൾ നിരീച്ചാൽ വല്ല വഴിയുണ്ടോ എന്നു നോക്കാം."

"കൊച്ചുകടുത്ത നിരീച്ചാൽ ഒന്നുമാവില്ലെന്നാണ് അടിയനു തോന്നുന്നത്. കാട്ടിൽ പരിചയം മാത്രം പോരാ. വല്ല മന്ത്രവാദമോ ഇന്ദ്രജാലമോ ഉള്ള ധീരന്മാർ തന്നെ വേണം."

"അപ്പൻ ഇവിടെ ഉണ്ടായിരുന്നെങ്കിൽ എന്നാണ് ഞാൻ ആലോചിക്കുന്നത്."

"ഇളവരചൻ തിരുമനസ്സുകൊണ്ട് ഇവിടെ ഇല്ലേന്നോ? നല്ല കഥയായി. അടിയനും അക്കാര്യം ഇപ്പോഴാണു ഓർത്തത്. ഇക്കാര്യത്തിൽ ഇളവരചൻ തിരുമനസ്സു കൊണ്ടുമാത്രം മനസ്സിരുത്തിയാൽ മതി."

തമ്പുരാൻ കുഴങ്ങി. എന്താ ചെയ്ക?

"ശരി; എന്നാൽ ഒട്ടകനാർ ഇവിടെത്തന്നെ ഇരിക്കൂ. ഞാൻ ഉടൻതന്നെ അപ്പനെ ഇങ്ങു വരുത്താനുള്ള ഏർപ്പാടുകൾ ചെയ്യാം."

"ഒരപേക്ഷകൂടിയുണ്ട്. തിരുമനസ്സുകൊണ്ട് ഇവിടെ നിന്നു അകന്നിരിക്കരുത്. ഗുളിക കൊടുക്കണമെന്നു വെച്ചാൽ മറ്റാരാലും സാദ്ധ്യമല്ല. അടിയൻചെന്നു ആരെയെങ്കിലും ഇങ്ങോട്ടു പറഞ്ഞയയ്ക്കാം."

"എന്നാൽ കൊച്ചുകടുത്തയെ ഒന്നിങ്ങോട്ട് അയയ്ക്കൂ. ഉടൻതന്നെ വേണം."

ഒട്ടകനാർ അന്തഃപുരത്തിൽനിന്നിറങ്ങി. അമ്മച്ചിയുടെ രോഗവിവരം അറിയാൻ അനേകം പേർ പുറത്തു തടിച്ചുകൂടിയിരുന്നു. അക്കൂട്ടത്തിൽ കൊച്ചുകടുത്തയെ കണ്ടുപിടിക്കാൻ ഒട്ടകനാർക്കു പ്രയാസമുണ്ടായില്ല. വലിയതമ്പുരാന്റെ കല്പന ഒട്ടകനാർ കൊച്ചുകടുത്തയെ അറിയിച്ചു.

കൊച്ചുകടുത്ത അന്തഃപുരത്തേക്കു ചെന്നു. തമ്പുരാൻ കൊച്ചുകടുത്തയെ കണ്ട ഉടനെ "ഉടൻ തണ്ണീർമുക്കംവരെ പോണം. രഹസ്യമായിരിക്കണം. അപ്പനെ ഇവിടത്തെ കഥ അറിയിക്കണം; കയ്യോടെ കൂട്ടിക്കൊണ്ടുവരികയും വേണം."

"കല്പനപോലെ" എന്നു പറഞ്ഞ് കൊച്ചുകടുത്ത സ്ഥലം വിട്ടു. ഒട്ടകനാരാകട്ടെ വേറെ ചില ആൾക്കാരോടൊന്നിച്ച് ഇതിനകം കൊട്ടാരത്തിന്റെ കോട്ടവാതിൽക്കൽ നില്ക്കുന്നുണ്ടായിരുന്നു. കൊച്ചുകടുത്തയെ കണ്ട ഉടനെ ഒട്ടകനാർ പറഞ്ഞു:

"ഇളവരചൻ തിരുമനസ്സുകൊണ്ട് വരാൻ വൈകിക്കരുത്. കാര്യം അത്രയ്ക്കു ഗൗരവമാണ്. നിവൃത്തിയുണ്ടെങ്കിൽ ഇന്ന് രാത്രിക്കുതന്നെ എത്തണം. അല്ലെങ്കിൽ നാളെ ഉച്ചയ്ക്കു മുമ്പെങ്കിലും."

"ശരി" പറഞ്ഞുനിൽക്കാൻ നേരമില്ലെന്ന മട്ടിൽ കൊച്ചുകടുത്ത കുതിരപ്പുറത്തു കയറി.

17

പൂങ്കൊടിയും പുഴിയങ്കവും

ശബരിയാർ ചീരപ്പഞ്ചിറ കളരിയിൽ അഭ്യാസം തുടങ്ങിയിട്ട് ഏതാണ്ട് മൂന്നു മാസമായിരിക്കുന്നു. ഇതിനകം അദ്ദേഹം പുതിയ അടവുകൾ പഠിച്ചതിലേറെ ആ കളരിയിലുള്ള ചെറുപ്പക്കാരെ തനിക്കറിയാവുന്ന പല അടവുകളും പഠിപ്പിക്കയാണ് ചെയ്തത്. മൂപ്പന്റെ കണ്ണിലുണ്ണിയായിത്തീർന്നു ശബരിയാർ. ഇത്ര സമർത്ഥനായ ഒരു പയറ്റുകാരനെ മൂപ്പൻ ഇതിനുമുൻപു കണ്ടിട്ടില്ല; പയറ്റു പഠിക്കാനും പഠിപ്പിയ്ക്കാനും ഇത്രമാത്രം ജന്മവാസന തികഞ്ഞ ഒരാൾ ഇതുവരെ ആ കളരിയിൽ കാലുകുത്തിയിട്ടുമില്ല. പലപ്പോഴും മൂപ്പൻതന്നെ കളരിയിൽ വന്നിരുന്ന് ശബരിയാരുടെ അടവുകൾ കണ്ട് അത്ഭുതപ്പെട്ടിട്ടുണ്ട്. ശബരിയാരിൽനിന്നു ഏറ്റവും കൂടുതൽ പയറ്റുമുറകൾ പഠിച്ചത് വെള്ളുത്തോനും പൂങ്കൊടിയുമാണ്. പൂങ്കൊടിയാകട്ടെ ശബരിയാരുടെ നിഴൽപോലെ നടന്നിരുന്നു. ഇതിൽ ഒരാൾക്കുമാത്രമേ കുറച്ചൊരു പകയും പരിഭവവും തോന്നിയിരുന്നുള്ളു - മൂപ്പന്റെ സ്വന്തം അനന്തരവനായ കണ്ണപ്പന്. "ഈ പെണ്ണിനു അവനെന്നുവെച്ചാൽ പ്രാണനാണ്. ഞാനെത്ര പറഞ്ഞെന്നോ? ഇതു കൊള്ളൂല്ല, കൊള്ളൂല്ല എന്ന്. എനിയ്ക്കിതു അമ്മാവനോടു പറയാൻ പേടിയാ. അവളതു അറിഞ്ഞാൽ അവളും എന്നോടു കോപിയ്ക്കും." കണ്ണപ്പൻ അവിടെയുള്ളവരോട് ഇങ്ങിനെ കൂടെക്കൂടെ പരിഭവം പറയാറുണ്ട്. ഒരു വിഡ്ഢിയുടെ ജല്പനമെന്ന നിലയ്ക്കാണു മിക്കവരും ഈ പരാതി വീക്ഷിച്ചത്. കണ്ണപ്പനെപ്പറ്റി എല്ലാവർക്കും ഒരേ ഒരഭിപ്രായമേ ഉണ്ടായിരുന്നുള്ളു - ഒന്നിനും കൊള്ളരുതാത്ത ഒരു ചെറുപ്പക്കാരൻ!

എങ്കിലും ആ ജല്പനത്തിനും ഒരു പ്രതികരണമുണ്ടാകാതിരുന്നില്ല.

എങ്ങോ നിന്നുവന്ന വിജാതീയനും വിമതസ്ഥനുമായ ഒരു ചെറുപ്പക്കാരന്റെ സഹവാസം സദാ കൊതിക്കുന്നതു ഒരു കുലകന്യകയെ സംബന്ധിച്ചേടത്തോളം അത്ര പന്തിയല്ലെന്നു മൂപ്പന്റെ ഭവനത്തിലുള്ള ചിലർക്കെങ്കിലും തോന്നിയതിൽ അത്ഭുതമില്ല: മകളോടുള്ള വിശ്വാസവും വാത്സല്യവുംകൊണ്ട് മൂപ്പനുമാത്രം ഇതിൽ ഒരു സംശയവുമുണ്ടായില്ല. മാത്രവുമല്ല, ഇതിനകം ശബരിയാരുടെ സ്വഭാവമാഹാത്മ്യം മൂപ്പനെ കണക്കിലധികം ആകർഷിച്ചുകഴിഞ്ഞിരുന്നു. തന്റെ ദിവാസ്വപ്നങ്ങൾ ഫലിപ്പിക്കാൻ ദൈവം തന്നരുളിയ ഒരനുഗ്രഹമാണ് ശബരിയാരുടെ സഹവാസമെന്നും മൂപ്പനു തോന്നിത്തുടങ്ങി. കരപ്പുറത്തുള്ള ചെറുപ്പക്കാർ മിക്കവരും മൂപ്പന്റെ കളരിയിൽ ശബരിയാരുടെ കീഴിൽ പയറ്റുതുടങ്ങി. ആദ്യം ആയിരം പേരെ മാത്രമേ ഉദ്ദേശിച്ചിരുന്നുള്ളു. തുടങ്ങിക്കഴിഞ്ഞപ്പോൾ ആയിരം നാലായിരമായി. മൂപ്പന്റെ സേനാബലം സുശക്തമായിത്തുടങ്ങിയെന്നു അദ്ദേഹത്തിനു ഉറപ്പു വന്നു.

അങ്ങനെ മാസമൊന്നു കഴിഞ്ഞപ്പോഴേയ്ക്കും പെരുമ്പാവൂരുള്ള ഞാളൂർ കർത്താവിന്റെ കളരിയിൽനിന്ന് ഒന്നുരണ്ടുപേർ ചീരപ്പഞ്ചിറക്കളരി കാണാനും അവിടത്തെ സമ്പ്രദായങ്ങൾ കണ്ടു പകർത്താനും വന്നു. അവരും ശബരിയാരുടെ അഭ്യാസനൈപുണി കണ്ട് അദ്ദേഹത്തിന്റെ സേവനം മൂപ്പൻ മുഖാന്തരം ആവശ്യപ്പെട്ടു. മൂന്നു മാസം കഴിഞ്ഞ് കർത്താവിന്റെ കളരിയിലേയ്ക്കു ശബരിയാരെ അയച്ചുകൊടുക്കാമെന്ന് മൂപ്പൻ വാഗ്ദാനം ചെയ്തു. അതിനും മുൻപായി ആ സ്ഥലത്തു ചെന്നു കളരികൾ പരിഷ്കരിക്കാനും മറ്റുമുള്ള പ്രാരംഭനടപടികൾ തുടങ്ങാനും വേണ്ട നിർദ്ദേശങ്ങളോടെ മൂപ്പൻ വെളുത്തോനെ അങ്ങോട്ടു നിയോഗിച്ചു. ശബരിയാരുടെ ഉപദേശമാണ് ഇക്കാര്യത്തിലും മൂപ്പൻ സ്വീകരിച്ചത്; മൂപ്പന്റെ ഉദ്ദേശ്യസാദ്ധ്യത്തിനു ഇതൊരു നല്ല വഴിയാണെന്നും അദ്ദേഹം കണ്ടു. കർത്താവിന്റെ കളരി വടക്കൻ തിരുവിതാംകൂറിൽ വളരെ പേരെടുത്ത ഒന്നാണ്. ആലങ്ങാട്ടും പറവൂരുമുള്ള നാടുവാഴികൾ കർത്താവിന്റെ കളരിയിൽനിന്നാണ് പയറ്റുകാരെ കൊണ്ടുവന്നു തങ്ങളുടെ കളരികൾ സ്ഥാപിച്ചിട്ടുള്ളത്. അങ്ങനെ രണ്ടു നാടുവാഴികളുടെ ആയോധനമന്ത്രിസ്ഥാനം ഞാളൂർ കർത്താവിനുണ്ട്. ആ നിലയ്ക്കു കർത്താവിന്റെ മൈത്രി നേടിയാൽ അതു മൂപ്പന്റെ പ്രതാപശക്തിക്കു മാറ്റു കൂട്ടുമെന്ന് തീർച്ചയാണ്.

മൂപ്പന്റെ ദിവാസ്വപ്നങ്ങളൊന്നും അദ്ദേഹം ശബരിയാരെ അറിയിച്ചിരുന്നില്ല. ശിഷ്യനായി വന്ന ശബരിയാരെ വേണ്ടവിധത്തിൽ തന്റെ പരിപാടികൾക്കു വേണ്ടി ഉപയോഗിക്കാമെന്നുള്ള ബോദ്ധ്യം മൂപ്പനുണ്ടായിരുന്നു. സാമ്രാജ്യം സ്ഥാപിച്ചുകഴിഞ്ഞാൽ ശബരിയാരും വെളു

ത്തോനുമായിരിക്കും അതിന്റെ നിലനില്പിനുള്ള നെടും തൂണുകൾ. പക്ഷെ, ഇതിനൊരു തടസ്സമാണ് പ്രധാനമായി മുൻപിൽ കാണുന്നത്. പന്തളത്തെ ഇളവരചൻ പ്രതാപശാലിയായി ഉയർന്നുവരുന്നുവെന്നും തെക്കുംകൂർ കായംകുളം തുടങ്ങിയ രാജാക്കന്മാരെ ആ യുവരാജാവ് അധീനത്തിലാക്കിക്കഴിഞ്ഞെന്നും ഉദയനന്റെ ദൂതന്മാർ പറഞ്ഞറിഞ്ഞു. അങ്ങിനെ ഒന്നിനൊന്നു വർദ്ധിച്ചു വരുന്ന ആ പ്രതാപത്തിനെതിരെ തനിക്കു ഒറ്റയ്ക്കു നിൽക്കാനുള്ള കരുത്തുണ്ടോ? പരാക്രമശാലിയായ ഉദയനന്റെ സഹായം തനിക്കുണ്ട്. പക്ഷേ ഉദയനൻ സഹായ വാഗ്ദാനം ചെയ്തിട്ടുള്ളതു ചില പ്രത്യേക വ്യവസ്ഥകളിന്മേലാണ്. അതോർക്കുമ്പോഴുള്ള വിഷമം.

വിഷമമെന്താണെന്നല്ലേ? പൂങ്കൊടിയെ ഈ നാട്ടിലെല്ലാം മഹാറാണിയാക്കാമെന്നാണ് ഉദയനൻ പറഞ്ഞിരിക്കുന്നത്! അതെങ്ങിനെ എന്നുമാത്രം മനസ്സിലാകുന്നില്ല. മറ്റുള്ള നാടുകളെല്ലാം വെട്ടിപ്പിടിച്ച് അതെല്ലാം പൂങ്കൊടിക്ക് ദാനം ചെയ്കയോ? ഹേയ്. അങ്ങനെ ഒരു മഹാമനസ്കത അയാൾക്കുണ്ടോ? ആ വാഗ്ദാനത്തിൽ ഒരു ദുരുദ്ദേശത്തിന്റെ കണിക മറഞ്ഞുകിടക്കുന്നില്ലേ? ഉദയനൻ മഹാരാജാവും, അയാളുടെ മകളുടെ പ്രായംവരുന്ന പൂങ്കൊടി മഹാറാണിയും! ഛെ! അങ്ങിനെയാണെങ്കിൽ അതോർക്കുകകൂടി വയ്യ!

അഥവാ ഉദയനൻ പറയുന്നത് സദുദ്ദേശത്തിൽത്തന്നെയാണെങ്കിലോ? സ്വാർത്ഥം തീരെ വെടിഞ്ഞ് ഇങ്ങിനെയൊരു ഭൂദാനം ചെയ്യാനുള്ള മനഃസ്ഥിതി ഉള്ള മഹാനാണോ ഉദയനൻ?

ഏതായാലും ഏതു ദുർഘടസന്ധിക്കും ഒരുങ്ങിയിരിക്കുക, ആരേയും കണ്ണടച്ചു വിശ്വസിക്കാൻ പോകണ്ട. എല്ലാവരോടും സൂക്ഷിച്ചു പെരുമാറുക.

ശബരിയാരും വെളുത്തോനും തന്റെ കൂടെ താമസമുറപ്പിച്ചതോടെ മൂപ്പനു ആത്മവിശ്വാസം പണ്ടേതിലേറെ വർദ്ധിച്ചിട്ടുണ്ട്. അവരെ ഇരുവരേയും "പൂഴിയങ്കം" കൂടി പഠിപ്പിച്ചു തനിക്കു കുലപരമ്പരയായി ലഭിച്ചിരിക്കുന്ന മറ്റു ചില അടവുകളിലും പ്രവീണരാക്കിയാലോ എന്നൊരു തോന്നൽ മൂപ്പനുണ്ടായി. ഏതായാലും പൂങ്കൊടിയോടു ചോദിച്ച് അവളുടെ അഭിപ്രായമനുസരിച്ച് അതു തീർച്ചപ്പെടുത്താമെന്നു മൂപ്പൻ നിശ്ചയിച്ചു. ഒരു ദിവസം പൂങ്കൊടിയെ തന്റെ ഇംഗിതം അദ്ദേഹം അറിയിച്ചു.

"അച്ഛൻ ഇതു നേരത്തെ ചെയ്തുതീർക്കേണ്ട ഒരു കടമയായിരുന്നു. ഇത്രയും വൈകിച്ചതുതന്നെ തെറ്റായെന്നാണ് എന്റെ അഭിപ്രായം."

"പൂങ്കൊടി, നീ കാര്യഗൗരവമറിയാത്ത ഒരു കുട്ടിയാണിന്നും.

ആരെ എപ്പോൾ എങ്ങനെ വിശ്വസിക്കണമെന്നൊന്നും നിനക്കറിഞ്ഞുകൂടാ."

"ശബരിയാരെപ്പറ്റി അച്ഛനു് ഇനിയും സംശയമാണോ?"

"ശബരിയാരെപ്പറ്റി നിനക്കു എന്തെങ്കിലും തീർച്ചയറിയാമോ? എന്നിട്ടു വേണമല്ലോ സംശയത്തെപ്പറ്റി പറയാൻ."

"അച്ഛനറിയുന്നതിനെക്കാൾ കൂടുതൽ തീർച്ച എനിക്കറിയാം ശബരിയാരെപ്പറ്റി."

"ങ്. അങ്ങനെവരട്ടെ. അതറിയാനാണ് ഞാൻ വളച്ചും തിരിച്ചും ചോദിച്ചത്. എന്നെ നീ പല കാര്യങ്ങളും മറച്ചിട്ടുണ്ടെന്നല്ലേ ഇതിന്റെ അർത്ഥം?"

"എന്നു പറഞ്ഞുകൂടാ. അതെങ്ങനെ എനിക്ക് അച്ഛനെ മറയ്ക്കാനൊക്കും."

"അതാണ് ഞാനും ചോദിക്കുന്നത്? അച്ഛനറിയാവുന്നതിൽ കൂടുതൽ കാര്യങ്ങൾ മോൾക്കറിയാം ശബരിയാരെപ്പറ്റി എന്നു പറഞ്ഞല്ലോ. അതെങ്ങനെയാണെന്നാണ് ഞാൻ ചോദിക്കുന്നത്?"

"അച്ഛൻ ശബരിയാരെ സൂക്ഷിച്ചു നോക്കിയിട്ടില്ല. എങ്കിൽ എന്നെപ്പോലെ അച്ഛനും കൂടുതൽ കാര്യങ്ങൾ മനസ്സിലാക്കുമായിരുന്നു."

"നീ പറയുന്നതൊന്നും എനിക്ക് മനസ്സിലാകുന്നില്ല. സൂക്ഷിച്ചു നോക്കിയാൽ എന്തു മനസ്സിലാകാനാണ്? നീ തെളിച്ചങ്ങു പറ, മോളേ."

"ഞാൻ തെളിച്ചങ്ങു പറഞ്ഞാൽ അച്ഛന്റെ പ്രതാപത്തിന്നു വലിയ ഇടിച്ചിൽ തട്ടും. അച്ഛനു അറിയാൻ വയ്യാത്തതും ഇല്ലാത്തതുമായ ശക്തി മകൾക്കുണ്ടെന്നുവരുന്നത് അച്ഛനു മോശമല്ലേ?"

"അല്ല മോളേ. ഒരച്ഛനു അഭിമാനം തോന്നുന്നതു അപ്പോഴാണ്. മോളു പറഞ്ഞോ. അച്ഛനു് അതിൽ സന്തോഷമേ തോന്നൂ."

"അതെനിക്കറിയാം. എങ്കിലും..."

"ഉം. മടിക്കണ്ട. പറഞ്ഞോ മോള്."

"എന്നാൽ അച്ഛൻ എനിക്കൊരു വാക്കു തരണം. അച്ഛനു് എന്നോടുള്ള സ്നേഹം എത്രയുണ്ടെന്ന് എനിക്കറിയണം."

"മോളേ, പൂങ്കൊടി, അത് നീ ഇനിയും മനസ്സിലാക്കിയിട്ടില്ലേ? എന്റെ ജീവിതം മുഴുവനും എന്റെ മോൾക്കു വേണ്ടിയല്ലേ? എന്റെ മോളുടെ സുഖത്തിന്നും സന്തോഷത്തിനുംവേണ്ടി ഞാൻ എന്തു സത്യവും ചെയ്യാം."

"ശബരിയാരുടെ രഹസ്യമറിഞ്ഞാൽ അദ്ദേഹത്തോടു അച്ഛൻ കോപിക്കില്ലെന്ന് സത്യം ചെയ്യണം."

"സത്യം. ഇതാ സത്യം ചെയ്യുന്നു. അ്. ഇനീം പറഞ്ഞോ, കേൾക്കാൻ ധിറുതിയായി."

"ശബരിയാർ വാസ്തവത്തിൽ ഒരു രാജകുമാരനാണ്."

"രാജകുമാരനോ?" മൂപ്പൻ സ്തംഭിച്ചുപോയി. വീണ്ടും അദ്ദേഹത്തിൽനിന്ന് അറിയാതെ പുറപ്പെട്ടു: "രാജകുമാരനോ?"

"അതെ അച്ഛാ, സാക്ഷാൽ രാജകുമാരൻ. പന്തളത്തെ ഇളവരചൻ."

"അയ്യപ്പൻ!" മൂപ്പന്റെ കണ്ണുകൾ വിടർന്നു. അത്ഭുതംകൊണ്ടാണ്; നാസികയും വിടർന്നു - കോപംകൊണ്ടാണോ എന്തോ? പെട്ടെന്നു ഓർമ്മവന്നു. കോപിക്കില്ലെന്ന് മകളോട് ശപഥം ചെയ്തിട്ടുണ്ടല്ലോ, "അയ്യപ്പൻ! അയ്യപ്പൻ!" വീണ്ടും വീണ്ടും മൂപ്പൻ ആ നാമം ഉച്ചരിച്ചു. അല്ല ഉരുവിട്ടു അറിയാതെതന്നെ. കുറെ നേരത്തേക്ക് മൂപ്പനൊന്നും മിണ്ടിയില്ല. ഇതെല്ലാം സൂക്ഷിച്ചുകൊണ്ടിരുന്ന പൂങ്കൊടി അച്ഛന്റെ അരികിൽച്ചെന്ന് അദ്ദേഹത്തിന്റെ പാദതലത്തിൽ മുട്ടുകുത്തി നിന്നു ഇങ്ങിനെ കണ്ഠമിടറി പറഞ്ഞു: "അച്ഛൻ ക്ഷമിക്കണം. അച്ഛന്റെ മനസ്സിലുള്ള വിഷമങ്ങൾ ഞാൻ മനസ്സിലാക്കുന്നുണ്ട്. അച്ചൻ ക്ഷമിക്കണം..."

കുറേ നേരംകൂടി മൂപ്പൻ ആ നിലയ്ക്കു തന്നെ നിന്നു. ഒടുവിൽ സ്വയം തണുത്താറിയ മട്ടിൽ മകളെ പിടിച്ചെണീപ്പിച്ച് അവളുടെ പുറത്ത് മെല്ലെ തലോടിക്കൊണ്ട്, ശാന്തഗംഭീരമായി ഇങ്ങിനെ പറഞ്ഞു: "മകളേ, പൂങ്കൊടി, എല്ലാമെനിക്കു മനസ്സിലായി. ഞാനതിൽ സന്തോഷിക്കുന്നു. ആട്ടെ നീ തുറന്നു എന്നോടു പറ, നിന്റെ ആശ ഞാൻ സാധിക്കാം. ഞാൻ കേട്ടത് അപ്പോൾ ശരിയാണോ?"

അച്ഛൻ മകളുടെ മുഖത്തേക്കു ഉറ്റുനോക്കി. പൂങ്കൊടിയുടെ മുഖം രക്തവർണ്ണമായി. ഭാവശബളത അതിൽ കളിയാടി. കണ്ണീർ വന്നു തടം കെട്ടി. ഗദ്ഗദസ്വരത്തിൽ അവൾ പറഞ്ഞു:

"അച്ഛനെന്താണീച്ചോദിക്കുന്നത്? എനിക്കു മനസ്സിലാവുന്നില്ലല്ലോ."

"അച്ഛനും മനസ്സിലാവും മോളേ. മോളു മനസ്സിലാക്കിയതിൽ കൂടുതൽ അച്ഛന് മനസ്സിലാവും. ഈ മോളുടെ അച്ഛനല്ലേ? ഉം. പറഞ്ഞോ. മടിക്കണ്ട. ഞാൻ... ഞാൻ... എതിരു നില്ക്കില്ല. സത്യം?"

"അയ്യോ! അച്ഛനെന്താണ് ഒന്നും അറിയാത്തപോലെ പറയുന്നത്? ഈ നമ്മളാര്? അദ്ദേഹമാര്?"

മൂപ്പന്റെ മുഖഭാവം പെട്ടെന്നു മാറി. അവളുടെ മുഖത്തേക്കു അദ്ദേഹം തുറിച്ചുനോക്കി. സിംഹഗർജ്ജനം പോലെയാണ് അദ്ദേഹത്തിൽനി

ന്ന് ഇത് പുറപ്പെട്ടത്.

"നമ്മളാരെന്നോ? നമ്മൾ രാജാക്കന്മാർ. നീ മഹാറാണിയാണ്. മനസ്സിലായില്ലേ? ഇല്ലെങ്കിൽ ഞാൻ നിന്നെ മഹാറാണിയാക്കും. മനസ്സിലായോ?"

പൂങ്കൊടി ഞെട്ടിപ്പോയി. അവളുടെ പേവലാംഗങ്ങൾ ഇളംകാറ്റി ലാടിയ ശ്യാമലതാശാഖപോലെ വിറക്കൊണ്ടു. കണ്ണീർ ധാരധാര യായി ഒഴുകുന്നുണ്ടായിരുന്നു.

"അച്ഛാ!..."

"മോളേ..."

"അച്ഛൻ അദ്ദേഹത്തെ അനുഗ്രഹിക്കണം."

"എന്റെ മോൾക്കുവേണ്ടി ഞാനെന്തും ചെയ്യും. പക്ഷേ എന്റെ പൂങ്കൊടി ഒരു മഹാറാണിയാവണം."

"ആണച്ഛാ. അങ്ങനെയാണ്. അതിനൊരു തടസ്സവുമില്ല ച്ഛാ. അച്ഛൻ അദ്ദേഹത്തിന്റെ ആശ സാധിച്ചാൽ ഈ പൂങ്കൊടി റാണിയായി."

"എന്റെ മോൾ പറഞ്ഞാൽ പിന്നെ ഞാനതുസാധിക്കാതിരി ക്കുമോ?"

ഈ സംഭാഷണം നടന്ന ദിവസം ഏതാണ്ട് രാത്രി പത്തു നാഴിക ഇരുട്ടിക്കാണും. പൂങ്കൊടി അയ്യപ്പന്റെ അടുക്കൽ ആകസ്മികമായി ചെന്നു. അയ്യപ്പൻ അവളുടെ ഈ വരവു കണ്ടു തെല്ലൊന്നു പകച്ചു പോയി:

"എന്താ പൂങ്കൊടി? ഈ അസമത്തു?"

"അങ്ങയുടെ അടുക്കൽ വരാൻ എനിക്കു സമയം നോക്കണമോ?... ഓ. മറന്നുപോയി, ശബരിയാരാണെന്നു കരുതി പറഞ്ഞതാണേ. രാജ കുമാരനാണെന്ന കഥ മറന്നുപോയേ... തിരുമനസ്സിലെ അടുക്കൽ സമയം നോക്കാതെ വന്നതു ക്ഷമിക്കണേ."

"അല്ലാ ഇന്നു പൂങ്കൊടി ആളൊന്നു മാറിയാണല്ലോ വന്നിരിക്കു ന്നത്! എന്താണിത്?"

"അങ്ങെന്തിനാണ് ഇവിടെ ഈ അജ്ഞാതവാസം നടത്തുന്നത്?"

"അതു പൂങ്കൊടിക്കു അറിഞ്ഞുകൂടെ?"

"അറിയാം. എന്നാലും അങ്ങു ഒന്നുകൂടെ പറയണം അതു."

"നിർബ്ബന്ധമാണെങ്കിൽ പറയാം. പൂങ്കൊടിയുടെ അച്ഛൻ എന്നെ പയറ്റു പഠിപ്പിക്കില്ല എന്നു പറയുന്നതുവരെ ഞാനിവിടെ പാർക്കും."

"ശരി. അച്ഛൻ പഠിപ്പിച്ചില്ലെങ്കിലോ?"

"ഞാൻ നേരേ യാത്രപറഞ്ഞുപോകും അത്രതന്നെ."

“പഠിപ്പിക്കുമെന്നു പറഞ്ഞാലോ?”

“പഠിക്കും. എന്റെ വളരെക്കാലമായുള്ള ആശ അങ്ങിനെ സാധിച്ചുവെന്ന സന്തോഷത്തോടെ ഞാൻ മടങ്ങിപ്പോകും.”

“എന്നാൽ അച്ഛൻ അതിന് സമ്മതിച്ചിരിക്കുന്നു! എന്താ പോരേ!”

“ങ്ഹേ? അച്ഛൻ സമ്മതിച്ചുവോ? ശരിയാണോ?”

“വളരെ ശരി. പത്തുക്കു പത്തും ശരി, നാളെ മുതൽ അങ്ങയ്ക്കു പുതിയ പയറ്റുകൾ തുടങ്ങാം. സന്തോഷമായോ?”

“ഇതിൽപ്പരം സന്തോഷം എനിയ്ക്കുണ്ടാവാനില്ല പൂങ്കൊടി. ഞാൻ വന്നിട്ടു മാസം മൂന്നു കഴിയാറായി. ഇതുവരെ അച്ഛൻ അതിന്നു സമ്മതിച്ചില്ല. ഇന്നെന്താണ് പെട്ടെന്നിങ്ങനെ മനസ്സുമാറിയത്?”

“ഇന്നു ഞാൻതന്നെ അച്ഛനോട് കാര്യം തുറന്നുപറഞ്ഞു. ഇനിമുതൽ അച്ഛന്റെ മുമ്പിൽ അങ്ങ് ശബരിയാരല്ല!”

“എന്താ? ഞാനാരാണെന്ന രഹസ്യം പറഞ്ഞുവോ?”

“അതു പറഞ്ഞില്ലെങ്കിൽ അച്ഛൻ അതിന് സമ്മതിക്കില്ല എന്നെനിയ്ക്കറിയാം. അതുകൊണ്ട് ഞാൻ പറഞ്ഞു.”

“എന്നിട്ടും അച്ഛൻ സമ്മതിച്ചെന്നോ?”

“എന്നിട്ടല്ലേ അച്ഛൻ സമ്മതിച്ചുള്ളു.”

“എനിയ്ക്കുതു വിശ്വസിയ്ക്കാനാവുന്നില്ല! പൂങ്കൊടി പറഞ്ഞതുകൊണ്ടായിരിയ്ക്കും അച്ഛൻ സമ്മതിച്ചത്? അല്ലേ?”

“ഞാൻ പറഞ്ഞതുകൊണ്ടുതന്നെ. പക്ഷേ ഞാൻ പറഞ്ഞതുകൊണ്ടു മാത്രമല്ല.”

“പിന്നെ?”

“മനസ്സിലായില്ല.”

“അങ്ങയ്ക്കതു മനസ്സിലാവില്ല!”

“എന്താണ് പൂങ്കൊടി ഇങ്ങനെ പരിഭവം പറയുന്നത്?”

“പരിഭവം പറയിച്ചിട്ടല്ലേ?”

“ഞാനെന്താണ് പറയിച്ചത്.”

“അങ്ങ് രാജകുമാരൻ. അച്ഛൻ അങ്ങയെ ഒരു മഹാരാജാവായി വാഴിക്കുന്നു. ഈ നാട്ടിന്റെ മാത്രമല്ല, പന്തളം നാടിന്റെ മാത്രമല്ല; ഈ ചേരരാജ്യവും പാണ്ഡ്യരാജ്യവും അടച്ചുള്ള മന്നനാക്കാനാണ് അച്ഛൻ നിശ്ചയിച്ചിരിക്കുന്നത്.”

“അതച്ഛൻ വിചാരിച്ചാല് കഴിയുമെന്ന് എനിക്കറിയാം.”

“അതു മാത്രവുമല്ല. മലയാളവും പാണ്ടിയും മാത്രമല്ല. മറ്റൊരു സാമ്രാജ്യത്തിൻറേയും കൂടി മന്നനായിട്ടാണ് അങ്ങു വാഴുന്നത്.”

അയ്യപ്പൻ പൂങ്കൊടിയുടെ മുഖത്തേയ്ക്കു ഉറ്റുനോക്കി. അവൾ പറഞ്ഞ

തിന്റെ പൊരുൾ അറിഞ്ഞിട്ടോ അറിയാഞ്ഞിട്ടോ ആണ് അങ്ങിനെ നോക്കിയതെന്നു തീർത്തു പറഞ്ഞുകൂടാ. പൂങ്കൊടിയുടെ മുഖം വികാരം കൊണ്ടു തുടുത്തു. അവൾ കഷ്ടിച്ച് ഇങ്ങിനെ പറഞ്ഞൊപ്പിച്ചു: "എന്റെ മാനസസാമ്രാജ്യത്തിന്റെയും!"

അയ്യപ്പൻ പെട്ടെന്ന് അവളുടെ മുഖത്തുനിന്നും ദൃഷ്ടികൾ പിൻവലിച്ചു. നെടുതായൊരു വീർപ്പ് ആ സൗന്ദര്യധാമത്തിൽനിന്ന് രാത്രിയുടെ ഏകാന്തതയിൽ ലയിച്ചു. അയ്യപ്പൻ എന്തോ ദൃഢനിശ്ചയം ചെയ്ത് പൂങ്കൊടിയുടെ മുഖത്തേക്കു ദൃഷ്ടി തിരിച്ചപ്പോഴേക്കും ഒരു മിന്നൽക്കൊടിയെന്നോണം അവൾ മറഞ്ഞുകഴിഞ്ഞിരുന്നു!

18

പടയൊരുക്കം

രാത്രി മുഴുവൻ വലിയതമ്പുരാൻ ഉറക്കമിളച്ച് അമ്മച്ചിയുടെ മെത്തയ്ക്കരികിൽത്തന്നെയിരുന്നു. അപ്പനെ കൊണ്ടുവരാൻ കൊച്ചുകടുത്ത പോയിട്ട് ഇതുവരെ വന്നിട്ടില്ല. ഓരോ യാമാന്ത്യത്തിലും തമ്പുരാൻ അപ്പൻ വന്നോ എന്ന് അന്വേഷിക്കും. രാത്രി രണ്ടുതവണകൂടി അമ്മച്ചിക്കു ശൂലനോവിളകി. അപ്പോഴൊക്കെ തമ്പുരാൻ ഓരോ ഗുളികകൂടി കൊടുത്തു. അങ്ങിനെ ഒരുവിധം രാത്രി കഴിച്ചുകൂട്ടി.

നേരം മിനുമിനെ വെളുത്തപ്പോൾ അയ്യപ്പനും കൊച്ചുകടുത്തയും എത്തിയെന്ന വിവരം തമ്പുരാൻ അറിഞ്ഞു. അപ്പനെ ഉടനെ അന്തഃപുരത്തിലേക്ക് കൂട്ടിക്കൊണ്ടുവരാൻ കല്പനയായി. അമ്മച്ചിക്ക് എന്തോ കലശലായ രോഗമാണെന്നു മാത്രമേ കൊച്ചുകടുത്ത പറഞ്ഞ് അയ്യപ്പൻ അറിഞ്ഞിരുന്നുള്ളൂ. രോഗത്തിന്റെ സ്വഭാവമോ എന്തിനാണു തന്നെ പെട്ടെന്നു വരുത്തിയതെന്ന കഥയോ അയ്യപ്പന് മനസ്സിലായിരുന്നില്ല. അപ്പനെ കണ്ട ഉടൻ വലിയതമ്പുരാൻ ഓടിച്ചെന്ന് ആലിംഗനം ചെയ്തു.

"അപ്പനേ, കാര്യം കുറെ പന്തികേടാണെന്നാണ് ഒട്ടകനാർ പറയുന്നത്. അപ്പൻ മനസ്സിരുത്തിയാലേ മായീടെ സുഖക്കേട് മാറിക്കിട്ടൂ."

"എന്താണു കഥ? അടിയനൊന്നും മനസ്സിലായില്ലല്ലോ."

"ഒരു വയറ്റുനോവ്, വന്നാൽ കലശലായങ്ങുവരും. ഒട്ടകനാർ ഗുളിക കൊടുത്താൽ ഉടൻ നില്ക്കും. പിന്നെ ഇങ്ങനെ മയങ്ങിക്കിടക്കും. കുറെ നേരം കഴിഞ്ഞാൽ വീണ്ടും വരായി. സഹിക്കാൻ പാടില്ലാത്ത നോവാണ്."

"അടിയൻ എന്തുവേണമെന്നാണ് ഒട്ടകനാർ പറഞ്ഞതാവോ?"

"മാറാത്ത രോഗത്തിന് കിട്ടാത്ത ഔഷധിയാണ് ഒട്ടകനാർ പറഞ്ഞിട്ടുപോയത്. നാഴി പുലിപ്പാൽ കറന്ന ചൂടോടെ വേണം പോലും! അതിൽ ഈ ഗുളിക കൊടുത്താൽ നോവു തീരെ ശമിക്കുമെന്നാണ് പറയുന്നത്."

"പുലിപ്പാലോ?" അയ്യപ്പന്റെ മുഖത്ത് അത്ഭുതവും ശങ്കയും ഒരേ സമയത്ത് ഉദിച്ചു. "അതും കറന്നപടിയോ? അങ്ങനെയൊരു ഔഷധത്തെപ്പറ്റി കേട്ടിട്ടേ ഇല്ലല്ലോ."

മയങ്ങിക്കിടന്നിരുന്ന അമ്മച്ചി പെട്ടെന്ന് ഉണർന്ന് ഉറക്കെ വാവിട്ട് കരയാൻ തുടങ്ങി.

"ഇതാ, ഇതാണ് മട്ട്. ഇനി ഈ ഗുളിക കൊടുത്താൽ കുറേ നേരത്തേക്കു ശമനമുണ്ടാകും."

തമ്പുരാൻ ഒരു ഗുളികകൂടെ കൊടുത്തു. അമ്മച്ചി വീണ്ടും മയക്കത്തിലായി. രോഗം അസാധാരണമാണെന്നും, അതിലും വിധിച്ചിരിക്കുന്ന ഔഷധം അത്യധികം അസാധാരണമാണെന്നും അയ്യപ്പനു തോന്നി.

"അയ്യപ്പൻ നിരീച്ചാലേ ഇതിനൊരു വഴിയുള്ളൂ. എങ്ങനെയാണ് ഈറ്റപ്പുലിയെ പിടിച്ചുകൊണ്ടുവരിക? എന്നാൽത്തന്നെ എങ്ങനെയാണ് പാലു കറന്നെടുക്കുക?"

"ഈറ്റപ്പുലിയുടെ പാലിനൊന്നും വിഷമമില്ല. ഒട്ടകനാരെവിടെയാണ്? ഒന്നു കണ്ടാൽക്കൊള്ളാമെന്നുണ്ട് അടിയന്."

"ഒട്ടകനാരെ ഉടൻ വരുത്താമല്ലോ. അപ്പൻ വന്നാലുടൻ ആളയയ്ക്കാമെന്നാണ് പറഞ്ഞിരിക്കുന്നത്. ആരാ അവിടെ? വേഗം ഒട്ടകനാരെ വിളിച്ചുകൊണ്ടുവരട്ടെ."

ഉടനെത്തന്നെ ഒട്ടകനാർക്ക് ആളുപോയി. അരനാഴികയ്ക്കകം ഒട്ടകനാർ വന്നു. അയ്യപ്പനെ കണ്ടപ്പോഴുണ്ടായ ജാള്യവും വല്ലായ്മയും തെല്ലൊന്നു ഒതുക്കി ഒട്ടകനാർ കുറച്ചു ഗൗരവവും മുഖത്തു വരുത്തി ഇങ്ങനെ പറഞ്ഞു:

"വളരെ പ്രയാസം പിടിച്ച ഒന്നാണിത്. ഒരസാദ്ധ്യരോഗമാണ്. പിന്നെ ഇങ്ങനെ ഒരു വിധിയേ ഗ്രന്ഥത്തിലുള്ളൂ. അതൊന്നു പരീക്ഷിച്ചുനോക്കാമെന്നു വിചാരിച്ചതാണ്."

"ഒട്ടകനാർ ഇതിനുമുൻപ് ഈ ഔഷധം ആർക്കെങ്കിലും കൊടുത്തിട്ടുണ്ടോ?"

"ഏയ് ആർക്കുകൊടുക്കാൻ? എങ്ങനെ കൊടുക്കാൻ? ഒന്നാമത് ഇങ്ങിനെയൊരുരോഗം അധികം പേർക്കു വന്നു കണ്ടിട്ടില്ല. വന്നാൽത്തന്നെ ഇതോടെ... അല്ല; ഇപ്പറഞ്ഞ ഔഷധം കൊടുത്താൽ ഭേദപ്പെടുമെന്നാണ് വിധി."

“ഗ്രന്ഥത്തിലെ വിധി. അല്ലേ? അതൊന്നു പരീക്ഷിച്ചുനോക്കാമെന്നും. അല്ലേ വൈദ്യരേ?”

“അതെ. അതാണ് അടിയൻ വിചാരിക്കുന്നത്.”

“എന്നാൽ ഈറ്റപ്പുലിയെ ഞാൻ കൊണ്ടുവരാം. കറന്നു പാലെടുക്കാൻ ആരാണ്? വൈദ്യരുതന്നെ കറക്കാമോ?”

ഒട്ടകനാർ അയ്യപ്പന്റെ മുഖത്തേക്കു ഒന്നു സൂക്ഷിച്ചുനോക്കി; അയ്യപ്പൻ പരിഹാസം നിറഞ്ഞ ഭാവത്തിൽ അങ്ങോട്ടും നോക്കി. ഇത്ര നിസ്സാരമായി ഇക്കാര്യം അയ്യപ്പൻ വീക്ഷിക്കുമെന്ന് ഒട്ടകനാർക്ക് വിചാരമില്ലായിരുന്നു.

“എന്താ വൈദ്യരൊന്നും പറയാത്തത്? വൈദ്യർക്ക് ഭയമുണ്ടായിരിക്കും? എന്നാൽ ഭയമില്ലാത്ത ഒരു കൂട്ടുകാരനുണ്ടല്ലോ. നമ്മുടെ നമ്പൂരി. എവിടെ അദ്ദേഹം?”

ഒട്ടകനാരുടെ തുടകൾ വിറച്ചു തുടങ്ങി. മേലാകെ വിയർത്തു. വലിയതമ്പുരാനും മറ്റുള്ളോരും കാര്യമെന്തെന്നു അറിയാതെ വിഷമിച്ചു. അയ്യപ്പൻ ഒട്ടകനാരെത്തന്നെ തുറിച്ചു നോക്കിനിന്നു. അയ്യപ്പൻ ഉറച്ച സ്വരത്തിൽ ഇങ്ങനെ പറഞ്ഞു:

“ഉം. ശരി. ഒട്ടകനാർക്കു പോവാം. പുലിപ്പാലു ഞാൻതന്നെ കൊടുത്തോളാം. പക്ഷെ, ആ നമ്പൂരിയെ അര നാഴികയ്ക്കകം തിരുമുമ്പിൽ ഹാജരാക്കണം. ഒളിച്ചോടി രക്ഷപ്പെടാമെന്നു വിചാരിക്കണ്ട. കൂടെ ആളുവരുന്നുണ്ട്.”

“അവിടന്നു ക്ഷമിക്കണേ. അറിഞ്ഞൊന്നും പ്രവർത്തിച്ചതല്ലേ. നമ്പൂരി സ്ഥലത്തില്ലേ.” ഒട്ടകനാർ പേടിച്ചു പറഞ്ഞു.

“എവിടെയാണെന്ന് അറിയാമോ? എന്നാൽ അങ്ങോട്ട് ആളു വരും. വേണമെങ്കിൽ ഞാൻ തന്നെ വരാം.” അയ്യപ്പൻ പറഞ്ഞു. ഒട്ടകനാർ ഒന്നു പരുങ്ങി.

“നിന്നു പരുങ്ങണ്ട. ഒന്നും മറയ്ക്കാൻ ശ്രമിക്കണ്ട. പറഞ്ഞോളു. എല്ലാം തുറന്നുപറഞ്ഞാൽ രക്ഷയുണ്ട്. ഇല്ലെങ്കിൽ ശിക്ഷ ഭയങ്കരമാണ്. ശരി. ഏതായാലും ഇതിനകത്തുനിന്നു വിസ്തരിക്കണ്ട. അമ്മച്ചിക്കു ശരിയായ ഔഷധം കൊടുക്കുക. ഉം. വേഗമാവട്ടെ.”

ഒട്ടകനാർ ഗുളികച്ചെപ്പു തുറന്നു ഒരു മരുന്നെടുത്തു വലിയതമ്പുരാന്റെ കയ്യിൽ കൊടുത്തു. വലിയതമ്പുരാൻ അതും അമ്മച്ചിക്കു കൊടുത്തു.

വലിയതമ്പുരാന്റെ അനുമതിയോടുകൂടി അയ്യപ്പൻ ഒട്ടകനാരെയും കൊണ്ട് അന്തഃപുരം വിട്ട് കാര്യാലോചനാശാലയിലേക്കു പോയി. കൊച്ചുകടുത്തയും അവരെ അനുഗമിച്ചു.

ആലോചനാശാലയിൽ ചെന്ന ഉടനെ അയ്യപ്പൻ കടുത്തയെ ഒന്നു

നോക്കി. കടുത്തയ്ക്കു കാര്യം മനസ്സിലായി. അരയിൽക്കിടന്ന വാളൂരി കൈയിൽവെച്ചുകൊണ്ട് ഒട്ടകനാരുടെ നേരെ ഇടതുവശത്തു കടുത്ത നില്പായി.

"കൊച്ചുകടുത്തേ, ഇയ്യാൾ നേരുപറഞ്ഞില്ലെങ്കിൽ കണ്ടംതുണ്ടം മായി വെട്ടിയെറിഞ്ഞേക്കണം. എന്നിട്ട് ഈറ്റപ്പുലിക്കുതന്നെ ഇയ്യാളുടെ ഇറച്ചി കൊടുത്തേക്കണം. ഇവരോടൊന്നും ഒട്ടും ദയവു കാണിച്ചേക്കരുത്."

"അയ്യോ അടിയനെ കൊല്ലരുതേ. എല്ലാം പറഞ്ഞേക്കാമേ. ആ കള്ളനമ്പൂരിയാണേ ഇതെല്ലാം പറഞ്ഞു ചെയ്യിച്ചത്."

"എന്തെല്ലാമാണ്? ഓരോന്നും വിസ്തരിച്ചു കേൾക്കട്ടെ."

"മഹിഷി അമ്മച്ചിക്കു ശൂലനോവില്ലേ. പറഞ്ഞുണ്ടാക്കിയ നോവാണേ. പുലിപ്പാലു വരുത്തിക്കാനുള്ള നോവാണേ."

"എന്തിനാണു പുലിപ്പാൽ? മരുന്നിനോ മന്ത്രവാദത്തിനോ?"

"രണ്ടിനുമല്ലേ. അവിടത്തെ ഈറ്റപ്പുലിയെക്കൊണ്ടു പിടിപ്പിക്കാനാണേ."

അയ്യപ്പനും കൊച്ചുകടുത്തയും ഉറക്കെ ചിരിച്ചുപോയി.

"എന്നെ ഈറ്റപ്പുലിയെക്കൊണ്ടു പിടിപ്പിക്കല്ലേ. ഉള്ള നേരെല്ലാം പറഞ്ഞേക്കാമേ." ഒട്ടകനാരുടെ ദയനീയഭാവം കണ്ടു അയ്യപ്പനു അലിവു തോന്നി.

"കൊച്ചുകടുത്തേ ഇയ്യാൾ ചെയ്തിട്ടുള്ള കഥകൾ അതാതു സമയത്തു ഞാൻ അറിഞ്ഞിട്ടുണ്ട്. അതെല്ലാം ചോദിച്ചു മനസ്സിലാക്കണം. ഞാനറിഞ്ഞത് നേരാണോ എന്നും ഇയ്യാൾ നേരുതന്നെ പറയുമോ എന്നും അറിയാമല്ലോ. അതുകൊണ്ട്, കേട്ടോ വൈദ്യരേ, സകലതും പറഞ്ഞേക്കണം. കരിമലക്കോട്ടയിൽ പോയതുമുതലുള്ള സകല കാര്യങ്ങളും."

അതുകേട്ടപ്പോൾ ഒട്ടകനാരുടെ പാതി ജീവൻ പോയി. അയ്യപ്പൻ ഒരു മന്ത്രവാദിയോ മായാവിയോ ആണെന്ന സംശയമേ അതുവരെ ഒട്ടകനാർക്കുണ്ടായിരുന്നുള്ളു. കരിമലക്കോട്ടയിലെ കാര്യങ്ങളും അയ്യപ്പൻ അറിഞ്ഞെന്നു മനസ്സിലായപ്പോൾ ഒട്ടകനാർ വിശ്വസിച്ചു. അയ്യപ്പൻ സാക്ഷാൽ അവതാരപുരുഷനാണെന്ന്. അയ്യപ്പൻ കൊച്ചുകടുത്തയോടു ഇത്രയും പറഞ്ഞു നേരേ അന്തഃപുരത്തിലേക്കുതന്നെ പോയി. ഒട്ടകനാർ എല്ലാ കാര്യങ്ങളും കിളിപോലെ പറഞ്ഞു. കൊച്ചുകടുത്ത ഒട്ടകനാരെ തടവിലിടാൻ രണ്ടു ഭടന്മാരോടു ആജ്ഞാപിച്ചു.

അയ്യപ്പൻ അമ്മച്ചിയുടെ മുറിയിൽ ചെന്നപ്പോൾ കണ്ടകാഴ്ച ആ വീരപുരുഷനെയും ഞെട്ടിച്ചു. വലിയതമ്പുരാൻ മൂർച്ഛിച്ചുകിടക്കുന്നു; അമ്മച്ചിയെ ചില സ്ത്രീകൾ ചുറ്റും നിന്നു ശുശ്രൂഷിക്കുകയാണ്. ഒടുവിൽ

മനസ്സിലായി ഒട്ടകനാർ കൊടുത്ത ഗുളികകൾ അമ്മച്ചിയുടെ ഗർഭസ്ഥ പ്രജയെ നശിപ്പിക്കാനായിരുന്നെന്ന്!

എന്തെല്ലാം ആപത്തുകളാണ് വരുന്നത്! ഒന്നിനു മീതെ ഒന്നായിട്ടേ ആപത്തുകൾ വരൂ എന്ന ചൊല്ല് ശരിയാണെന്നു അയ്യപ്പനു തോന്നി. വലിയതമ്പുരാനെ അയ്യപ്പൻതന്നെ ശുശ്രൂഷിച്ചു. ഇതിനകം കൊച്ചുകടുത്തയും വിവരമറിഞ്ഞു അവിടെയെത്തി. അല്പം കഴിഞ്ഞു വലിയതമ്പുരാന് ബോധം വീണപ്പോൾ അദ്ദേഹത്തെ മറ്റൊരു മുറിയിലേക്കു കൊണ്ടുപോയി.

ആപത്തുകൾ വന്നാലും ആത്മമിത്രങ്ങൾ അടുത്തുണ്ടെങ്കിൽ അതെത്രകണ്ടു ആശ്വാസപ്രദമാണ്. അയ്യപ്പനു അതിന്റെ രുചിയും ഉടനടി ആസ്വദിക്കാൻ കഴിഞ്ഞു. അവിചാരിതമായി അവിടെ വാവരും കൊച്ചുതൊമ്മനും വന്നെത്തി. സംഗതികളുടെ ഗൗരവം അവർ മനസ്സിലാക്കി. വാവരുടെ ചികിത്സാ നൈപുണ്യംകൊണ്ട് അമ്മച്ചി അപായത്തിൽനിന്നു രക്ഷപ്പെട്ടു. വലിയതമ്പുരാന്റെ ആലസ്യം അതോടെ വിട്ടുമാറി. അതിനുശേഷമാണ് ഒട്ടകനാരുടേയും നമ്പൂതിരിയുടേയും കൃത്രിമ പ്രവൃത്തികളെപ്പറ്റി വലിയതമ്പുരാനും മറ്റും സവിസ്തരം മനസ്സിലാക്കിയത്.

ഒട്ടകനാരെ ചോദ്യംചെയ്തും ഭേദ്യംചെയ്തും നമ്പൂതിരിയുടെ സകല വർത്തമാനങ്ങളും കൊച്ചുകടുത്ത മനസ്സിലാക്കിയിരുന്നു. കാര്യങ്ങൾ വളരെ ഗൗരവമുള്ളവിധം വളർന്നു വലുതായിക്കഴിഞ്ഞെന്ന് അപ്പോഴേ എല്ലാവർക്കും മനസ്സിലായുള്ളൂ. ഇതുവരെ ഉദയനനെ മാത്രം ഭയന്നാൽ മതിയായിരുന്നു. ഇപ്പോഴാകട്ടെ കപ്പലിൽത്തന്നെ കള്ളനുണ്ടെന്നും അയാൾ അനേകം കൃത്രിമങ്ങൾ ചെയ്തുകഴിഞ്ഞെന്നും മനസ്സിലായി.

പാണ്ടിനാട്ടിൽനിന്ന് ഉദയനൻ വലിയൊരു മറവപ്പട കൂലിക്കെടുത്തു കൊണ്ടുവന്നിട്ടുണ്ടെന്നും ശബരിമലയിലും കരിമലക്കോട്ടയിലുമായി അവർ താവളമടിച്ചുകഴിഞ്ഞെന്നും അറിവുകിട്ടി. പന്തളത്തുനിന്ന് നമ്പൂതിരിയും അയാളുടെ കുറെ സിൽബന്തികളും കരിമലക്കോട്ടയിലെത്തിയിട്ടുണ്ട്. പന്തളംനാട് അയ്യപ്പനില്ലാത്ത തരംനോക്കി ആക്രമിച്ചു കൈവശപ്പെടുത്തണമെന്നതായിരുന്നു ഉദയനന്റെ ഒന്നാമത്തെ പരിപാടി. അയ്യപ്പനെവിടെയാണെന്ന് ഇതുവരെ ആർക്കുമൊരു പിടിയും കിട്ടാതിരുന്നതുകൊണ്ട് പടനീക്കം ചെയ്തില്ലെന്നേ ഉള്ളൂ. പുലിപ്പാലിനുവേണ്ടി അയ്യപ്പൻ പ്രത്യക്ഷപ്പെടുമെന്നും, അപ്പോൾ കാട്ടിൽവെച്ചുതന്നെ അദ്ദേഹത്തെ വഞ്ചിച്ച് അപായപ്പെടുത്താമെന്നും മറ്റൊരു പദ്ധതി ആസൂത്രണം ചെയ്തത് ഇങ്ങനെ കലാശിച്ചു.

ഏതായാലും ഒട്ടകനാരെ തടവിലാക്കിയതുകൊണ്ട് ഉദയനൻറേയും നമ്പൂതിരിയുടേയും അനന്തര പരിപാടി എന്താണെന്നും എപ്പോഴാണെന്നും തീർത്തുപറയാൻ നിവൃത്തിയില്ലെന്നായി. ഒട്ടകനാരിൽനിന്നും അയ്യപ്പന്റെ കഥകൾ അറിഞ്ഞതിനുശേഷമേ അവർ ആക്രമണത്തിനു തയ്യാറെടുക്കു.

അത്രയും സാവകാശം കിട്ടുമെന്നു തീർച്ചപ്പെട്ടതിനാൽ അയ്യപ്പനും വാവരും കൊച്ചുകടുത്തയും കൊച്ചുതൊമ്മനും കൂടി മന്ത്രശാലയിൽവെച്ച് അനന്തരകരണീയത്തെപ്പറ്റി സുദീർഘമായി ചർച്ചചെയ്തു.

ആ ചർച്ചയുടെ ഫലമായി നാലുപേരും നാലുദിക്കിൽ സേനാനായകത്വം പകുത്തെടുത്തു. കൊച്ചുകടുത്ത പന്തളത്തുള്ള പടയെല്ലാം ഒരുക്കിനിർത്തണം. കൊച്ചുതൊമ്മൻ കായംകുളം മാവേലിക്കര ചെമ്പകശ്ശേരി എന്നീ സ്ഥലങ്ങളിൽനിന്ന് സൈന്യശേഖരം ചെയ്ത് എരുമേലിയിൽ എത്തണം. വാവർ തെക്കുംകൂറുള്ള കളരികളിൽനിന്ന് സൈന്യസജ്ജീകരണം ചെയ്ത് എരുമേലിയിൽ എത്തിക്കൊള്ളാമെന്നും, പുതുതായി കപ്പലുകളിൽ കൊണ്ടുവന്നിട്ടുള്ള ചരക്കുകൾകൊണ്ട് പടയാളികൾക്ക് എരുമേലി വരെയുള്ള പല താവളങ്ങളിലായി പേട്ട (അങ്ങാടി) ഉണ്ടാക്കിക്കൊള്ളാമെന്നും ഏറ്റു. അയ്യപ്പൻ തണ്ണീർമുക്കം, പെരുമ്പാവൂർ, ആലങ്ങാട്ട് തുടങ്ങിയ വടക്കൻ ദിക്കുകളിലെ പടയാളികളെ ഒന്നുചേർത്ത് എരുമേലിയിൽ എത്തിക്കൊള്ളാമെന്ന് സമ്മതിച്ചു. ഇതിനെല്ലാംകൂടി ഒരുപക്ഷെ ഒരു മാസത്തിലേറെ കാലതാമസം ഉണ്ടായേക്കാം. ഏതായാലും പടപ്പുറപ്പാടിന് ഒരുക്കം ചെയ്യുന്ന ദിവസം മുതൽ പ്രത്യേകം ചില കാര്യങ്ങളിൽ എല്ലാവരും ശ്രദ്ധവെയ്ക്കണമെന്ന് അയ്യപ്പൻ അനുശാസിച്ചു.

പടയാളികൾ കറുത്ത കച്ചവേണം ധരിക്കാൻ. എല്ലാവരും ഒരുതരം പ്രത്യേകമുദ്ര അണിഞ്ഞിരിയ്ക്കണം. ആ മുദ്ര അണിയുന്നത് അവരവരുടെ വിശ്വാസത്തിനു തക്കവണ്ണം അവരവർക്ക് ഇഷ്ടമുള്ള ദേവാലയത്തിൽവെച്ചായിരിക്കണം. ദൈവസന്നിധിയിൽ ഓരോ പടയാളിയും മുദ്രധരിക്കുമ്പോൾ ഒരു ശപഥം ചെയ്യണം - ശത്രുബാധ നീക്കി നാട്ടിൽ ശാന്തി പുലരുന്നതുവരെ ത്രിവിധകരണങ്ങളെക്കൊണ്ടും ബ്രഹ്മചര്യനിഷ്ഠ പാലിച്ചുകൊള്ളാമെന്നു ശപഥം ചെയ്യണം. പടയാളികൾ അവരവർക്ക് ആവശ്യമുള്ള ആഹാരസാധനങ്ങളും ആയുധങ്ങളും സ്വന്തമായി എടുത്തുകൊള്ളണം.

ഇത്രയും കാര്യങ്ങളിൽ ആ നാലു പടനായകന്മാരും യോജിച്ചു. ഇനി അധികം കാലവിളംബം കൂടാതെ എല്ലാവരും അതാതു ദിക്കുകളിലേക്ക് പുറപ്പെടാനുള്ള ഒരുക്കങ്ങളും ചെയ്തു. ഈ നിശ്ചയ

ങ്ങൾ യഥാവിധി വലിയതമ്പുരാനെ അറിയിച്ചു. അദ്ദേഹത്തിന്റെ അനുമതിയും ആശിസ്സും വാങ്ങി എല്ലാവരും യാത്രയായി.

വലിയതമ്പുരാനുൾപ്പെടെ ആ അഞ്ചുപേരല്ലാതെ മറ്റാരുംതന്നെ ഈ പടപ്പുറപ്പാടിന്റെ വിശദവിവരങ്ങൾ അറിഞ്ഞിരുന്നില്ല.

19

ആലങ്ങാട്ടുയോഗം

തുലാക്കോളിൽ കലങ്ങിമറിഞ്ഞുകിടന്നിരുന്ന അന്തരീക്ഷത്തോടൊപ്പം ആലുവാപ്പുഴയും തെളിഞ്ഞു തുടങ്ങി. ശരൽക്കാലത്തിന്റെ സൗന്ദര്യം പ്രകൃതിയും, ഹേമന്തകാലത്തിന്റെ കുളിർമ്മ നദീജലവും പങ്കിട്ടെടുത്തപ്പോൾ വസന്തത്തിന്റെ മന്ദസ്മിതം മണൽത്തട്ടിലെങ്ങും പരന്നു. അതോടെ വൃശ്ചികരാശിയിലേയ്ക്ക് സൂര്യദേവന്റെ സംക്രമണമുണ്ടായി. അങ്ങനെ മണ്ഡലം പിറന്നു.

ആലങ്ങാട്ടുതമ്പുരാന്റെ പടനായകരായ മുല്ലേപ്പിള്ളി നായരുടേയും കാമ്പിള്ളിൽ പണിക്കരുടേയും നേതൃത്വത്തിൽ ആലുവാമണൽപ്പുറത്ത് ആയോധനചതുരരായ പടയാളികൾ പരന്നപ്പോൾ അവിടത്തെ ജലാശയദേവതയായ സംഹാരരുദ്രന്റെ ചിന്നിച്ചിതറിയ ജടാജൂടത്തിന്റെ താമ്രകാന്തിയും താരള്യവും കാണികൾ കണ്ട് കൗതുഹലം പൂണ്ടു.

പടത്തലവനായ കാമ്പിള്ളിപ്പണിക്കർ ആൽത്തറയിൽ എഴുന്നള്ളിയിരിക്കുന്ന തമ്പുരാനെ അഭിവാദ്യം ചെയ്തു പറഞ്ഞു:

“ഇനി എന്താണെന്നുവെച്ചാൽ കല്പിക്കയേ വേണ്ടൂ. അടിയനും മുല്ലേപ്പിള്ളി നായരും കളരിയായ കളരിയെല്ലാം സ്വരൂപിച്ച് പടപെരുക്കിയിട്ടുണ്ട്. എന്താണിനി വേണ്ടതെന്ന് കല്പിച്ചരുളണം.”

ആലങ്ങാട്ടുതമ്പുരാൻ അടുത്തുനിന്നിരുന്ന ഞാളൂർ കർത്താവിനെ നോക്കി ചോദിച്ചു:

“എന്താ കർത്താവേ? കേട്ടില്ലേ പണിക്കർ പറഞ്ഞത്?”

“കേൾക്കുക മാത്രമല്ല കാണുകയും ചെയ്തല്ലോ. ഇത്രയൊന്നും അടിയൻ നിരീക്കയുണ്ടായില്ല തിരുമേനി.”

“അതിലത്ഭുതമില്ല. ആരും ഇത്ര നിരീച്ചിട്ടുണ്ടാവില്ല. എന്താ

ഇതിന്റെ രഹസ്യമെന്തു അറിയോ കർത്താവിന്?"

"ഒരൂഹവുമില്ല."

"എന്നാൽ കേട്ടോളൂ. ഏറെക്കുറെ കർത്താവിന്റെ ആൾക്കാരുടെ സാമർത്ഥ്യംകൊണ്ടാണ് ഇത്രയും ഇത്രപെട്ടെന്നു സാധിച്ചത്."

"അടിയന്റെ ആൾക്കാരെന്നോ?"

"അതേ. ആ രണ്ടു ചേട്ടാനിയന്മാരില്ലേ? ശബരിയാരും വെളുത്തോനും. അവരാണ് ഈ കളരികളെല്ലാം ഇത്രവേഗം സംഘടിപ്പിച്ചത്. രണ്ടേ രണ്ടു മാസത്തിലേറെയായില്ല. ചിതറിക്കിടന്നിരുന്ന പയറ്റുകാരേം കളരിക്കാരേം അവർ ഈ പണിക്കരേം മുല്ലേപ്പിള്ളി നായരേം കൊണ്ടു ഒന്നിച്ചുചേർത്തു. അതൊരത്ഭുതമായിട്ടു എനിക്കും തോന്നീട്ടോ."

"എന്നാൽ അതിൽ അധികം അത്ഭുതപ്പെടാനില്ല. ആലങ്ങാട്ടു പടയാളികൾക്ക് നല്ല പാരമ്പര്യം പണ്ടേ ഉണ്ടല്ലോ. പെരുമാളുടെ ഒന്നു കുറയ പതിനായിരവും മറ്റും ഇവരുടെ കാർന്നോമ്മാരുതന്നെയായിരുന്നല്ലോ."

"അല്ലാ അതിലും കുറച്ചു വാസ്തവമുണ്ട്. പക്ഷേ അതിലേറെ വാസ്തവം ആ ശബരിയാരുടെ സാമർത്ഥ്യത്തിലാണെന്നു ഇനി മനസ്സിലാവും."

"എന്തേ, ശബരിയാരും വെളുത്തോനും എത്തുമെന്നു പറഞ്ഞ നേരം വഴുകുന്നല്ലേ. എന്താ, വല്ല തകരാറും വന്നു കാണുവോ?' തമ്പുരാൻ ഉൽകണ്ഠാപൂർവ്വം ചോദിച്ചു.

"പറഞ്ഞാൽ പറഞ്ഞതാണ് സമയം. അവർ പക്ഷേ ഈ കൂട്ടത്തിൽത്തന്നെ ഇല്ലന്ന് ആരുകണ്ടു?"

കർത്താവ് ഇത്രയും പറഞ്ഞ് ആൽത്തറയിൽനിന്നു ആൾക്കൂട്ടത്തിലേക്കു കണ്ണോടിച്ചു. ആ സമയം മണൽപ്പുറത്തു പരന്നുനിന്നിരുന്ന പടയാളികൾ രണ്ടണിയായി തിരിഞ്ഞു. നടുവിൽ പെട്ടെന്നൊരു നടപ്പാത തെളിഞ്ഞുവന്നു. മുൻപിൽ മുല്ലേപ്പിള്ളി നായരും പിന്നാലെ അതിതേജസ്വികളായ രണ്ടു യുവാക്കന്മാരും ആൽത്തറയ്ക്കലേയ്ക്കു നടന്നുവരുന്നത് കർത്താവ്, തമ്പുരാന്റെ ശ്രദ്ധയിൽപെടുത്തി. തമ്പുരാൻ എഴുന്നേറ്റുനിന്നു അങ്ങോട്ടൊന്നു നോക്കിയതേയുള്ളൂ. അദ്ദേഹം ആ യുവാക്കന്മാരെക്കണ്ടു മിഴിച്ചു നിന്നുപോയി.

സാക്ഷാൽ ശ്രീരാമലക്ഷ്മണന്മാരെപ്പോലെയിരിക്കുന്നു ഇരുവരും. മുൻപിൽ നടക്കുന്നത് ജ്യേഷ്ഠൻതന്നെ: പിന്നാലെ അനുജനും. ജ്യേഷ്ഠന്റെ രൂപമാണ് തമ്പുരാനെ കൂടുതൽ ആകർഷിച്ചത്. തോൾ കവിഞ്ഞു ചുരുണ്ടുകിടക്കുന്ന കറുത്തിരുണ്ട കേശഭാരത്തിന്റെ പരഭാഗഭംഗിയിൽ

സ്വതേ കോമളിമ കലർന്ന ആ മുഖത്തു സൗന്ദര്യവും പൗരുഷവും മാത്സര്യം നടത്തുന്നു. ആ കണ്ണുകളിൽനിന്നു എന്തൊരു പ്രകാശ ധോരണിയാണ് വഴിഞ്ഞൊഴുകുന്നത്? കറുത്ത കച്ചയും, കച്ചപ്പുറമേ മിന്നിത്തിളങ്ങുന്ന മേഖലയും, മേഖലയിൽ പൊൻതളികപോലെ ബന്ധിച്ചിരിക്കുന്ന പരിചയും, പരിചയുടെ ഹൃദയാന്തരാളത്തിൽനിന്നു കീഴോട്ടു തൂങ്ങുന്ന വാളുറയും ആ തേജസ്വിയെ ഒരവതാരപുരുഷനായ ആയോധനനിപുണനാക്കി മാറ്റിയിരിക്കുന്നു. മാറിൽക്കിടക്കുന്ന രത്ന മാലയും മാലയുടെ നടുവിൽ മിന്നിത്തിളങ്ങുന്ന രത്നപ്പതക്കവും കണ്ട പ്പോൾ, ആലങ്ങാട്ടു തമ്പുരാൻ അറിയാതെ പറഞ്ഞുപോയി, "ആര്, സാക്ഷാൽ മണികണ്ഠനോ" എന്ന്. കർത്താവ് തമ്പുരാന്റെ മുഖത്തു സൂക്ഷിച്ചു നോക്കി. തമ്പുരാൻ ആ വീരയോദ്ധാവിൽനിന്നു കണ്ണെടുക്കു ന്നില്ലെന്നു കണ്ടു കർത്താവ് മെല്ലെ ഇങ്ങനെ മന്ത്രിച്ചു:

"തിരുമേനി, അടിയൻ ഒരു രഹസ്യം അറിയിക്കാം. അല്പം വൈകിയതിൽ ക്ഷമിക്കണം. മുല്ലപ്പിള്ളിയുടെ തൊട്ടു പിന്നിൽ വരു ന്നതാണ് സാക്ഷാൽ ശബരിയാരെന്നു നമ്മൾ വിശ്വസിച്ചിരുന്ന അയ്യ പ്പൻ - പന്തളത്തെ ഇളവരചൻ!"

"എന്ത്? പന്തളത്തെ ഇളവരചനാണെന്നോ ശബരിയാര്? ഞാനതു വിശ്വസിക്കുന്നില്ല. ഇദ്ദേഹം മണികണ്ഠനായ ശബരിമലശ്ശാ സ്താവുതന്നെയാണ്!"

"അങ്ങനെ വിശ്വസിച്ചുകൊള്ളൂ. ശാസ്താവിന്റെ അവതാരമാണെ ന്നു വിശ്വസിയ്ക്കാം. ശബരിമല ക്ഷേത്രത്തിൽ പുനഃപ്രതിഷ്ഠ നടത്തി, നമ്മുടെ നാട്ടിൽ നാനാജാതി മതസ്ഥരുടെയിടയിൽ ഐക്യം വളർത്തനാണ് ഈ യുവാവ് ഇത്രയെല്ലാം പാടുപെടുന്നത്."

"പിന്നാലെ വരുന്ന വെളുത്തോനും പന്തളത്തെ രാജകുമാരൻ തന്നെയാണ്?"

"പന്തളത്തെയല്ല. പക്ഷേ രാജകുമാരൻ തന്നെ. ചേർത്തല അർത്തുങ്കലുള്ള ഒരു വലിയ നസ്രാണികുടുംബത്തിലെ കുട്ടിയാണ്. ഇവരിരുവരും ജ്യേഷ്ഠാനുജന്മാരെപ്പോലെ - അല്ല, തെറ്റിപ്പോയി - പോലെ എന്നു പറഞ്ഞാൽ ശബരിയാർക്കും, അയ്യപ്പനും രുചിക്കില്ല. ശരിക്കും ജ്യേഷ്ഠാനുജന്മാർ തന്നെയാണ്.

ഇതിനകം മുല്ലപ്പിള്ളി നായരും ആ വീരകുമാരന്മാരും ആൽത്ത റയ്ക്കലെത്തിക്കഴിഞ്ഞു. നായർ തമ്പുരാനെ വണങ്ങി തെല്ലുപിന്നോ ട്ടു മാറിനിന്നു. അയ്യപ്പനും വെളുത്തോനും തമ്പുരാനേയും കർത്താ വിനേയും മാറിമാറി വണങ്ങി. തമ്പുരാൻ അയ്യപ്പനെ മാറോടണച്ചു പുണർന്നു. മണൽപ്പുറത്തു പരന്നുനിന്നിരുന്ന പടയാളികൾ ആ രംഗം

കണ്ടു ജയഘോഷം മുഴക്കിയപ്പോൾ ആ പടുവൃദ്ധനായ അരയാലിനും അടിമുടി രോമാഞ്ചമുണ്ടായി. തമ്പുരാന്റെ ആലിംഗനവലയത്തിൽനിന്നു വിമുക്തനായപ്പോൾ അയ്യപ്പൻ വെളുത്തോനെ ചൂണ്ടിക്കാണിച്ച് വിനയപൂർവ്വം ഇങ്ങിനെ പറഞ്ഞു:

"എന്റെ അനിയനാണ് വെളുത്തോൻ. ചേർത്തലയാണ് നാട്."

തമ്പുരാൻ വെളുത്തോനേയും മാറോടണച്ചു പുണർന്നു.

"അറിയാം ഇരുവരേയുംപറ്റി കർത്താവ് പറഞ്ഞറിയാം. വെളുത്തോനെ മുൻപ് ഒരുകുറി കണ്ടിട്ടുമുണ്ട്."

"പക്ഷെ അപ്പനെ ഇന്നു നടാടെയാണ് കാണുന്നത്. വലിയതമ്പുരാന് ക്ഷേമമാണല്ലോ."

"ക്ഷേമം തന്നെ. ഇവിടത്തെ വന്നുകാണുമെന്ന് അറിയിച്ചിട്ടുണ്ടായിരുന്നു. ഇവിടത്തെ ക്ഷേമവും അന്വേഷിച്ചു."

"ഇനി നമ്മുടെയെല്ലാം ക്ഷേമം അപ്പന്റെ അധീനത്തിലാണ്. അപ്പനുവേണ്ടി എന്തുംചെയ്യാൻ ഒരുങ്ങി നില്ക്കുന്ന ഈ പട കണ്ടില്ലേ?"

"ഇനി നമ്മുടെ കാര്യമെല്ലാം എളുപ്പത്തിൽ സാധിക്കും. അതിനുള്ള ലക്ഷണങ്ങളെല്ലാം ഒത്തുചേർന്നു. ഇതാ ഈ ആലങ്ങാട്ടു യോഗം പോലെ ഇത്ര ഉത്സാഹമുള്ള ഒന്നു മറ്റെങ്ങും ഞാൻ കണ്ടിട്ടില്ല. ഇതെല്ലാം ഇവിടത്തെ മാഹാത്മ്യം കൊണ്ടാണ്."

"എന്നു പറഞ്ഞുകൂടാ, അപ്പൻറേം വെളുത്തോൻറേം ഈ നില്ക്കുന്ന കർത്താവിൻറേയും മാഹാത്മ്യമാണ് ഇക്കാണുന്ന പട. എന്താ വെളുത്തോൻ?"

"കർത്താവെജമാനൻറേം തിരുമനസ്സിലേം എന്ന് ചുരുക്കിപ്പറയാനേ അടിയനു തോന്നുന്നുള്ളൂ. ആലങ്ങാട്ടുപടമാത്രം മതി നമ്മുടെ ലക്ഷ്യം നേടാനെന്ന് ഇവിടെ വന്നു കണ്ടപ്പോഴേ തോന്നി." വെളുത്തോൻ അറിയിച്ചു.

"എന്നാൽ ഇനി അപ്പൻതന്നെ വേണ്ട കാര്യങ്ങൾ ഇവരോട് പറഞ്ഞോളണം. നമ്മുടെ കല്പനയായിട്ട് കണക്കാക്കിക്കോളും. ഇതാ കണ്ടില്ലേ, എല്ലാവരും അപ്പന്റെ മുഖത്തുനിന്നു കണ്ണെടുക്കുന്നില്ല. നേരെ ഈ തറയിൽനിന്നു ഇവരോട് അപ്പൻ എന്തെങ്കിലുമൊന്നു പറയണം."

"അവിടത്തെ കല്പനപോലെ."

അയ്യപ്പൻ ആലുവാ മണൽപ്പുറത്തെ മൺതരികൾക്കും പുളകമുളവാക്കുമാറ് ഇങ്ങനെ മന്ദ്രതാരസ്വരത്തിൽ പറഞ്ഞു:

"പ്രിയപ്പെട്ട നാട്ടുകാരേ, നാം ഒരു വലിയ യാഗം നടത്താനാണ് പോകുന്നത്. ഇന്നു മണ്ഡലം പിറന്ന ശുഭദിവസമാണ്. എന്റെ

അനുജനായ വെളുത്തോന്റെ നിർദ്ദേശങ്ങൾ നിങ്ങൾ മനസ്സിലാക്കിയെന്ന് അറിഞ്ഞ് സന്തോഷിക്കുന്നു. നിങ്ങൾ നാനാജാതി മതസ്ഥരെല്ലാവരും ഇവിടെ കൂടിയിട്ടുണ്ട്. ഓരോരുത്തരും അവരവരുടെ വിശ്വാസപ്രമാണമനുസരിച്ച് ഈ പുണ്യനദിയുടെ മണൽത്തട്ടിൽനിന്ന് ഒരു ശപഥം ചെയ്യണം - നമ്മുടെ നാടു നന്നാക്കുന്ന കാര്യത്തിൽ നാം ജാതിയോ, മതമോ, നാടോ, കരയോ, മുറിയോ ഗണിക്കാതെ ഒത്തുചേർന്ന് ഈ നാട്ടിൽനിന്നു കൊള്ളക്കാരേയും കൊള്ളരുതാത്തവരേയും തുരത്തണം, നമുക്കുടൻ ചെയ്യേണ്ടതായ ഒരു കർത്തവ്യമുണ്ട്. നമ്മുടെ നാടിന്റെ ഏറ്റവും ഐശ്വര്യസമൃദ്ധമായ ഭാഗമാണ് സഹ്യപർവ്വതത്തിന്നടുത്തുള്ള ശബരിമലയും നിലയ്ക്കലും. ദക്ഷിണഭാരതത്തിന്റെ ഹൃദയമാണത്. മലയാളവും പരദേശവും ഒന്നായ ഇടമാണത്. ഇന്നിപ്പോൾ മലയാളവും പരദേശവും വകതിരിഞ്ഞുകിടക്കയാണ്. സഹ്യന്റെ മാറിൽക്കിടന്ന് ആ വത്സലപിതാവിന്റെ ലാളനസുഖം അനുഭവിക്കുന്ന ഈ ചേരനാടും പാണ്ടിനാടും ഏകോദരസഹോദരങ്ങളാണ്. ഇവരെ ജാതിമതഭേദമില്ലാതെ കാത്തു രക്ഷിച്ചുപോന്ന ഒരു ചൈതന്യം ശബരിമലയിൽ അധിവാസം ചെയ്യുന്നുണ്ടായിരുന്നു - പാണ്ടിനാടിനും ചേരനാടിനും കുലദേവതയായ ശബരിമലശ്ശാസ്താവ്. അവിടെ കുടികൊണ്ടിരുന്ന ചൈതന്യദേവത ഒരു മതത്തിൻറേതല്ല, ഒരു ജാതിയുടേതുമല്ലാ, ഒരു നാടിൻറേതുമല്ല. കാടിനും നാടിനും അധിദേവതയാണത്. പാണ്ടി മലയാളങ്ങളുടെ പരദേവതയാണത്. ശിവപുത്തിരനെന്നും വിഷ്ണുമായാസുതനെന്നും, ബുദ്ധദേവനെന്നും ജിനനെന്നും ശനിദേവതയെന്നും ആ ചൈതന്യത്തിനു ഓരോ കാലത്ത് ഓരോ വിശ്വാസികൾ പേരു മാറിപ്പറയാൻ കാരണം അതാണ്. ചുരുക്കത്തിൽ നമ്മുടെ ദക്ഷിണഭാരതത്തിന്റെ ഐക്യത്തിനുള്ള മഹാശക്തിയുടെ പ്രതിഷ്ഠയാണ് ശബരിമലയിലുള്ളത്. നിലയ്ക്കൽ ഗ്രാമത്തിലെ ക്രൈസ്തവ പുണ്യവാളന്മാർ ആ ചൈതന്യത്തെ ബഹുമാനിച്ചിരുന്നു. അതിന്റെ സ്മരണയായിട്ടാണ് ഇതാ ഇപ്പോൾ മാവേലിക്കര പോളച്ചിറയ്ക്കലെ കൊച്ചുതൊമ്മൻമുതലാളി ആ പ്രതിഷ്ഠയുടെ കാര്യത്തിൽ എന്തും ചെയ്യാൻ തയ്യാറായി നില്ക്കുന്നത്. നിങ്ങളെല്ലാവരും ഉത്തമനായ വാവരെപ്പറ്റി കേട്ടിരിക്കുമല്ലോ. ഇസ്ലാംമതവിശ്വാസിയായ ആ മഹാനാണ് നിങ്ങളുടെ ആ ജൈത്രയാത്രയിൽ എരുമേലി മുതൽ നിങ്ങൾക്കു വേണ്ടുന്ന സകലസഹായങ്ങളും ചെയ്യാൻ തെയ്യാറായിരിക്കുന്നത്. നാടടങ്ങി കാടു തുടങ്ങുന്ന ഇടങ്ങളിലെല്ലാം വാവരും അദ്ദേഹത്തിന്റെ കൂട്ടരും പേട്ട കെട്ടിയിട്ടുണ്ട്. അറബി, പേർഷ്യ തുടങ്ങിയ നാടുകളിൽനിന്ന് കപ്പലുകളിൽ

ചരക്കുകൾ കയറ്റി ആ പേട്ടകളിൽ സൂക്ഷിച്ചിരിക്കുന്നത് നിങ്ങൾക്കു വേണ്ടിയാണ്."

"നമ്മുടെ ഈ ഐക്യദൈവതയുടെ ചൈതന്യത്തെ തകർത്ത ഒരു ദുഷ്ടശക്തി കരിമലക്കോട്ടയിലുണ്ട് - ഉദയനൻ. ഉദയനൻ ഒറ്റയല്ല. ഉദയനന് കൂട്ടായിട്ട് നമ്മുടെ സ്വജനങ്ങൾതന്നെ അനേകായിരം പേരുണ്ട്. അവരെല്ലാം ഇന്ന് കാട് നാടാക്കിയിരിക്കുകയാണ്. അവർ നമ്മുടെ നാട് കാടാക്കുന്നതിനു മുൻപ് നാം ഒത്തുചേർന്ന് കരിമലക്കോട്ട തകർക്കണം. കരിമലക്കോട്ട തകർന്നാൽ ശബരിമലപ്രതിഷ്ഠ - നമ്മുടെ നാടിന്റെ ചൈതന്യദേവതയുടെ പ്രതിഷ്ഠ സാധിക്കാം. ആ മഹായജ്ഞത്തിനുവേണ്ടിയാണ് നാം പുറപ്പെടുന്നത്."

"കളരയിൽ പയറ്റിയെടുത്ത കായശക്തികൊണ്ട് കരിമലക്കോട്ട തകർക്കാനൊക്കും. പക്ഷെ നിങ്ങളുടെ ഓരോരുത്തരുടേയും മനസ്സ് ഒരു കളരിയാക്കണം. ഹൃദയം കളരിദേവതയുടെ ഇരിപ്പിടമാകണം. മനസ്സിലെ കാടുതെളിച്ച് അവിടെയുള്ള അരങ്ങു ശുദ്ധമാക്കി ചില അഭ്യാസങ്ങൾ പരിശീലിക്കേണ്ടതുണ്ട്. ഇന്ന് നമ്മുടെ നാട്ടിൽ മദ്യം മാംസം മാനിനി തുടങ്ങിയ പഞ്ചമകാരങ്ങളെക്കൊണ്ട് മന്ത്രസാധന ചെയ്യുന്ന ഒരുതരം ഹീനമായ 'ശക്തിപൂജ' നടപ്പിലുണ്ട്: ആ ശക്തിപൂജയുള്ള ദുഷിച്ച വാസന മനസ്സിൽനിന്ന് കഴുകിക്കളയാൻ ഒരു ശപഥം ചെയ്യൂ. ഇതാ, ഞാൻ ധരിച്ചിരിക്കുന്ന ഈ പതക്കം ഒരു മുദ്രയാണ്. ഹൃദയത്തിനോട് ഏറ്റവും അടുത്ത് സദാ സമയവും സൂക്ഷിക്കുന്ന ഒരു സത്യമുദ്ര. നിങ്ങൾ ഇങ്ങനെയൊന്ന് പുറമെ ധരിച്ചാലും ഇല്ലെങ്കിലും ശരി, ഹൃദയത്തിനകത്ത് ഒരു ശപഥമുദ്ര ധരിക്കണം. അതു മാത്രമാണ്, നിങ്ങളുടെ നാടിൻറേയും നാടുവാഴിയായ ഈ തമ്പുരാൻറേയും നാമത്തിൽ എനിക്ക് അപേക്ഷിക്കാനുള്ളത് - ഇന്നുമുതൽ നാല്പത്തൊന്ന് ദിവസത്തേക്ക് നിങ്ങൾ ഹൃദയത്തിൽ ഈ ശപഥമുദ്ര ധരിക്കുക. ബ്രഹ്മചര്യം പാലിച്ച് മനസ്സിനും ശരീരത്തിനും ഒരുപോലെ ശക്തിയുണ്ടാക്കുക."

പടയാടികളുടെ ഇടയിൽനിന്നുണ്ടായ ഹർഷാരവം - അയ്യപ്പന്റെ പേരുച്ചരിച്ചുകൊണ്ടുള്ള ഹർഷാരവം അങ്ങുവാനോളമുയർന്നു. ഒരുപക്ഷേ ആലങ്ങാട്ടു പടയിൽനിന്നുയർന്ന ആ ആരവത്തിന്റെ മാറ്റൊലി കരിമലക്കോട്ടയിൽ നിറയെ പഴുതുണ്ടായിക്കാണണം. ചേരനാട്ടിലും പാണ്ടിനാട്ടിലുമുള്ള ജനവാലിയുടെ ഹൃദയത്തിൽ ഐക്യബോധത്തിന്റെ അലയൊലി ഉണ്ടാക്കിയിരിക്കണം.

അടക്കാനാവാത്ത ഉത്സാഹലഹരിയിൽ ആഴിയുലഞ്ഞുണ്ടായ ആ ഹർഷാരവം ഏതാണ്ട് അരനാഴിക നീണ്ടുനിന്നു. ആൽത്തറയ്ക്കു

ലുണ്ടായിരുന്ന തമ്പുരാനും നാട്ടുപ്രമാണികളും അവിടെ നിന്നിറങ്ങി ആൾക്കൂട്ടത്തോടൊപ്പം ആർത്തുവിളിച്ചത്, ഒരുപക്ഷേ, അവിടെത്തന്നെ ഉച്ചനീചത്വഭേദത്തിന്റെ അസ്തമനം കുറിക്കുന്ന ഐക്യബോധത്തിന്റെ ഉദയം ഉണ്ടായെന്നു കാണിക്കാനാവണം.

വെളുത്തോന്റെയും കാമ്പിള്ളി പണിക്കരുടേയും മുല്ലേപ്പിള്ളി നായരുടേയും നേതൃത്വത്തിൽ ആലങ്ങാട്ടു പട വാദ്യഘോഷങ്ങളോടെ പെരുമ്പാവൂർക്ക് നീങ്ങി. അവിടെ ഒരുക്കിനിർത്തിയിരുന്ന പടയാളികൾ ആലങ്ങാട്ടു പടയുടെ വരവുകണ്ട് അത്ഭുതപ്പെട്ടു. പെരുമ്പാവൂർപ്പടയും ആലങ്ങാട്ടുയോഗത്തിൽ ലയിച്ചു. അന്നവിടെ ഗംഭീരമായ സദ്യയും വെടിക്കെട്ടും പടയാളികൾക്കുചേർന്ന പടയണിയും തുള്ളലുമായി കഴിഞ്ഞു. പിറ്റേന്ന് അവർ അവിടെനിന്ന് പുറപ്പെട്ടു. എല്ലാവരും ഒരു വാരത്തിനകം എരുമേലിയിൽ എത്തിക്കൊള്ളണമെന്നതായിരുന്നു അയ്യപ്പന്റെ നിർദ്ദേശം.

ആലങ്ങാട്ടുപട മുന്നോട്ടു നീങ്ങിയ ഉടൻ അയ്യപ്പൻ നേരെ തണ്ണീർമുക്കത്തേക്കാണ് പോയത്. അവിടെ പൂങ്കൊടിയുടെ നേതൃത്വത്തിൽ പയറ്റുകാരെല്ലാം ഒരുങ്ങിനില്പുണ്ടായിരുന്നു. പണിക്കരുടെ അനുമതിയും ആശിസ്സുംവാങ്ങി അയ്യപ്പൻ ആ പയറ്റുകാരെ നേരെ ചെമ്പകശ്ശേരിയിലേക്കാണ് നയിച്ചത്. അവിടെ മുമ്പേതന്നെ സ്ഥാപിച്ചിരുന്ന കളരികളിൽനിന്ന് അനേകായിരം പയറ്റുകാർ ഒരുങ്ങിനില്പുണ്ടായിരുന്നു. ചെമ്പകശ്ശേരിയിലേയും തണ്ണീർമുക്കത്തേയും പയറ്റുകാർ ഒന്നിച്ച് ചേർന്നപ്പോൾ ഏതാണ്ട് ആലങ്ങാട്ടുപടയുടെ മുക്കാൽ വാശിവന്നു. അവരോടും ഒരു വാരത്തിനകം എരുമേലിയിൽ എത്തിക്കൊള്ളാനുള്ള നിർദ്ദേശം നൽകിയിട്ടു അയ്യപ്പൻ നേരെ കായങ്കുളത്തേക്കുചെന്നു.

കായംകുളത്തും മാവേലിക്കരയിലുമുള്ള പയറ്റുകാർ കൊച്ചുതൊമ്മൻ മുതലാളിയുടെ കീഴിൽ ഇതിനകം അണിനിരന്നിരുന്നു. അവർക്കും അയ്യപ്പൻ വേണ്ട ഉപദേശങ്ങളും നിർദ്ദേശങ്ങളും നൽകി. അവർ നേരേ പന്തളത്തു ചെന്നു കൊച്ചുകടുത്തയുടെ സൈന്യത്തോടു ചേരാനാണ് അയ്യപ്പൻ ആജ്ഞ നൽകിയത്.

പിന്നീട് അയ്യപ്പൻ നേരെ പന്തളത്തെത്തി കൊച്ചുകടുത്തയുടെ സൈന്യസന്നാഹങ്ങളും പടയൊരുക്കങ്ങളും പരിശോധിച്ച് അവർക്കു വേണ്ട നിർദ്ദേശങ്ങൾ നൽകി. ഇങ്ങനെ നാലു നാളുകൾ കൊണ്ടു നാലുദിക്കിലുമുള്ള സേനാവിഭാഗത്തിനു അയ്യപ്പൻ നേരിട്ടുതന്നെ നേതൃത്വം നൽകിയതിൽ ഒരു പ്രത്യേകം ഉദ്ദേശമുണ്ടായിരുന്നു. ഓരോ വിഭാഗത്തിനും അയ്യപ്പനാണ് തങ്ങളുടെ നേതാവെന്ന ബോദ്ധ്യം

ഉണ്ടാവണം. നാലു പടയ്ക്കു നാലു നായകനായാൽ നാട്ടുമുടിയാൻ മറ്റൊന്നും വേണ്ടെന്നുണ്ടല്ലോ. ഈ പരിപാടികൊണ്ട് എല്ലാപടയ്ക്കും ഏകനായകത്വം കല്പിക്കാൻ അയ്യപ്പനു കഴിഞ്ഞു. എല്ലാ വിഭാഗക്കാരോടും താൻ അവരുടെകൂടെത്തന്നെ ഉണ്ടായിരിക്കുമെന്ന് അദ്ദേഹം ഊന്നിപ്പറയുകയും ചെയ്തു.

അങ്ങനെ അയ്യപ്പന്റെ നേതൃത്വത്തിൽത്തന്നെ കരിമലക്കോട്ട വടക്കുനിന്നും തെക്കുനിന്നും ഒരേ സമയത്തു ആക്രമിക്കുന്നതിനുള്ള ഒരുക്കങ്ങൾ നടന്നു.

20

കരിമലക്കോട്ടയിലെ മഹാറാണി

നാലു പുറത്തുനിന്നുമുള്ള പടനീക്കത്തിന്റെ കഥ ചാരന്മാർ വഴിയായി ഉദയനൻ അറിഞ്ഞു. ഒട്ടകനാർ സമയത്തിനു വരാതിരുന്നതു കണ്ട് എന്തോ തകരാറു പിണഞ്ഞിട്ടുണ്ടെന്നു ഊഹിച്ച് ഉദയനൻ നമ്പൂതിരിയെ ചില ആൾക്കാരെയും ചേർത്തു നേരെ പന്തളത്തേക്കയച്ചു. ഭയാശങ്കകളോടെയാണ് നമ്പൂതിരി പന്തളത്തേക്കു തിരിച്ചത്. എങ്കിലും ആയുധധാരികളായ അനുചരന്മാർ കൂടെയുള്ളതുകൊണ്ട് അദ്ദേഹം ധൈര്യപൂർവ്വം യാത്രതിരിച്ചു.

കരിമലക്കോട്ടയിൽനിന്നു ഏതാണ്ടു ശബരിമലയ്ക്കടുത്തു എത്താറായപ്പോൾ നമ്പൂതിരിക്കു പെട്ടെന്നൊരു ആലോചന ഉദിച്ചു. അനുചരന്മാരെ ഒരിടത്തു നിർത്തി അദ്ദേഹം ഒറ്റയ്ക്കു അടുത്തുള്ള ഒരു ഗുഹാഭവനത്തിലേക്കു ചെന്നു. പണ്ടൊരിക്കൽ കണ്ടു പരിചയിച്ചിട്ടുള്ള യോഗീശ്വരനെ കണ്ട് അദ്ദേഹത്തിൽനിന്നു ആശിസ്സുകൾ വാങ്ങിയാൽ എല്ലാം ശുഭമായി പര്യവസാനിക്കുമല്ലോ എന്ന് അദ്ദേഹത്തിനു തോന്നി. നമ്പൂതിരി ഗുഹാഭവനം അന്വേഷിച്ച് അങ്ങിങ്ങു ചുറ്റി നടന്നു ചെന്നു പെട്ടതു ഒരു കടുവയുടെ വായിലായിരുന്നു. കടുവായ്ക്കുണ്ടോ ബ്രാഹ്മണനെന്നും അബ്രാഹ്മണനെന്നും ഭേദം?

നമ്പൂതിരി പോയിട്ടു കുറെ നേരമായിട്ടും കാണാതായപ്പോൾ അനുചരസംഘം അദ്ദേഹത്തെ തിരഞ്ഞു നാലുപാടും നടന്നുതുടങ്ങി. അവരിൽ ചിലർ അടുത്തുള്ള കാട്ടിൽ കുറെ അസ്ഥികളും രക്തവും ചിതറിക്കിടക്കുന്നതു കണ്ട് അവയുടെ ഉടമസ്ഥനെപ്പറ്റി ശരിക്കും ഊഹിച്ചറിഞ്ഞ് ആത്മരക്ഷാർത്ഥം നേരെ കരിമലക്കോട്ടയ്ക്കുതന്നെ തിരിച്ചു.

അവർ അവിടെ ചെന്നപ്പോഴേയ്ക്കും ഉദയനൻ മറ്റെങ്ങോ പോയിരി

ക്കുന്നുവെന്നറിഞ്ഞ് അനന്തരകരണീയം എന്തെന്നറിയാതെ കുഴങ്ങി.

ഉദയനൻ ഒരുക്കൂട്ടം അനുചരന്മാരോടൊപ്പം നേരെ തണ്ണീർമുക്ക ത്തേയ്ക്കാണ് പോയത്. ചീരപ്പഞ്ചിറമൂപ്പനും അദ്ദേഹത്തിന്റെ വമ്പിച്ച സേനയും ഏതു സമയത്തും തന്റെ സഹായത്തിന്ന് തയ്യാറായിരിയ്ക്കു മെന്നാണല്ലോ ഉദയനന്റെ വിശ്വാസം.

തണ്ണീർമുക്കത്ത് പടയൊരുക്കം ചെയ്തുകഴിഞ്ഞ ഉടനെ പൂങ്കൊടി ക്കും പടയിൽ പങ്കെടുക്കാൻ ഒരു കൊതി തോന്നിയിരുന്നു. അതിന് അച്ഛനോട് അവൾ സമ്മതം ചോദിച്ചു. അദ്ദേഹം സമ്മതിച്ചില്ല. അയ്യപ്പൻ ആലങ്ങാട്ടുനിന്നു വന്ന ഉടനെ അദ്ദേഹത്തോടും പൂങ്കൊടി കിണഞ്ഞപേക്ഷിച്ചിരുന്നു. അയ്യപ്പനും അതിന് സമ്മതം നൽകിയി ല്ല. അവർ തമ്മിൽ അതു സംബന്ധിച്ച് ഒരു ഗംഭീരവാദപ്രതിവാദംത ന്നെ നടന്നു. തണ്ണീർമുക്കത്തെ പട താൻ തന്നെ നയിച്ചുകൊള്ളാമെ ന്നായിരുന്നു പൂങ്കൊടി ശഠിച്ചത്. ഈ പടപ്പുറപ്പാട് കേവലം ഒരു യുദ്ധ ത്തിനുമാത്രം വേണ്ടിയല്ലെന്നും, ശബരിമലപ്രതിഷ്ഠയും ഇതോടൊപ്പം നിർവ്വഹിയ്ക്കേണ്ടിവരുമെന്നും അതുകൊണ്ട് ആ മഹായജ്ഞത്തിൽ സ്ത്രീകൾ പങ്കുകൊള്ളാൻ പാടില്ലെന്നും അയ്യപ്പൻ നിർബന്ധപൂർവ്വം പറഞ്ഞപ്പോൾ പൂങ്കൊടി സ്വയം പിൻവാങ്ങി.

എങ്കിലും അവളുടെ മുഖത്ത് ആ നിമിഷം മുതൽ അവർണ്ണനീയ മായ ഒരു വിഷാദച്ഛായയും ആപച്ഛങ്കയും കരിനിഴൽ വീശിക്കൊണ്ടിരു ന്നു. ഊണിന്നാസ്ഥ കുറഞ്ഞു. നിദ്ര നിശയിങ്കൽപോലും ഇല്ലാതായി. എപ്പോഴും ഒരേ ഇരിപ്പുതന്നെ ഇരുന്നുപോകും, പണിക്കർ മകളുടെ ഈ വല്ലായ്മ കണ്ടു വളരെ വിഷാദിച്ചു. അദ്ദേഹത്തിനു അതിന്റെ രഹസ്യം അനുമാനിക്കാൻ സാധിച്ചു. അതുവരെ ഉത്സാഹവതി യായി ഓടിച്ചാടി നടന്നിരുന്ന പൂങ്കൊടി ഈ അവസ്ഥയിൽ പെട്ടുക ണ്ടപ്പോൾ കണ്ണപ്പനു ഒരു രസം തോന്നി. അവൻ ഏതു സമയവും അവളുടെ നിഴൽപോലെ നടന്നു. അവനും മനസ്സിലായി അയ്യപ്പൻ പിരിഞ്ഞ സങ്കടംകൊണ്ടാണ് അവൾക്ക് ഈ വല്ലായ്മ വന്നതെന്ന്.

“എടീ മനസ്സിലായെടീ നിന്റെ ഈ കുത്തിയിരിപ്പിന്റെ ഒക്കെ എന്തോന്ന്.”

പൂങ്കൊടി അവനെ ആദ്യം ക്രൂരമായൊന്നു വീക്ഷിച്ചു. പെട്ടെന്നു എന്തോ ഒരു ആലോചന വന്നതുകൊണ്ട് അവൾ മുഖഭാവം മാറ്റി. വളരെ ക്ലേശിച്ച് ഒന്നു ചിരിക്കാൻ ശ്രമിച്ചു.

“അ് അ് അ! ചിരിയ്ക്കുയാണോ ഞാനതു പറഞ്ഞിട്ട്? എന്തിനാടീ എന്നെനോക്കി ചിരിയ്ക്കുന്നത്? നീയെന്നെ പറ്റിക്കയായിരുന്നില്ലേടീ? എവിടെയാ നിന്റെ ആ ശൌരിയാര്?”

പൂങ്കൊടിയ്ക്ക് കണ്ണപ്പന്റെ വാക്കുകൾ കൂർത്തുമൂർത്ത ശരങ്ങളായി ത്തോന്നി. അവൾക്കുണ്ടായ വിഷമം കടിച്ചമർത്തിക്കൊണ്ട് ഇങ്ങനെ പറഞ്ഞു:

"കണ്ണപ്പൻചേട്ടാ" ദയനീയമായിത്തോന്നി അവളുടെ സ്വരം.

"ഓ. വേണ്ട. വേണ്ടേ വേണ്ട. ഇവിടെ ഒരു കിണ്ണപ്പം ചേട്ടനുമില്ല. ഒരു കിണ്ണപ്പൻ ചേട്ടനെ വിളിക്കുന്നു!"

കണ്ണപ്പന്റെ കീഴ്ച്ചുണ്ടു മലർന്നു. ചിറികൾ കോടി. പരിഹാസവും കോപവും സ്ഫുരിയ്ക്കുന്ന നോട്ടം അവളിൽ തറഞ്ഞു. പൂങ്കൊടിയുടെ കണ്ണുനിറഞ്ഞു. ധാരധാരയായി കണ്ണീരൊഴുകി. കവിൾത്തടം രണ്ടും നനഞ്ഞു.

"അല്ലാ പൂങ്കൊടി കരയാ?"

കണ്ണപ്പന്റെ മട്ടു മാറി. അവൾ കരഞ്ഞുകാണുന്നതു അന്നാദ്യമായി ട്ടാണ്. ആ കുസൃതിക്കുടുക്കയായ സൗന്ദര്യധാമത്തിനു കരയിക്കാനും ചിരിക്കാനും മാത്രമേ കഴിഞ്ഞിരുന്നുള്ളു. അവളും കരയുമെന്നു കണ്ണ പ്പൻ കരുതിയില്ല. കണ്ണപ്പന്റെ മനസ്സലിഞ്ഞു. അവന്റെ കണ്ണുകളും നിറഞ്ഞു. അതുകൊണ്ട് പൂങ്കൊടി അവനെ വീണ്ടും ദയനീയമായി നോക്കി. "ചേട്ടാ, ചേട്ടനും എന്നോടുകൂറില്ലല്ലോ." എന്നു പറഞ്ഞു. ഇതു കേൾക്കേണ്ടതാമസം കണ്ണപ്പൻ പൊട്ടിക്കരഞ്ഞുപോയി.

"അല്ലാ, ചേട്ടനെന്തിനാ ഇങ്ങനെ കരയുന്നത്? കരയേണ്ടവൾ ഞാനല്ലേ?"

അതു കേട്ടപ്പോൾ വീണ്ടും കണ്ണപ്പന്റെ കരച്ചിലിനു ശക്തിയേറി.

"ചേട്ടാ ചേട്ടൻ കരയാതെ. ഞാൻ കരഞ്ഞതുകൊണ്ടാണോ ചേട്ടൻ കരയുന്നത്?"

കണ്ണപ്പൻ തലയുയർത്തി അവളുടെ മുഖത്തേക്കു നോക്കി. ആ പാവം തൊണ്ടയിടർച്ചയോടെ ചുണ്ടു വിതുമ്മിക്കൊണ്ട് ഇങ്ങനെ പറഞ്ഞൊപ്പിച്ചു:

"എന്റെ പൊന്നു പൂങ്കൊടി നീ കരയുന്നതു കണ്ടാൽ എനിക്കു സഹിക്കുല്ല. നീ കരയാതെ. ഞാനില്ലേ നിനക്ക്? നീയെന്തിനാ ആ ശവ്വരിയാരെ ഓർത്തു വെഷമിക്കുന്നേ? അവൻ കള്ളനല്യോ. അവൻ നിന്നെപ്പറ്റിക്കയായിരുന്നില്യോ. അതല്യോ അവൻ നിന്നെക്കൂടി അയയ്ക്കാതെ അവനെ ഒറ്റയ്ക്കു പടയ്ക്കയച്ചത്. നമുക്കിവിടെ സുഖമായി കൂടാം, എന്താ?"

ഈ സമയം അവർ ഇരിയ്ക്കുന്നിടത്തു ഓരോല വന്നുവീണു. കണ്ണ പ്പൻ അതു കുനിഞ്ഞെടുത്തു ഇങ്ങനെ ഉറക്കെ വായിച്ചു:

"പൂങ്കൊടിക്ക് അയ്യപ്പൻ എഴുതുന്നത് - ഉടൻ പുറപ്പെട്ടുവരണം,

കടവിൽ ഓടി വള്ളത്തിൽ കയറണം.”

“അല്ലേ? അതാരപ്പാ? ഈ അയ്യപ്പൻ നിനക്കൊരെഴുത്തെഴുതുന്നത്?”

പൂങ്കൊടി ചാടി എണീറ്റു. അവൾ ഒരു നിമിഷം കൊണ്ട് പഴയ പൂങ്കൊടിയായി മാറി. ഉത്തരക്ഷണത്തിൽ അവൾ ആ ഓല കണ്ണപ്പന്റെ കയ്യിൽനിന്നും വാങ്ങാൻ ഓങ്ങി. കണ്ണപ്പൻ ആ തക്കം അതു ബലമായി പിന്നിൽ മറച്ചുപിടിച്ചു.

“അല്ലാ, തട്ടിപ്പറിക്കാമെന്നു വിചാരിച്ചോ? അമ്പടി മിടുക്കീ' - കണ്ണപ്പൻ വിജയഭാവത്തിൽനിന്നു വട്ടക്കലാശം ചവുട്ടി. പൂങ്കൊടി ഒരു നിമിഷത്തിനകം എന്തോ ആലോചിച്ച് അവിടെനിന്നും അപ്രത്യക്ഷയായി. കണ്ണപ്പൻ അവളുടെ പോക്കു നോക്കിനിന്നു. അവളെന്തു ചെയ്യാൻ പോകുന്നെന്നു അറിയാതെ അയാൾ വിഷമിച്ചു. പെട്ടെന്ന് അവനൊരു ബുദ്ധി തോന്നി. ആ ഓലക്കഷണവുംകൊണ്ട് അവൻ മൂപ്പന്റെ അടുക്കലേക്ക് പോയി.

മറ്റൊന്നും ആലോചിക്കാതെ പൂങ്കൊടി തണ്ണീർമുക്കം കടവിലേക്കാണ് ഓടിയത്. അവിടെച്ചെന്നപ്പോൾ ഒരോടിവള്ളം തയ്യാറായിക്കിടക്കുന്നു. അവളതിൽ ചാടിക്കയറി. ഒരു നിമിഷംകൊണ്ട് വള്ളം കായലിലേക്ക് കുതിച്ചു.

കണ്ണപ്പൻ മൂപ്പനെ ഒന്നുരണ്ടു സ്ഥലത്തുചെന്നുനോക്കി. കണ്ടില്ല. ഏതാണ്ട് അരമുക്കാൽ നാഴിക കഴിഞ്ഞപ്പോഴാണ് മൂപ്പന്റെ കയ്യിൽ ആ ഓല എത്തിക്കാൻ കഴിഞ്ഞത്.

“അമ്മാവാ, കാര്യമെല്ലാം കൊഴപ്പത്തിലായെന്നു തോന്നുന്നു. അവളീ ഓല എന്റെ കയ്യിൽനിന്നു പിടിച്ചു പറിക്കാൻ നോക്കി. ഞാനുണ്ടോ വിട്ടുകൊടുത്തു? നല്ല കഥയായി?”

“എന്നിട്ട് അവളെവിടെ കണ്ണപ്പാ?”

“അവളെങ്ങോട്ടോ ഓടിപ്പോകുന്നതു കണ്ടു. ഞാൻ അമ്മാവനെ അരമുക്കാലു നാഴികയായി അന്വേഷിച്ചു നടക്കുന്നു.”

“കണ്ണപ്പാ ഇതിലെന്തോ തകരാറുണ്ട്. വാ വേഗം വാ. അവളെവിടെ എന്നു നോക്കാം.”

പണിക്കരും കണ്ണപ്പനുംകൂടി തണ്ണീർമുക്കം കടവിലേക്ക് ഓടി. കടവിൽ ചെന്നപ്പോഴേക്കും ഓടിവള്ളം കായലിന്റെ നടുവിലെത്തിക്കഴിഞ്ഞിരുന്നു.

ഒട്ടും വൈകിക്കാതെ പണിക്കർ അവിടെയുണ്ടായിരുന്ന ചുരുക്കം ചില ആൾക്കാരൊന്നിച്ചു മറ്റൊരു വള്ളത്തിൽ പുറപ്പെട്ടു.

മൂപ്പന്റെ വള്ളം അക്കരെ വൈയ്ക്കം കടവിലെത്തിയപ്പോഴേയ്ക്കും

അന്തിമയങ്ങിയിരുന്നു. അവിടെക്കണ്ട ചിലരോടു അന്വേഷിച്ചതിൽ ആ വഴിയ്ക്കു ഓടിവള്ളമൊന്നും വന്നില്ലെന്നാണ് മനസ്സിലായത്. മൂപ്പനും ആൾക്കാരും ഏതായാലും നേരെ കരവഴി എരുമേലിക്കു പോകാമെന്നു നിശ്ചയിച്ചു പുറപ്പെട്ടു.

മൂന്നുദിവസം വേണ്ടിവന്നു അവർക്ക് എരുമേലിയിലെത്താൻ. എരുമേലിയും പരിസരങ്ങളും ഇതിനകം ഒരു മനുഷ്യമഹാസമുദ്രമായിക്കഴിഞ്ഞിരുന്നു. ചീരപ്പഞ്ചിറ മൂപ്പനും ആൾക്കാരും എരുമേലിയിൽ എത്തിയിട്ടുണ്ടെന്നു കഥ പെട്ടെന്നു അവിടെയെങ്ങും പരന്നു. അയ്യപ്പനും വാവരും വെളുത്തോനും അദ്ദേഹത്തെ യഥാവിധി സ്വീകരിക്കാൻ തിരക്കി മുന്നോട്ടുവന്നു. അപ്രതീക്ഷിതമായി പണിക്കരാശാൻ വന്നതിൽ അവർക്കെല്ലാം അത്ഭുതം തോന്നി. പക്ഷേ മൂപ്പന്റെ മുഖം കണ്ടപ്പോൾ അവർക്കെല്ലാം ആദ്യമുണ്ടായതിൽ ആയിരമിരട്ടി അത്ഭുതമാണ് തോന്നിയത്. ഒരു സംഹാരരുദ്രന്റെ മുഖഭാവത്തോടെ മൂപ്പൻ അയ്യപ്പനോട് ചോദിച്ചു: "എവിടെ പൂങ്കൊടി?"

ഇടിനാദവും മിന്നൽപ്പിണരും ഒന്നിച്ചാണുണ്ടായത്. പണിക്കരാശാന്റെ വാൾ അയ്യപ്പനുനേരെ ഉയർന്നു. അടുത്തുനിന്നിരുന്ന വാവരുടെ വാൾ പണിക്കരുടെ വാളിൽ തട്ടി മറ്റൊരു മിന്നൽപ്പിണരുണ്ടാക്കി, ഇതിനിടയ്ക്ക് അയ്യപ്പൻ അവരെ ഇരുവരേയും ആ സാഹസത്തിൽനിന്നു വിലക്കി ഇങ്ങിനെ പറഞ്ഞു:

"ആശാനേ, ആശാൻ തെറ്റിദ്ധരിച്ചിരിക്കുന്നു. എവിടെയാണ് പൂങ്കൊടി?"

"എന്ത്? പൂങ്കൊടിയേയും കൊണ്ട് ഓടിവള്ളത്തിൽ ആരാണ് കടന്നുകളഞ്ഞത്? ആരുടെയാണ് ഈ ഓല?"

പണിക്കർ ഒരോലക്കഷണം അയ്യപ്പന്റെ നേരെ എറിഞ്ഞു. വെളുത്തോൻ അതെടുത്തു അയ്യപ്പന്റെ നേരെ നീട്ടി. അയ്യപ്പൻ ഒരു പുഞ്ചിരിയോടെ ആശാനെ നോക്കി പറഞ്ഞു:

"എന്താ, ആശാനെ? ഇതുവരെ ആശാന് എന്നെ മനസ്സിലായില്ല അല്ലേ? ഇങ്ങനെ ഒരെഴുത്ത് ഞാൻ എഴുതുമോ? കഷ്ടം! ശരി. ഇനി അതെപ്പറ്റി പറഞ്ഞിട്ടു കാര്യമില്ല. പൂങ്കൊടി അപകടത്തിലാണ്. ഇനി ഒരു നിമിഷം വൈകരുത്. എനിക്കറിയാം ഇതാരുടെ കൃത്രിമമെന്ന്. വെളുത്തോനും വാവരും ഉടൻതന്നെ നിങ്ങളുടെ സൈന്യങ്ങളെ കരിമലക്കോട്ടയ്ക്കു കൊണ്ടുപോകണം."

പണിക്കരാശാൻ ഇതെല്ലാം കേട്ടു അന്തംവിട്ടുനില്ക്കുകയായിരുന്നു. അദ്ദേഹത്തിന് ഇപ്പോഴാണ് സംഗതികൾ ഏതാണ്ടൊന്നു പിടികിട്ടിയത്. ആശാന്റെ കോപം തണുത്തു. മുഖത്തു പശ്ചാത്താപം ഉദിച്ചു

അയ്യപ്പന്റെ നേരെ നില്ക്കാനോ നോക്കാനോ അദ്ദേഹത്തിന് ധൈര്യം വന്നില്ല. അല്പസമയം മൗനംപൂണ്ടു നിന്നതിനുശേഷം ഒരുറച്ച നിശ്ചയത്തോടെ തലയുയർത്തി ഇങ്ങനെ പറഞ്ഞു:

"ഇതെന്റെ തെറ്റുകൊണ്ടു വന്നതാണ്. അതെ; എന്റെമാത്രം തെറ്റ്. ഞാൻ ഈ മഹത്തായ കാര്യത്തിനു മുമ്പേതന്നെ ഇറങ്ങിപ്പുറപ്പെടേണ്ടതായിരുന്നു. ഞാനതു ചെയ്തില്ല. ഇതാ ഞാൻ ശപഥം ചെയ്യുന്നു. എന്തു വന്നാലും ശരി, കരിമലക്കോട്ട പൊളിച്ചേ ഞാനടങ്ങൂ."

പണിക്കരാശാൻ കലികൊണ്ടു തുള്ളി. അയ്യപ്പന് നേരെ ഓങ്ങിയ വാള് അങ്ങനെതന്നെ കയ്യിലുയർത്തിപ്പിടിച്ചുകൊണ്ട് അദ്ദേഹം ആക്രോശിച്ചു:

"ഈ വാൾ ഇനി ഉറയിലിടണമെങ്കിൽ എന്റെ പകവീട്ടണം."

ഒരു നെടുവീർപ്പ് അയ്യപ്പനിൽനിന്നുയർന്നു. അദ്ദേഹം വാവരോട് ഇങ്ങനെ മന്ത്രിച്ചു:

"ചെങ്ങാതീ, ഇനി നമ്മൾ ജയിച്ചു. ആശാന് കലികൊണ്ടാൽപ്പിന്നെ ആരുണ്ട് എതിരുനില്ക്കാൻ?"

ആലങ്ങാട്ടുപടയും ചെമ്പകശ്ശേരിപ്പടയും പണിക്കരാശാന്റെ നേതൃത്വത്തിൽ എരുമേലിയിൽനിന്ന് കാട്ടിലേക്കു നീങ്ങി. കൊട്ടും വെടിയും കുരവയും ആർപ്പുവിളിയുമായി ആ ഭയങ്കരസേന പുറപ്പെട്ടപ്പോൾ ഒരു കൃഷ്ണപ്പരുന്ത് ആകാശത്തിൽ വലംവെച്ച് പറന്നു. ആലങ്ങാട്ടുപടയുടെ നായകനായ കാമ്പിള്ളിപ്പണിക്കർ ആ ശുഭശകുനം കണ്ടപ്പോൾ ആഹ്ലാദവും ഭക്തിയും കലർന്ന സ്വരത്തിൽ 'ശ്രീ ശബരിഗിരീശോ ശരണമയ്യപ്പാ' എന്നുറക്കെ ശരണംവിളിച്ചു. പടയാളികൾ മുഴുവൻ ആ 'ശരണം' ഏകകണ്ഠത്തിൽ ഏറ്റുവിളിച്ചു. ആ കൊടുംകാട്ടിൽ തിങ്ങിനിന്നിരുന്ന വൃക്ഷലതാദികൾ അതിന്റെ മാറ്റൊലിതട്ടി അവർക്കു വഴിമാറിക്കൊടുത്തപോലെ ഇരുവശങ്ങളിലേക്കും ഒതുങ്ങിനിന്നു. കാട്ടുമൃഗങ്ങൾ ഭയന്നോടി. കടുവയും പുലിയും അവർക്കു അകമ്പടിയെന്നോണം മുന്നോട്ടു കുതിച്ചുപാഞ്ഞു. കൂട്ടംകൂടി നിന്നിരുന്ന കാട്ടാനകൾ ചിന്നംവിളികളോടെ നാലുപാടും ചിന്നിച്ചിതറി മറഞ്ഞു. 'അയ്യപ്പോ അയ്യപ്പോ' എന്ന വിളി ഇടതടവില്ലാതെ ഉയർന്നുകൊണ്ടിരുന്നു. കൂർത്തുമൂർത്ത പാറക്കല്ലുകൾ നിറഞ്ഞ ഒരു മലഞ്ചെരിവിൽ അവരെത്തി. മുന്നോട്ടൊരടിവെയ്ക്കാൻ നിവൃത്തിയില്ല. പാറക്കല്ലുകൾ കുന്നുകൂടിക്കിടക്കുന്നു. പണിക്കരാശാൻ കുനിഞ്ഞൊരു കല്ലെടുത്തു. എല്ലാവരും ഓരോ കല്ല് കയ്യിലെടുക്കണമെന്ന് അദ്ദേഹം ആജ്ഞാപിച്ചു. മുന്നണിയിൽ നിന്നവർ കല്ലെടുത്തു വലത്തുപാടെ ഒഴിഞ്ഞുമാറി: പിന്നിലുള്ള അണിയും അങ്ങിനെ ചെയ്തുമാറി. അങ്ങനെ ആ മഹാ

സൈന്യത്തിന്റെ അണി മുഴുവനും തീർന്നതോടെ ആ കൂർത്ത കല്ലുക ളുടെ കുന്ന് കുഴിയായി മാറി.

വലത്തോട്ടൊഴിഞ്ഞ അണികളെ പിന്തുടർന്ന് പിന്നാലെ വന്നവരും യാത്രതുടർന്നു. മുൻപിൽ കണ്ട ഒരു വലിയ പർവ്വതത്തി ന്റെ താഴ്വാരത്തുകൂടെ ആ സൈന്യത്തിന് സ്വച്ഛന്ദം മുന്നോട്ട് നടന്ന് മറുവശത്തെത്താനുള്ള സൗകര്യവും അങ്ങനെ ലഭിച്ചു.

ആ പർവതത്തിന്റെ മറുഭാഗത്തെത്തിയപ്പോൾ അവർ കണ്ടകാഴ്ച വളരെ രസാവഹമായിരുന്നു. പലതരത്തിലുള്ള ആയുധങ്ങൾ ധരിച്ച ഒരു വലിയ സൈന്യം പിൻതിരിഞ്ഞോടുന്നു. അയ്യപ്പന്റെ നിർദ്ദേശ മനുസരിച്ച് വെളുത്തോന്റെ നേതൃത്വത്തിലുള്ള ഒരു വിഭാഗം സേന കൈവശമുള്ള കല്ലുകളുമായി പിൻതിരിഞ്ഞോടുന്ന സൈന്യത്തെ ദ്രു തഗതിയിൽ പിൻതുടർന്നു. ബാക്കിയുള്ള സേനയെ രണ്ടായി പകുത്ത് സൈന്യത്തിന്റെ മുന്നണിയെ അയ്യപ്പൻ മൂന്നാമതൊരു മാർഗ്ഗത്തി ലൂടെ നയിച്ചു.

പിൻതിരിഞ്ഞോടുന്ന ശത്രുസേനയെ കണ്ടപ്പോൾ അയ്യപ്പൻ ആ സ്ഥലം ശത്രുസങ്കേതമാണെന്നും ഏതു വശത്തുകൂടിയും ആക്ര മണമുണ്ടാവാമെന്നും സംശയിച്ചതുകൊണ്ടാണ് ഈ ഏർപ്പാടുകൾ ചെയ്തത്. അയ്യപ്പന്റെ സംശയം അസ്ഥാനത്തിലായില്ല. പിന്നിൽനി ന്നും ഒരു വലിയ ആക്രമണം ആകസ്മികമായുണ്ടായി. പക്ഷേ, അയ്യ പ്പന്റെ സമയോചിതമായ നിർദ്ദേശംകൊണ്ട് പാർഷ്ണിരക്ഷചെയ്തിരു ന്ന പടയാളികൾ സധൈര്യം ആ ആക്രമണത്തെ ചെറുത്തുനിന്നു. കഷ്ടിച്ച് അര നാഴികകൊണ്ട് അക്രമികളുടെ സൈന്യനിര ഛിന്ന ഭിന്നമായി. അവരെല്ലാം ആയുധം ഇട്ടെറിഞ്ഞ് കാടുകളിൽ അഭയം തേടി. അവരുടെ ആയുധങ്ങൾ പരിശോധിച്ചപ്പോഴാണ് മനസ്സിലാ യത് ഉദയനൻ പ്രത്യേകം വരുത്തിയ മറവപ്പടയായിരുന്നു ആ ആക്ര മികളെന്ന്.

ആ യുദ്ധത്തിൽ ഇരുഭാഗത്തുമുള്ള ഒരൊറ്റയാൾക്കും അപായം വന്നില്ലെന്ന വസ്തുത എല്ലാവർക്കും ആശ്വാസപ്രദമായിരുന്നു. അയ്യ പ്പന്റെ ആദർശവും അതുതന്നെയായിരുന്നല്ലോ. സൈന്യത്തിലുള്ള എല്ലാവർക്കും അദ്ദേഹം അങ്ങനെ ഒരു നിർദ്ദേശം മുൻപേതന്നെ നൽകിയിട്ടുണ്ടായിരുന്നു. ഒരു നിവൃത്തിയുമില്ലാതെ വന്നാലേ, അതും ആത്മരക്ഷയ്ക്കുമാത്രമേ, മറ്റൊരാളുടെ ശരീരത്തിൽ ഒരു പോറൽ പോലും ഏല്പിക്കാവൂ എന്ന് അദ്ദേഹം ഓരോ ഘട്ടത്തിലും പടയാളി കളെ അനുസ്മരിപ്പിച്ചിരുന്നു.

മറവപ്പടയെ തുരത്തിയതിനുശേഷം പടയാളികൾക്കു അന്ന് അവി

ടെവെച്ച് ഒരു സദ്യ നടത്തി. അയ്യപ്പന്റെ നേതൃത്വത്തിലുള്ളവർ ചുറ്റുപാടുകൾ കാത്തുനില്ക്കാമെന്നു ഏറ്റു. ഒരു ദിവസം മുഴുവനും അവർ അവിടെ വിശ്രമിച്ചു.

പിറ്റേന്ന് വീണ്ടും അവർ പുറപ്പെട്ടു. അവർ ഏതാണ്ട് കരിമലക്കോട്ടയ്ക്ക് ഒരു നാഴിക അകലത്ത് എത്താറായപ്പോഴാണ് ഒരത്ഭുതസംഭവം കണ്ടത്. തലേന്നു വരെ തങ്ങളുടെ കൂടെയുണ്ടായിരുന്ന അയ്യപ്പൻ അവർക്കെതിരെ ഒരു കുതിരപ്പുറത്തു കയറിവരുന്നു! എന്താണിതെന്നു ഏവരും മിഴിച്ചുനില്ക്കെ, അശ്വാരൂഢനായ അയ്യപ്പൻ അവരെ ഇങ്ങനെ സമാശ്വസിപ്പിച്ചു:

"നിങ്ങളാരും സംശയിക്കണ്ട. ഒരു പ്രധാനകാര്യം അറിയാനാണ് ഞാൻ നിങ്ങളറിയാതെ നിങ്ങളെ വിട്ടുപോയത്. ഇന്നലെ നിങ്ങളിൽ ഭൂരിഭാഗവും പോരാടി ക്ഷീണിച്ചു വിശ്രമിക്കെ, ആ അവസരം നോക്കി ഞാൻ കരിമലക്കോട്ടവരെ ഒന്നുപോയി. നമ്മുടെ കൊച്ചുകടുത്തയും പന്തളം സൈന്യവും എവിടെയാണെന്ന് അറിയണമല്ലോ. അവർക്കു എന്തെങ്കിലും സഹായം വേണ്ടിവന്നാൽ നാം ഉടനടി അതിനും തയ്യാറാവണമല്ലോ. അതിനുവേണ്ടി ഞാൻ ഒരു ഗൂഢസഞ്ചാരം നടത്തിയതാണ്. കൊച്ചുകടുത്തയും സേനയും കരിമലക്കോട്ടയ്ക്കു തെക്കുവശം പാളയമടിച്ചിരിക്കയാണ്. മാത്രവുമല്ലാ, മറവപ്പടയുടെ പൊടിപോലും ഇനി ഈ കാട്ടുകളിൽ ബാക്കിയില്ലെന്നും മനസ്സിലാക്കി. അങ്ങനെ ഉദയനന്റെ പുറംതുണ അറ്റുപോയിരിക്കുന്നു. പക്ഷേ, അതുകൊണ്ടു നാം സന്തോഷിക്കേണ്ട. കരിമലക്കോട്ട ഉദയനൻ വളരെ ഭദ്രമായി രക്ഷിച്ചിരിക്കയാണ്. കോട്ടവാതിലുകൾ അകത്തുനിന്നു ബന്ധിച്ചിരിക്കുന്നു. ഉദയനന്റെ സൈന്യവും അതിനകത്താണ്. നമ്മുടെ പടയാളികൾ അങ്ങോട്ട് അടുക്കേണ്ട താമസം ഉയർന്ന കോട്ടമതിലുകളുടെ പഴുതുകളിൽനിന്ന് അവർക്ക് പലതരത്തിലുള്ള മാരകായുധങ്ങൾ പ്രയോഗിച്ചു നമ്മെ തോല്പിക്കാൻ കഴിയും. നമ്മുടെ സംഖ്യാബലത്തിന് ഒരു ശക്തിയുമില്ലെന്നു വന്നിരിക്കുന്നു. അതുകൊണ്ട് ഇനി വേറെ വല്ല ഉപായവും നോക്കണം."

അയ്യപ്പൻ പടത്തലവന്മാരുമായി പല പദ്ധതികളും ആലോചിച്ചുറച്ചു. അനന്തരം പിറ്റേന്ന് പ്രഭാതമാകുമ്പോഴേക്ക് കരിമലക്കോട്ട വളഞ്ഞു പടയാളികൾ നിലയുറപ്പിക്കണമെന്നും കോട്ടവാതിൽ തകർത്ത് അകത്തു കയറാൻ ഒരു സന്നദ്ധസേന ഉണ്ടാക്കണമെന്നും തീരുമാനിച്ചു.

നേരം പുലർന്നപ്പോഴേക്കു അയ്യപ്പന്റെ പരിപാടികളും രൂപംകൊണ്ടു. കോട്ടവാതിൽ തകർക്കാനുള്ള സന്നദ്ധസേനയും

തയ്യാറെടുത്തു. കോട്ടവാതിലിന് മുൻപിലുള്ള വലിയ വൃക്ഷങ്ങളിൽ കാട്ടുവള്ളികൾ പിരിച്ചുണ്ടാക്കിയ ആലാത്തു കയറുകൾ തൂങ്ങിനിന്നു. കയറുകളിൽ ഭാരമേറിയ കല്ലുകളും മരത്തടികളും കെട്ടിയിരുന്നു.

സന്നദ്ധസേനയിലുള്ള വീരന്മാരായ പടയാളികൾ അവരുടെ പ്രവർത്തനം ആരംഭിച്ചു. ആലാത്തുകയറുകൾ അനേകം പേർകൂടി ശക്തിയായി പിന്നാക്കം വലിച്ച് കോട്ടവാതിലിന് എതിരെ ആട്ടിവിട്ടു. കരുതിയതിലും എളുപ്പത്തിൽ കോട്ടവാതിലുകൾ തകർക്കപ്പെട്ടു. ആയുധധാരികളായ പടയാളികൾ ആയിരക്കണക്കിന് ആർത്തുവിളിച്ചുകൊണ്ട് അകത്തേക്ക് ഇരച്ചുപാഞ്ഞു. പണിക്കരാശാനായിരുന്നു അവരെ അകത്തേക്കു നയിച്ചത്. അദ്ദേഹത്തെ അയ്യപ്പൻ അനുഗമിച്ചു.

കരിമലക്കോട്ടയ്ക്കുള്ളിൽ കയറിയ പണിക്കരാശാനും അയ്യപ്പനും കണ്ടകാഴ്ച ആ ധീരാത്മാക്കളെ ഞെട്ടിച്ചു. കോട്ടയ്ക്കകത്തുള്ള ഒരു മാളികയിലെ മട്ടുപ്പാവിൽ സർവാലങ്കാര വിഭൂഷിതഗാത്രിയായി പൂങ്കൊടി നിൽക്കുന്നു. അവളുടെ അടുക്കൽത്തന്നെ ഊരിയ വാളുമായി ഉദയനനും!

പണിക്കർ ആ കാഴ്ച ഉറ്റുനോക്കി. അദ്ദേഹത്തിന് തന്റെ കണ്ണുകൾ വിശ്വസിക്കാൻ കഴിഞ്ഞില്ല.

പരിഹാസം നിറഞ്ഞ ഒരു ചിരിയോടെ ഉദയനൻ പണിക്കരെ നോക്കി പറഞ്ഞു:

"മകളെ അന്വേഷിച്ചു വന്നതായിരിക്കും, അല്ലേ? ഇതാ, മകൾ മഹാറാണിയായി എന്റെ അടുക്കൽ ചമഞ്ഞുനിൽക്കുന്നു. ഇന്നാണ് അഭിഷേകം നിശ്ചയിച്ചിരിക്കുന്നത്. പണിക്കരും കൂട്ടരും വന്നത് നന്നായി. അയ്യപ്പനെന്ന ഇളവരചനും കൂടെയുണ്ടല്ലോ. അദ്ദേഹത്തെ മഹാരാജാവാക്കിക്കളയാം. എല്ലാവരും അവിടെത്തന്നെ നില്ക്കണം. അനങ്ങിപ്പോയാൽ ഈ മാളികപ്പുറത്തമ്മയുടെ കഴുത്തിൽ പൂമാലയായി വീഴുന്നത് ഈ വാൾത്തലയായിരിക്കും."

പണിക്കർ സ്തബ്ധനായി നിന്നു! അദ്ദേഹത്തിനു മോഹാലസ്യമുണ്ടാവുമെന്ന നിലയായി. അതുകണ്ട് പൂങ്കൊടി ആ മാളികപ്പുറത്തുനിന്നു പുഞ്ചിരിതൂകിപ്പറഞ്ഞു:

"അച്ഛാ, അച്ഛന്റെ ആഗ്രഹം ഇതാ ഇദ്ദേഹം സാധിപ്പിച്ചിരിക്കുന്നു. അച്ഛൻ ഭയപ്പെടാതെ. ഞാനിന്നു മഹാറാണിയാകും. മാളികപ്പുറത്തമ്മയാകും. അച്ഛൻ ഇദ്ദേഹം പറയുന്നത് കേൾക്കണം. എന്നെ അഭിഷേകം ചെയ്യുന്നതു അച്ഛനു കാണാം."

ഇത്രയും പറഞ്ഞു പൂങ്കൊടി ഉദയനനെ നോക്കി പുഞ്ചിരിതൂകി

ക്കൊണ്ട് ആ മാളികപ്പുറത്തു അലങ്കരിച്ചു വെച്ചിരുന്ന സിംഹാസന ത്തിൽ ഇരുന്നു.

ഈ സമയംകൊണ്ടു അയ്യപ്പൻ ഒരു കുട്ടിക്കരണം മറിഞ്ഞ് മാളി കപ്പുറത്തെത്തിക്കഴിഞ്ഞു.

“അല്ലാ ഇളവരചനും എത്തിയല്ലോ. എന്നാൽ ആദ്യത്തെ അഭിഷേകം ഇളവരചന്.” ഉദയനൻ ഒറ്റച്ചാട്ടത്തിന് അയ്യപ്പന്റെ പിൻപിലെത്തി കൈയ്യിലിരുന്ന വാൾ അദ്ദേഹത്തിന്റെ കണ്ഠംനോ ക്കി വീശി. സിംഹാസനസ്ഥയായിരുന്ന പൂങ്കൊടി ചാടിയെണീറ്റ് അയ്യപ്പന്റെയും ഉദയനന്റെയും ഇടയ്ക്കു ചാടി നിന്നു. ആ പൂവുടലിൽനി ന്നു തെറിച്ചുപോയ തല പണിക്കരുടെ മുമ്പിൽച്ചെന്നു!

* * * *

ഉദയനനും അയ്യപ്പനും ഒരു നിമിഷം ആ രംഗം കണ്ടു പകച്ചുനിന്നു.

ആ വീരകന്യകയുടെ രക്തംപുരണ്ട കൈവാൾ ഉദയനൻ വീണ്ടും അയ്യപ്പന്റെ നേരെ ഓങ്ങി. ഒരു നിമിഷം കഴിഞ്ഞില്ല: മട്ടുപ്പാവിൽ അയ്യപ്പനോട് എതിർക്കാൻ ഉദയനന്റെ ആൾക്കാർ വന്നു നിറഞ്ഞി രുന്നു. അയ്യപ്പന്റെ സേനയിലുള്ളവർ ഇതിനകം മാളികയ്ക്കുള്ളത്തു കടന്നു കണ്ടവരെ കണ്ടവരെ തുണ്ടംതുണ്ടമാക്കി വെട്ടിവീഴ്ത്തി മട്ടുപ്പാവിലേ ക്കു കടന്നു. മട്ടുപ്പാവിൽനിന്നു മനുഷ്യരുടെ ഉടലും തലയും തുരുതുരെ കീഴോട്ടു വീണുതുടങ്ങി. പരസ്പരം വെട്ടും തടയും ഏല്പിച്ചിരുന്ന അയ്യ പ്പനും ഉദയനനും മാളികമുകളിൽനിന്നു അപ്രത്യക്ഷരായി. ആ കെട്ടി ടത്തിലെ ഗൂഢമാർഗ്ഗങ്ങളിലൂടെ ഉദയനൻ അയ്യപ്പന്റെ വെട്ടുകൾ തടഞ്ഞു പിൻതിരിയാതെ ഒഴിഞ്ഞുമാറിത്തുടങ്ങി. ഒടുവിൽ അവരിരു വരും മാളികയുടെ നടുമുറ്റത്തുചെന്നെത്തി. ഇരുവരും അറിയാവുന്ന അടവുകളെല്ലാം പ്രയോഗിച്ചുനോക്കി. നടുമുറ്റത്തു നാലുപുറത്തുനിന്നും ഉദയനന്റെ ആൾക്കാർ അയ്യപ്പനെ വളഞ്ഞു. അയ്യപ്പൻ ഒറ്റയ്ക്ക്; ഇനി എന്താണ് നിവൃത്തി? ഒടുവിലത്തെ അടവുതന്നെ എടുക്കാൻ അയ്യ പ്പൻ തീരുമാനിച്ചു. അദ്ദേഹം ഒന്നുരണ്ടു കുട്ടിക്കരണം മറഞ്ഞ് എഴുന്നു നിന്നതോടെ ആ മുറ്റത്തുനിന്നു പൂഴിമണ്ണ് മേലോട്ടുയർന്നു. പോരാടുന്ന പടയാളികളുടെ കണ്ണുകൾ പൂഴികൊണ്ടു മൂടി. പിന്നീടവർ വെട്ടിയവെ ട്ടുകൾ പരസ്പരം കഴുത്തറക്കാനേ സഹായിച്ചുള്ളു. അയ്യപ്പൻ ആ രംഗ ത്തുനിന്ന് അപ്രത്യക്ഷനായി.

പണിക്കരാശാൻ അപ്പോഴും മൂർച്ഛിച്ചു കിടക്കുകയായിരുന്നു. അന്തേവാസികളിൽ ചിലർ അദ്ദേഹത്തിന്റെ അടുത്തിരുന്നു ശുശ്രൂ ഷിക്കുന്നുണ്ട്. കരിമലക്കോട്ടയ്ക്കകത്തെ പോരാട്ടം അപ്പോഴേയ്ക്ക് ഏതാണ്ട് ശമിച്ച മട്ടായിരിക്കുന്നു. അങ്ങിങ്ങ് ചില സംഘട്ടനങ്ങള

ല്ലാതെ മറ്റൊന്നും ആ കോട്ടയുടെ ഗംഭീരശാന്തതയെ ഭഞ്ജിച്ചിരുന്നില്ല. കോട്ടയ്ക്കകത്തു വന്ന പടയാളികൾ പൂങ്കൊടിയുടെ ആ ദുരന്തമറിഞ്ഞ് ഹൃദയം നൊന്ത് കരഞ്ഞു.

അയ്യപ്പൻ പണിക്കരാശാനേയും ആ ജഡത്തേയും മാറിമാറി നോക്കി. അല്പം കഴിഞ്ഞു. പെട്ടെന്ന ആ വത്സലപിതാവ് ഞെട്ടിയുണർന്ന അയ്യപ്പനെ കണ്ട് അദ്ദേഹത്തെ വാരിയെടുത്തു മാറോടണച്ച. ആ ധീരയോദ്ധാവിന്റെ ചുണ്ടുകളിൽനിന്ന ഇങ്ങിനെ ചിലതെല്ലാം പുറപ്പെട്ടു.

"രാജാവ്... റാണി... മാഹാറാണി... എന്റെ മോള് മഹാറാണി... ഇതെന്റെ രാജകുമാരൻ... മോളേ... മഹാറാണി... മഹാ..."

പണിക്കരാശാൻ വീണ്ടും മൂർച്ഛയിലാണ്ടു. പിന്നീടദ്ദേഹം ഉണർന്നില്ല.

21

ശബരിമല പ്രതിഷ്ഠ

പൂഞ്ഞാർ ഇടവക കൊട്ടാരത്തിന്റെ പടിപ്പുരമാളികയിൽ ഒരു സന്യാസി ശതപദസഞ്ചാരം ചെയ്യുകയാണ്. ഇടയ്ക്കിടയ്ക്ക് അദ്ദേഹം ആരെയോ പ്രതീക്ഷിയ്ക്കുന്നതുപോലെ ജനാലവഴി പുറത്തേയ്ക്കു നോക്കുന്നു. സമയം ചെല്ലുന്തോറും സന്യാസി അക്ഷമനായിത്തീരുന്നുമുണ്ട്.

അശ്വാരൂഢനായ ഒരു യുവാവ് കൊട്ടാരത്തിന്റെ വാതില്ക്കൽ വന്നു നിന്നു. പൂഞ്ഞാർ വലിയതമ്പുരാൻ കൊട്ടാരവാതില്ക്കൽത്തന്നെ അദ്ദേഹത്തെ ഭക്ത്യാദരപൂർവ്വം സ്വീകരിച്ച് അകത്തെ കെട്ടിലേയ്ക്കു കൂട്ടിക്കൊണ്ടുപോയി.

അന്തഃപുരത്തിൽ ഒരു പ്രത്യേക സ്ഥലത്തേക്കാണ് വലിയതമ്പുരാൻ ആ യുവാവിനെ നയിച്ചത്. യുവാവ് അകത്തളത്തിൽ കടന്ന ഉടനെ അംബികാദേവിത്തമ്പുരാട്ടി ഹൃദ്യമായി പുഞ്ചിരിതൂകിക്കൊണ്ട് ഇങ്ങിനെ സ്വാഗതം ചെയ്തു:

“എന്റെ അപ്പനേ, എത്രനേരമായി ഞങ്ങളിങ്ങനെ കാത്തിരിക്കുന്നു. യുദ്ധത്തിന്റെ വിവരങ്ങളെല്ലാം ഞങ്ങൾ നേരത്തെ അറിഞ്ഞു. ഇന്നു വരും അപ്പൻ നാളെ വരും എന്നു നിരീച്ച് ഈ ദിവസങ്ങളെല്ലാം കണ്ണിലെണ്ണ ഒഴിച്ച് കാത്തിരിയ്ക്കുകയായിരുന്നു.”

“വലിയതമ്പുരാൻ അയച്ച ഓല സമയത്തിനു തന്നെ കിട്ടി. എങ്കിലും പന്തളത്തു ചെന്നു അവിടെയുള്ളവരെക്കൂടി ഒന്നാശ്വസിപ്പിച്ചിട്ടു ഇങ്ങോട്ടു വരാമല്ലോ എന്നു കരുതി. അതുമല്ല, പൊന്നമ്പലമേട്ടിലും ഒന്നു പോയി.”

വലിയതമ്പുരാൻ ചിരിച്ചുകൊണ്ടു തലയാട്ടി ഇങ്ങനെ പറഞ്ഞു:

“ഞാൻ അപ്പോഴേ പറഞ്ഞില്ലേ, അംബികേ, അപ്പൻ പൊന്നമ്പല മേട്ടിൽ പോകും; ഇക്കാര്യം അപ്പൻ ഊഹിക്കപോലുമില്ലെന്ന്.”

അയ്യപ്പൻ കാര്യം മനസ്സിലാകാതെ അംബികാദേവിയുടെയും ജയസിംഹന്റെയും മുഖത്തേക്ക് മാറിമാറി നോക്കി.

“അപ്പനെ, ഇതാ പടിപ്പുരമാളികയിൽ അപ്പനെ കാത്ത് രണ്ടുപേർ എത്രദിവസമായെന്നോ ഇരിക്കുന്നു. നമുക്കങ്ങോട്ടു ചെന്നു കാണാം അവരെ.” അംബിക പറഞ്ഞു.

“അല്ലാ, അവരിരുവരും ഇങ്ങോട്ടാണല്ലേ പോന്നത്? അതുന ന്നായി. രണ്ടമ്മമാരേം രണ്ടു അച്ഛന്മാരേയും ഒരുമിച്ചുകണ്ട് അനുഗ്രഹം വാങ്ങാനുള്ള ഭാഗ്യം എനിക്കുണ്ടായല്ലോ.”

ജയസിംഹനും അംബികയും അയ്യപ്പനെ പടിപ്പുര മാളികയിലേക്ക് കൊണ്ടുപോയി. അവിടെ തളത്തിൽ ഒരു സന്യാസിയും സന്യാസി നിയും ഇരിക്കുന്നേടത്തേക്കു അവർ ഭക്ത്യാദരപുരസ്സരം പ്രവേശിച്ചു. അയ്യപ്പൻ അവരെ കണ്ട ഉടനെ അവരുടെ പാദങ്ങളിൽ സാഷ്ടാംഗം നമസ്കരിച്ചു. സന്യാസിനി അയ്യപ്പനെ വാരിയെടുത്ത് മടിയിലിരുത്തി. അവരുടെ കണ്ണുകളിൽനിന്ന് ധാരധാരയായി കണ്ണീരൊഴുകി. ഒരു കൈക്കുഞ്ഞിനെപ്പോലെ അയ്യപ്പൻ അവരുടെ അങ്കതലത്തിൽ വിശ്ര മസുഖമനുഭവിച്ചു. ആർക്കുമൊന്നും പറയാനുള്ള കരുത്തുണ്ടായില്ല. അംബിക ജയസിംഹന്റെ മുഖത്തേക്ക് സാകൂതം നോക്കി. ജയസിം ഹനാകട്ടെ, സന്യാസിയെ തൊഴുതുകൊണ്ട് ഇങ്ങിനെ അറിയിച്ചു:

“ഇനിയെങ്കിലും ഞങ്ങളുടെ ആഗ്രഹപ്രകാരം അവിടന്ന് പ്രവ ർത്തിച്ചാൽ അതൊരനുഗ്രഹമായിരിക്കും.”

സന്യാസി ഗംഭീര ഭാവം വിടാതെ പറഞ്ഞു:

“നമ്മുടെ എല്ലാവരുടേയും ആഗ്രഹങ്ങളാണ് അയ്യപ്പൻ ഈയ്യിടെ സാധിച്ചത്. ഇനി നമുക്കെല്ലാം ഒരേ ഒരു ആഗ്രഹമേയുള്ളൂ. അതു ഞാൻതന്നെ നടത്തിക്കൊള്ളാം. അതിനുവേണ്ട ഒത്താശകൾ അങ്ങു ചെയ്യണം.”

“ശബരിമല പ്രതിഷ്ഠയുടെ കാര്യമല്ലേ അവിടന്നു സൂചിപ്പിക്കുന്നത്? അക്കാര്യത്തിലേക്ക് എന്റെ ഭണ്ഡാരത്തിലുള്ളതെല്ലാം അവിടത്തേ ക്ക് വിട്ടുതന്നിരിക്കുന്നു.”

“എന്താ അപ്പനേ, പന്തളത്തെ വലിയതമ്പുരാനേം കൂടി കാണണ്ടേ? ഇനി കഷ്ടിച്ചു പത്തുപതിനഞ്ചു ദിവസമേ മകരസംക്രമ ത്തിനുള്ളൂ. അതിനകം പ്രതിഷ്ഠ നടത്തണം. ക്ഷേത്രം പണിയെല്ലാം വിസ്തരിച്ചു പിന്നീടു മതി.”

“അച്ഛാ, അക്കാര്യങ്ങളെല്ലാം പന്തളത്തു ചെന്ന് ഏർപ്പാടു ചെയ്യൂ.

നമ്മുടെ കൊച്ചുതൊമ്മൻ മുതലാളിയാണ് അമ്പലം പണി ഏറ്റെടുത്തിരിക്കുന്നത്. ആറുമാസം വേണ്ടിവരും പൂർത്തിയാക്കാൻ. കൊച്ചുകടുത്തയും വാവരും പ്രതിഷ്ഠയ്ക്കുവേണ്ടുന്നതെല്ലാം ഒരുക്കുന്നുണ്ട്. ഉദയനന്റെ മുതലെല്ലാം ഇക്കാര്യത്തിലേക്ക് ചെലവഴിക്കണമെന്നാണ് വലിയതമ്പുരാൻ കല്പിച്ചത്."

"നന്നായി. എന്നാൽ ഇനി പ്രതിഷ്ഠയ്ക്കുവേണ്ടി പലതും ഒരുക്കേണ്ടതുണ്ട്. അപ്പൻ ഇന്നു തന്നെ പന്തളത്തു പോയി വലിയതമ്പുരാനേം കൊണ്ട് ശബരിമലയ്ക്കു വരണം. സംക്രമത്തിനു മൂന്നു ദിവസം മുൻപ് എന്റെ ഈ ചാർത്തിൻപടിയുള്ളതെല്ലാം ഒരുക്കണം."

"അപ്പനെ ഇപ്പോൾത്തന്നെ അയയ്ക്കണമെന്നുണ്ടോ? അപ്പനെ കണ്ടു കൊതിമാറിയില്ലല്ലോ എനിക്ക്." സന്ന്യാസിനി പറഞ്ഞു.

"അല്ലാ, മായ ഇപ്പോഴും മായതന്നെ! നല്ല കഥയായി. അപ്പന്റെ അച്ഛനും അമ്മയും എന്ന സ്ഥാനത്തിലാണോ നമ്മൾ ഇനി ഇരിക്കുന്നത്? മായേ, ആ സ്ഥാനം അന്നു നമ്മൾ അപ്പനെ പന്തളം കൊട്ടാരത്തിലേയ്ക്ക് എഴുത്തുകൊടുത്തയച്ചപ്പോഴേ ഒഴിഞ്ഞിരിക്കുന്നു. നമ്മൾ രണ്ടു ദേശാന്തരികൾ; വെറും സന്ന്യാസിമാർ; ഈ വിഷമം വരുമെന്നു കണ്ടാണ് ഞാൻ ഇക്കാലമത്രയും മായയെ അപ്പനിൽനിന്നും അകറ്റി നിർത്തിയത്. നമ്മുടെ കർത്തവ്യം നമ്മൾ നിറവേറ്റി. ഇനി എനിക്ക് ഒരേയൊരു കടമയേയുള്ളൂ, പ്രതിഷ്ഠാകർമ്മം എന്റെ ഈ കൈകൊണ്ടുവേണം നടത്താൻ. അതുംകൂടി നിർവ്വഹിച്ചാൽ പിന്നെ നമ്മുടെ കടമകളെല്ലാം കഴിഞ്ഞു, മായേ. കർത്തവ്യങ്ങൾ നിറവേറ്റിക്കഴിഞ്ഞാൽ മനുഷ്യന് അതുതന്നെയാണ് ബന്ധനമുക്തി - അതാണ് മോക്ഷം. അപ്പനേ, അപ്പനും കൂടി ഈ തത്ത്വം ഓർമ്മിക്കണം.

മായാദേവി ഒന്നും മിണ്ടിയില്ല. സന്ന്യാസി അപ്പനെ പ്രത്യേകം വിളിച്ച് എന്തോ ചിലതെല്ലാം രഹസ്യമായി മന്ത്രിച്ചു.

അന്നുതന്നെ അയ്യപ്പൻ പന്തളത്തേക്ക് തിരിച്ചു.

* * * *

രണ്ടാഴ്ചകൊണ്ട് പ്രതിഷ്ഠാകർമ്മത്തിനുള്ള ഒരുക്കങ്ങളെല്ലാം ചെയ്തു. ഭക്തജനങ്ങൾ നാനാദിക്കുകളിൽനിന്നു ശബരിമലയ്ക്കു പ്രവഹിച്ചു. മലയാളവും പാണ്ടിനാട്ടും ഈ മഹോത്സവത്തിൽ പങ്കുകൊള്ളാൻ ഒരുപോലെ ഉത്സാഹം കാണിച്ചു.

വാവരുടെ നേതൃത്വത്തിൽ വനപ്രദേശങ്ങളിലെ എല്ലാ താവളങ്ങളിലും ഭക്തന്മാർക്ക് ഏതു സാധനവും എപ്പോൾ കിട്ടാനും വേണ്ട ഏർപ്പാടുകൾ ചെയ്തിരുന്നു. കൊച്ചു തോമ്മൻമൊതലാളി അമ്പലം

പണിക്കുള്ള സാധനസാമഗ്രികൾ ഇപ്പോഴേ ഒതുക്കിത്തുടങ്ങി. തീകത്തിപ്പോയ ശ്രീകോവിൽ മാത്രം ഇത്രയും ചുരുങ്ങിയ സമയംകൊണ്ടു പണിതുതീർത്തു. ശേഷമുള്ള തച്ചുകളും മറ്റും പ്രതിഷ്ഠാകർമ്മം കഴിഞ്ഞു പതുക്കെ മതിയെന്നു വലിയതമ്പുരാന്റെ കല്പനയുണ്ടായി. അയ്യപ്പന്റെ പ്രത്യേക നിർദ്ദേശപ്രകാരം പൂങ്കൊടിയുടെ സ്മരണയ്ക്കായി ഒരു മാളിക പണിയണമെന്നും ആ ശക്തിസ്വരൂപിണിയുടെ ഒരു വിഗ്രഹമുണ്ടാക്കണമെന്നും നിശ്ചയിച്ചു. വെളുത്തോൻ അയ്യപ്പന്റെ ആഗ്രഹമനുസരിച്ച് ഉടൻതന്നെ തണ്ണീർമുക്കത്തുപോയി മൂപ്പന്റെ അനന്തരവനായ കണ്ണപ്പനെ ശബരിമലയ്ക്ക് കൊണ്ടുവന്നു. ആ ശുദ്ധഗതിക്കാരനെ അയ്യപ്പൻ ആവുന്നത്ര ആശ്വസിപ്പിച്ചു. ശബരിമലയിൽ സംക്രമോത്സവം ആണ്ടോടാണ്ടു നടത്തുമ്പോൾ ശാസ്താവിനു വേണ്ടി വരുന്ന വെടിവഴിപാടുകളുടെ അവകാശം കണ്ണപ്പനു നൽകുകയും അതു പരമ്പരയായി നടത്തിക്കൊള്ളണമെന്ന് അനുശാസിക്കുകയും ചെയ്തു. ചേർത്തല അർത്തുങ്കൽ സെബാസ്റ്റ്യൻ പുണ്യവാളനുവേണ്ടി ഒരു വലിയ ദേവാലയം നിർമിച്ചു. ശബരിമലയിൽ വരാൻ നിവൃത്തിയില്ലാത്ത ഭക്തജനങ്ങൾക്കു അതൊരു പുണ്യസ്ഥലമാക്കുവാൻ വേണ്ട ഏർപ്പാടുകൾ അയ്യപ്പൻ ചെയ്തു. അതിനുവേണ്ട നിർദ്ദേശങ്ങൾ അദ്ദേഹം വെളുത്തോനു നൽകി.

പടനീക്കത്തിൽ മുന്നിട്ടു പ്രവർത്തിച്ച ആലങ്ങോട്ടുയോഗത്തിനും അമ്പലപ്പുഴയോഗത്തിനും ആണ്ടോടാണ്ടു സംക്രമോത്സവം കൊണ്ടാടുമ്പോൾ ചില പ്രത്യേകാവകാശങ്ങൾ കല്പിച്ചുകൊടുക്കുവാനും അയ്യപ്പൻ മറന്നില്ല.

സംക്രമദിവസം അയ്യപ്പന്റെ പിതാവായ യോഗീശ്വരൻ - സാക്ഷാൽ ജയന്തൻനമ്പൂതിരി പ്രതിഷ്ഠയ്ക്കു വേണ്ടുന്ന കർമ്മങ്ങളിൽ വ്യാപൃതനായി. മുഹൂർത്തത്തിനു ഒരു നാഴിക മുൻപ് അദ്ദേഹം അവിടെ കൂടിയ ജനാവലിയോടു ശബരിമലശാസ്താവിന്റെ മാഹാത്മ്യത്തേയും പുനഃപ്രതിഷ്ഠയുടെ ആവശ്യത്തേയും പറ്റി സവിസ്തരം പറഞ്ഞുകേൾപ്പിച്ചു. മണ്ഡലം പിറന്നാൽ മുദ്രധരിച്ച് ആചരിക്കേണ്ടുന്ന കർമ്മപരിപാടികളും അവയുടെ പ്രാധാന്യവും യോഗീശ്വരൻ ഭക്തന്മാരെ മനസ്സിലാക്കി. അനന്തരം മുഹൂർത്തമടുത്തപ്പോൾ അദ്ദേഹം അയ്യപ്പനെ അടുത്തുവിളിച്ചു. പതിനെട്ടാംപടിക്കൽ വാവരുടേയും കൊച്ചുകടുത്തയുടേയും മധ്യത്തിൽ നിന്നിരുന്ന ആ കുമാരനെ യോഗീശ്വരൻ ഭക്തജനങ്ങൾ ഏവരും കാൺകെ തീർത്ഥപ്രോക്ഷണം ചെയ്തു ശ്രീകോവിലിന്റെ മുമ്പിൽ നടയ്ക്കഭിമുഖമായി നിർത്തി.

യോഗീശ്വരൻ അനന്തരം ഗർഭഗൃഹത്തിനകത്തു കടന്നു പ്രതി

ഷ്ഠാകർമ്മത്തിനുള്ള ബിംബം കൈയിലെടുത്തു. മന്ത്രപൂതമായ ആ ബിംബത്തേയും അയ്യപ്പനേയും യോഗീശ്വരൻ മാറി മാറിനോക്കി. പിന്നീടവിടെ എന്താണ് നടന്നതെന്ന് ആർക്കും അറിഞ്ഞുകൂടാ. നടയ്ക്കൽ നിന്നിരുന്ന ആ കുമാരന്റെ ശരീരം സൌവർണ്ണകാന്തിയിൽ വിളങ്ങിയപോലെ പലർക്കും തോന്നി. പെട്ടെന്നൊരു മിന്നൽപ്പിണർ അവിടെയുണ്ടായി. എല്ലാം ഉറ്റുനോക്കിക്കൊണ്ടിരുന്ന ഭക്തജനങ്ങളുടെ കണ്ണുകളിൽ ആ മിന്നൽപ്പിണർ കുറേനേരത്തേക്കു കൂരിരുട്ടുണ്ടാക്കി. അവർ “സ്വാമിയെ ശരണമയ്യപ്പാ” എന്നു ഉറക്കെ ശരണം വിളിച്ചുതുടങ്ങി. ശരണംവിളിയുടെ ശബ്ദംമാത്രമേ അവിടെ കുറേനേരത്തേക്കു കേൾക്കാനുണ്ടായിരുന്നുള്ളൂ.

* * * *

പ്രതിഷ്ഠാകർമ്മത്തിനുശേഷം ആരുംതന്നെ യോഗീശ്വരനെയോ അയ്യപ്പനെയോ കാണുകയുണ്ടായില്ല. “അയ്യപ്പാ ശരണം” എന്ന വിളി എങ്ങുമുയർന്നു.

www.ingramcontent.com/pod-product-compliance
Lightning Source LLC
LaVergne TN
LVHW040026051026
849525LV00003B/988
* 9 7 8 8 1 1 9 7 7 0 5 5 7 *